D1772219

சரஸ்வதி காலம்

சரஸ்வதி காலம்

வல்லிக்கண்ணன்

ரா.சு. கிருஷ்ணசாமி என்ற இயற்பெயர் கொண்ட எழுத்தாளர் வல்லிக்கண்ணன் (1920–2006) திருநெல்வேலி இராஜவல்லிபுரத்தில் பிறந்தவர். கிராம ஊழியன் உள்ளிட்ட பல பத்திரிகைகளில் பணியாற்றியவர். முழுநேர எழுத்தாளரான அவர் 75 நூல்களுக்கு மேல் எழுதியவர். புதுக்கவிதையின் தோற்றமும் வளர்ச்சியும் (1977) என்ற நூலுக்காகச் சாகித்திய அகாதெமி விருது பெற்றவர். 'பாரதிதாசனின் உவமை நலம்', 'சரஸ்வதி காலம்' (1986), 'பாரதிக்குப் பின் தமிழ் உரைநடை', 'தமிழில் சிறு பத்திரிகைகள்' ஆகியவை வல்லிக்கண்ணனின் குறிப்பிடத்தகுந்த நூல்கள்.

இடதுசாரியான வ. விஜயபாஸ்கரன் (1926–2011) நடத்திய முற்போக்கு இலக்கிய இதழ் சரஸ்வதி. ஏறக்குறைய ஏழாண்டுகள் (1955–1962) நடந்த அவ்விதழின் வரலாற்றை விரிவாகச் சொல்லும் நூல் 'சரஸ்வதி காலம்'. நவீன தமிழ் இலக்கிய வரலாற்றில் குறிப்பிடத்தகுந்த சாதனைகளை நிகழ்த்திய இதழ் *சரஸ்வதி*. அதன் வரலாறு இந்நூலில் சுவையாகச் சொல்லப்பட்டுள்ளது. நீண்ட ஆண்டுகளுக்குப் பிறகு புதிய பதிப்பாகிறது சரஸ்வதி காலம்.

பழ. அதியமான்
பதிப்பாசிரியர்

பழ. அதியமான் வ.ரா. ஆய்வாளர். 'தி.ஜ.ர.', 'அறியப்படாத ஆளுமை: ஜார்ஜ் ஜோசப்', 'வ.ரா.', 'சக்தி வை. கோவிந்தன்', 'கு. அழகிரிசாமி சிறுகதைகள்: முழுத் தொகுப்பு', 'பெரியாரின் நண்பர்: டாக்டர் வரதராஜுலு நாயுடு வரலாறு', 'சேரன்மாதேவி குருகுலப் போராட்டமும் திராவிட இயக்கத்தின் எழுச்சியும்', 'பாரதி கவிதைகள் – முழுத் தொகுப்பு', 'பாரதியின் பாஞ்சாலி சபதம்', 'கிடைத்தவரை லாபம்', 'நவீனத் தமிழ் ஆளுமைகள்'. 'வைக்கம் போராட்டம்' ஆகிய நூல்களின் ஆசிரியர்/தொகுப்பாசிரியர்/பதிப்பாசிரியர். தமிழ்ச் சிந்தனை வரலாறு தொடர்பான ஆய்வுகளில் ஈடுபட்டிருப்பவர். அகில இந்திய வானொலியில் உதவி இயக்குநராகப் பணியாற்றி ஓய்வு பெற்றவர். சென்னையில் வசிக்கிறார்.

வல்லிக்கண்ணன்

சரஸ்வதி காலம்

பதிப்பாசிரியர்
பழ. அதியமான்

காலச்சுவடு பதிப்பகம்

அன்பார்ந்த வாசகருக்கு,

வணக்கம்.

காலச்சுவடு நூலை வாங்கியமைக்கு நன்றி.

நூலின் உள்ளடக்கம், உருவாக்கம், அட்டைப்படம் இன்ன பிற அம்சங்கள் பற்றிய உங்கள் கருத்துகளையும் ஆலோசனைகளையும் காலச்சுவடு வரவேற்கிறது. தகவல், எழுத்து, வாக்கியப் பிழைகள் தென்பட்டால் கட்டாயம் தெரிவித்து உதவுங்கள். நூல் தயாரிப்பில் கடும் குறைபாடு இருப்பின் மாற்றுப் பிரதி உங்களுக்குக் கிடைக்கக் காலச்சுவடு ஏற்பாடு செய்யும்.

***மின்னஞ்சல்:* publisher@kalachuvadu.com**

காலச்சுவடு நாகர்கோவில் தலைமையகத்துக்கும் கடிதம் அனுப்பலாம்.

தங்கள்
எஸ்.ஆர். சுந்தரம் (கண்ணன்)
பதிப்பாளர் – நிர்வாக இயக்குநர்

சரஸ்வதி காலம் ❖ கட்டுரைகள் ❖ ஆசிரியர்: வல்லிகண்ணன் ❖ பதிப்பாசிரியர்: பழ. அதியமான் ❖ பதிப்புரிமை: பழ. அதியமான் ❖ முதல் பதிப்பு: ஜூலை 1982 ❖ காலச்சுவடு முதல் பதிப்பு: ஆகஸ்ட் 2022 ❖ வெளியீடு: காலச்சுவடு, 669, கே.பி. சாலை, நாகர்கோவில் 629001

காலச்சுவடு பதிப்பக வெளியீடு: 1101

sarasvati kaalam ❖ Essays ❖ Author: Vallikannan ❖ Editor: Pazha. Athiyaman ❖ Compilation, editorial format and arrangement © Pazha. Athiyaman ❖ Language: Tamil ❖ First Edition: July 1982 ❖ Kalachuvadu First Edition: August 2022 ❖ Size: Demy 1 x 8 ❖ Paper: 18.6 kg maplitho ❖ Pages: 176

Published by Kalachuvadu 669, K.P. Road, Nagercoil 629001, India ❖ Phone: 91-4652-278525 ❖ e-mail: publications@kalachuvadu.com ❖ Printed at Mani Offset, Chennai 600077

ISBN: 978-93-5523-151-2

பொருளடக்கம்

முன்னுரை:
வென்றிலது என்ற போதும் . . .   9
1. விசாலப் பார்வை   23
2. 'சூறாவளி'   27
3. 'கலாமோகினி'   31
4. 'கிராம ஊழியன்'   40
5. சாதனைகளும் சோதனைகளும்   50
6. 'சரஸ்வதி' பிறந்தது   60
7. இலக்கியத்தின் சில போக்குகள்   69
8. மூன்றாவது ஆண்டில்   76
9. விவாதங்களும் விளக்கங்களும்   82
10. எதிரொலிகள்   95
11. நான்காவது ஆண்டு மலர்   104
12. வாசகர்கள்   109
13. வளர்ச்சிப் பாதையில்   116
14. சோதனைகள்   121
15. இலக்கிய இதய மலர்   133
16. சிறுமை கண்டு சீற்றம்   137
17. தோற்றுவிட்டோமா?   147
18. 'சாண் ஏற முழம் சறுக்க'   159
19. இறுதி நாட்கள்   169
20. முடிவுரை   172

தொடர் கட்டுரையாக
'தீபத்'தில் வெளிட்ட
தீபம் நா.பா.வுக்கு
நன்றி

— வல்லிக்கண்ணன்

முன்னுரை

வென்றிலது என்ற போதும் . . .

தமிழில் ஒரு பத்திரிகை தன் பாடுபொருளால் தொடர்புடைய சூழலையே பாதித்து ஒரு புதிய திறப்பை இலக்கிய வரலாற்றில் ஏற்படுத்தியது என்றால் அது *1933*இல் தோன்றிய *மணிக்கொடி*தான். அதில் எழுதியவர்கள் பிறகு *மணிக்கொடி* எழுத்தாளர்கள் எனப்பட்டனர். அவர்களும் அவ்விதழ்ப் பெயரை ஒரு மகுடம்போல் சூட்டிக்கொண்டனர். ஓரிரு கதைகளை மட்டுமே *மணிக்கொடியில்* எழுதியோர்க்கும் சிலர் அந்த மகுடத்தைச் சூட்டியபோது, இல்லை இல்லை, அவர்களுக்கு அத்தகுதி இல்லை என்று எதிர்க்குரல்களும் எழுந்தன. *மணிக்கொடிக்குப்* பொன்விழா எடுத்து அப்புகழைத் தக்கவைக்கும் முயற்சிகளும் நடந்தன. சென்னையில் 'சிட்டி'யின் முயற்சியில் பொன்விழா நிகழ்ந்தது. அதையொட்டி, *மணிக்கொடியின்* புகழை ஏற்றுக்கொண்டு ஆனால் அதே சமயம் அதன் போக்கை வரையறுக்கச் சிறப்பு மலர் ஒன்றுகூட வெளிவந்தது. அதைப் பதிப்பித்தவர் வே.மு. பொதியவெற்பன். *மணிக்கொடியைக்* குறித்து ஆய்வுகளும் மேற்கொள்ளப்பட்டன. 'விடியல்' கே.எம். வேணுகோபால் ஒரு நல்ல ஆய்வைச் செய்தார். *மணிக்கொடியின்* மூன்று ஆசிரியர்களுள் வ.ரா.வைப் பற்றி நானும் டி.எஸ். சொக்கலிங்கம் பற்றி பா. மதிவாணனும் ஆய்வு செய்தோம். 'ஸ்டாலின்' கே. ஸ்ரீனிவாசனை ஏனோ யாரும் கண்டுகொள்ளவில்லை. *மணிக்கொடி* இதழ்களைப் பாதுகாக்கும் முயற்சிகளும் நடந்தன. ஆ.இரா. வேங்கடாசலபதி அதில் ஈடுபட்டார். அதில் தகராறுகளும் கிளர்ந்தன. ஒரு தரப்பை ஆதரித்து

நானும்கூட எழுதினேன். நவீன இலக்கியத்தின் ஒரு அடையாளக் கல்லாக *மணிக்கொடி* நிலைநின்றுவிட்டது.

இம்முயற்சிகளின் பின்னணியில் *மணிக்கொடியின்* சாதனைகளை ஆவணப்படுத்தி எதிர்வரும் தலைமுறைக்குக் கடத்த நினைத்தார் 'தீபம்' நா. பார்த்தசாரதி. அரசியல் *மணிக்கொடியை* இலக்கிய (சிறுகதை) *மணிக்கொடியாக* மாற்றிய பி.எஸ். ராமையா, *மணிக்கொடி* நினைவுகளைத் *தீபம்* இதழில் எழுதினார். தொடராக வெளிவந்தபோது அடையாத புகழை, நூலாக்கத்திற்குப் பிறகு அது பெற்றது. பி.எஸ். ராமையாவுக்குச் சாகித்திய அகாதெமி விருது (1982) கிடைத்ததும், அந்நூலைப் படித்த வாசகர்கள் மிகுதியாயினர். *மணிக்கொடி* என்ற இலக்கிய அடையாளம் நவீன வரலாற்றில் சூழலின் ஆதரவோடு கட்டமைக்கப்பட்ட கதையின் சுருக்கம் இது. நான்கு பத்தாண்டுகளாக அந்தக் குறிப்பிடத்தக்க இடத்தை *மணிக்கொடி* தீவிர வாசகப் பரப்பின் ஊடாகவும் தக்கவைத்துள்ளது. *காலச்சுவடு* 2005இல் சேலத்தில் நடத்திய *மணிக்கொடி* கருத்தரங்குக்கும் இதில் பங்குண்டு.

தமிழின் மறுமலர்ச்சி அடையாளமான *மணிக்கொடித்* தொடரின் வெற்றியையடுத்து, மறுமலர்ச்சியின் அடுத்த கட்டமான இடதுசாரித்தன்மையும் தூய இலக்கியப் பகுதியும் கலந்த இதழாக உருவான வ. விஜயபாஸ்கரனின் *சரஸ்வதி* பற்றியும் நா.பா. இதே முறையில் ஒரு தொடரைத் *தீபத்தில்* தொடங்கினார். *மணிக்கொடியோடு* தொடர்புடைய பி.எஸ். ராமையாவைக் கொண்டு எழுதுவித்ததுபோல் *சரஸ்வதியில்* எழுதிய வல்லிக்கண்ணனை அத்தொடரை எழுத வேண்டினார். *சரஸ்வதிக்குப்* பிறகு *தீபம்* இதழின் சாதனையையும் வல்லிக்கண்ணன் பதிவு செய்தார்.

குறிப்பிட்ட பத்திரிகைகளை முன்வைத்து இலக்கியத்தின் போக்கையும் காலத்தின் நிலையையும் விவரித்துச் சொல்லும் மேற்சொன்ன மூன்று முயற்சிகள் 1980களில் பதிவாயின: 'மணிக்கொடி காலம்' (1980, பி.எஸ். ராமையா), 'சரஸ்வதி காலம்' (1980, வல்லிக்கண்ணன்), 'தீபம் யுகம்' (1999, வல்லிக்கண்ணன்). 1930முதல் 1980கள்வரையிலான அரை நூற்றாண்டுக் கால நவீன தமிழ் இலக்கிய ஊற்றுக் களத்தை ஒருவாறு மதிப்பிட்டுக் கொள்ள இந்த மூன்று முயற்சிகளும் பயன்படுவன. 'மணிக்கொடி காலம்' வாசகரிடையே பரவிய அளவு, 'சரஸ்வதி காலம்' சென்று சேரவில்லை. தேர்ந்த தீவிர வாசகர்கள் தேடும் நூலாகவே 'சரஸ்வதி காலம்' மறைந்து வாழ்கிறது. 'தீப'த்தின் ஒளி, அறை அளவுகூடப் பரவியதாகத் தெரியவில்லை. 'சரஸ்வதி காலம்'

வாசகரிடையே பரவ வேண்டும் என்ற தேவை பற்றி இந்நூல் மறுபதிப்பாகிறது. வல்லிக்கண்ணனின் நூற்றாண்டும் (2020) அம்முயற்சியை முடுக்கிவிட்ட மற்றொரு காரணம்.

விஜயபாஸ்கரன் (1926–2011)

விடிவெள்ளி (1951), *சமரன்* (1962) என்னும் பல பத்திரிகைகளை நடத்தியிருந்தாலும் இடையில் நடத்திய *சரஸ்வதி* (1955-62) பத்திரிகையின் பெயரே விஜயபாஸ்கரன் என்ற பெயரின் முன்னொட்டாய் சரஸ்வதி வ. விஜயபாஸ்கரன் என்ற அடையாளமானது. *சரஸ்வதி*யை அவ்வளவு உள்ளார்ந்த விருப்பத்துடன் அவர் நடத்தியது ஒரு காரணம். அது நவீன தமிழ் இலக்கிய வரலாற்றில் சாதித்த சாதனை இன்னொன்று. 'சிறுகதையின் வடிவப் பிரக்ஞையை உருவாக்கியது *மணிக்கொடி* எனில் அதன் முற்போக்கு உள்ளடக்கத்தை உறுதி செய்தது *சரஸ்வதி*' என்று செ. கணேசலிங்கன் சொன்னது உண்மையேயாகும்.

வடிவேல் விஜயபாஸ்கரனின் இலக்கிய வாழ்க்கையை நான்கு கட்டங்களாகப் பார்க்கலாம். புகழ்பெற்ற காங்கிரஸ் தியாகியான தாராபுரம் பா.து. வடிவேலின் பெரிய குடும்பத்தில் பிறந்தவர். சிதம்பரம் அண்ணாமலைப் பல்கலைக்கழகத்தில் இண்டர்மீடியட் படிப்பில் சேர்ந்ததும் பின் நிர்வாகத்தால் விலக்கப்பட்டதும் முதல் பகுதி. சித்தாந்த ரீதியில் சொல்வதானால் காங்கிரசுக்காரனாக நுழைந்து, டிஸ்மிஸ் செய்யுமாறு தீவிரக் கம்யூனிஸ்ட்டாக வெளியேறியது சிதம்பரச் சேவகம். *நவ இந்தியா* (கோயம்புத்தூர்), *தினத்தந்தி*, பீபிள்ஸ் பப்ளிஷிங் ஹவுஸ் (இதுதான் பின்னால் என.சி.பி.எச். ஆக மாறியது), *விடிவெள்ளி*, *சக்தி*, *ஹனுமான்*, *சரஸ்வதி*, *சமரன்*, *சோவியத் நாடு* உள்ளிட்ட சென்னைப் பத்திரிகைகளில் / நிறுவனங்களில் பல்வேறு நிலைகளில் செயலாற்றியது இரண்டாம் கட்டம். ஒரு கம்யூனிஸ்ட் கட்சி ஊழியர், பத்திரிகையாளராக மலர்ந்தது சென்னைக் காலம். பத்திரிகை, வெளிப்படையான கட்சிப் பணி ஆகியவற்றை முடித்துக்கொண்டு கேரளத்தின் திருச்சூரில் வாழ்க்கையைக் கழித்த சிறு பகுதி மூன்றாவது. இது ஒருவகையில் விரக்திக் காலம். நிறைவாய்க் கோயம்புத்தூர் சென்றடைந்து அமைதியானது நான்காம் காலம். இதில் இரண்டாம் கட்டமான சென்னைக் காலத்தில்தான் *சரஸ்வதி*யை ஏழரையாண்டுகள் சிரமப்பட்டு நடத்தினார்.

விஜயபாஸ்கரன் என்னும் இடதுசாரி நடத்திய இலக்கியப் பத்திரிகை *சரஸ்வதி*. கட்சிப் பத்திரிகையாக அல்லாமல் கொள்கை வேறுபட்டோரின் வெளிப்பாடுகளையும் *சரஸ்வதி* தாங்கிவந்தது.

இடதுசாரி நடத்திய இந்த இதழின் பெயரே, சுதந்திரத் தளத்தின் சாட்சியமாக அமைந்திருப்பதைக் காட்டுகிறது. கட்சி சாராத கலை இலக்கியவாதிகளும் கொண்டாடிய இதழாக அது விளங்கியது. அதிசயமாக, வெற்றிபெற்ற இடதுசாரி இதழாக *சரஸ்வதி* சில காலமாவது விளங்கியது. பின் உள் பிரச்சனையால் கட்சிகளே அழிந்தொழிவதைப் போல் சொந்தக் கட்சித் தலைவர்களின் ஓரங்கட்டும் முயற்சியால் அது வீழ்ந்தது. இது என் கருத்து அல்ல. 'சரஸ்வதி காலம்' தரும் வெள்ளையறிக்கை. ஒப்புகையாகவோ, சுயபரிசீலனையின் வெளிப்பாடாகவோ, பெரும்போக்கின் அடையாளமாகவோ இந்நூலை ஒரு இடதுசாரிப் பதிப்பகம் 2011இல் மறுபதிப்பிட்டிருப்பதை இவ்விடத்தில் பாதுகாப்பாகக் குறிப்பிட விரும்புகிறேன்.

ஒரு மனிதனின் வாழ்க்கை வரலாற்றை எழுதுவதைப் போலவே தோற்றம், போராட்டம், மறைவு என்ற நிரலில் *சரஸ்வதியின்* பயணத்தையும் வல்லிக்கண்ணன் பதிவுசெய்துள்ளார். '*சரஸ்வதியின்* முதல் இதழ் 1955 மே மாதம் முதல் தேதியிட்டு, ஏப்ரல் இறுதியில் வெளிவந்தது. வேப்பேரி, ராஜா அண்ணாமலை செட்டியார் தெருவின் ஒன்று என்ற இலக்கமிட்ட கட்டிடத்தில் [*சரஸ்வதியின்*] அலுவலகம் அமைந்திருந்தது' என்று அதன் தோற்றத்தைப் பதிவுசெய்கிறார் வல்லிக்கண்ணன். கிடைக்கும் எதையும் ஒன்றுவிடாமல் பதிவு செய்வது வல்லிக்கண்ணனின் எழுத்து வழக்கம். அதுபோலவே இந்த நூலும் அமைந்துள்ளது.

"நாட்டு மக்களை உயர்த்துவதற்காக எழுத வேண்டும்; சமூகத்தைச் சக்தி வாய்ந்ததாக்குவதற்காக எழுத வேண்டும்; கிராமவாசியும் புரிந்துகொள்ளக்கூடிய தமிழில் எழுத வேண்டும் என்று வ.ரா. காட்டிய இந்தப் பாதைதான் நாங்கள் விரும்பும் பாதை; செல்லும் பாதை" என்று முதல் இதழிலேயே நோக்கத்தைச் '*சரஸ்வதி*' தெளிவாக்கிவிட்டது. அட்டையில் வ.ரா. படமும் அச்சாகியிருந்தது. மணிக்கொடியின் முதல் ஆசிரியர்களுள் ஒருவரான வ.ரா.வின் கருத்தையும் படத்தையும் வெளியிட்டதன் மூலம் மணிக்கொடி வழியிலேயே தான் பயணப்படவிருப்பதையும் வெளிப்படையாகவே *சரஸ்வதி* உணர்த்திவிட்டது எனலாம்.

சரஸ்வதி முதல் மூன்றாண்டுகள் (இரண்டணா விலையில்) மாத இதழாக வெளிவந்தது. 1958 செப்டம்பர் முதல் (நான்கணா / 25 பைசா விலையில்) மாதமிரு முறையாக மாறியது. மாதமிருமுறை முதல் இதழின் அட்டைப்படத்தில் காட்சி தந்தவர் இலங்கை எழுத்தாளர் எச்.எம்.பி. முஹிதீன். தேசம் தாண்டித் தமிழ்கூறு நல்லுலகைத் தழுவி *சரஸ்வதி* வளர்ந்ததன் சூசகம் இந்த அட்டைப்படம்.

புதிய படைப்புகளோடும் ஏகப்பட்ட சர்ச்சைகளோடும் சூழலில் உயிர்ப்போடு முதல் ஆறாண்டுகளைக் கழித்தது *சரஸ்வதி*. 'அடுத்த இதழிலிருந்து புதிய தோற்றத்தில் புத்தக அளவில் விலையும் குறைக்கப்பட்டு வரும். விலைக் குறைப்பை ஒட்டிச் சந்தா விகிதமும் மாறும். ஏற்கெனவே சந்தா கட்டியவர்களின் சந்தா புதிய விகிதப்படி கணக்கிடப்பட்டு சந்தா காலம் நீட்டிக்கப்படும்' என்றெல்லாம் **1961** டிசம்பர் இதழில் அறிவித்தது. வடிவ மாற்றத்தோடு விலையும் குறைக்கப்பட்டு வெளிவந்த இந்த இதழே பெரும்பாலான வாசகர்கள் அறிந்த *சரஸ்வதியின்* கடைசி இதழ். எனினும் **1962**இலும் சிறிய அளவில் நான்கு இதழ்கள் வெளியாயின. அதில் நான்காவது **1962** ஜூனில் **32** பக்கங்களுடன் வெளியானது. இதுதான் *சரஸ்வதியின்* உண்மையான இறுதி இதழ். இது கடைசி இதழ் என்ற எக் குறிப்பும் இல்லாமல்தான் அவ்விதழ் வெளிவந்தது. கலைமகளுக்கு இரங்கற்பா எழுத முடியுமா என்ன?

இவ்வாறு ஆதியோடு அந்தமாய் நுணுக்கமாகப் பார்த்து *சரஸ்வதியின்* வரலாற்றை எழுதியிருக்கிறார் வல்லிக்கண்ணன். அவர் *சரஸ்வதியோடு* நேர்த் தொடர்பில் இருந்ததாலும், எதையும் ஆதாரத்தோடு எழுத வேண்டும் என்ற பழைய மனப்பான்மை கொண்டவராய் இருந்ததாலும் 'சரஸ்வதி காலம்' நூல் ஆவணமாக மாறியுள்ளது.

இன்னும் விமர்சனபூர்வமாய் எழுதியிருக்கலாம் என்று நாம் இன்று கருத இடமிருந்தாலும், வல்லிக்கண்ணன் இவ்வளவு தன்னை வெளிப்படுத்திக்கொண்டு எழுதியதே ஆச்சரியம் தான. 'கோயிலை மூடுங்கள்', 'அடியுங்கள் சாவுமணி' என்று எழுதிய 'கோரநாதன்' அல்ல 'சரஸ்வதி காலம்' எழுதிய வல்லிக்கண்ணன். ஆன்றவிந்து அடங்கிய காலத்தில் சரஸ்வதி காலத்தை அவர் வரைந்தார். எனினும், 'கோரநாதனி'ன் எஞ்சிய கோபங்கள் சரஸ்வதியின் இறுதி நாட்கள் பற்றிய விவரிப்பில் சிதறிக் கிடக்கின்றன.

பத்தி அமைப்புகள் இன்னும் சீராகயிருக்கலாம் என்று தோன்றினாலும், வரலாறு சுருக்கமாக அதே சமயம் தெளிவாக இருக்கிறது. இதழின் முக்கியத்துவங்கள் விடுபடாமல் பனிப்பாறை முனை போலவாவது காட்டப்பட்டுவிட்டது. இன்னும் விவரித்திருந்தால் நூல் பெரிதாகிவிட்டிருக்கும்.

'புது எழுத்து' (*நவசக்தி*, **1943**) என்ற கட்டுரையில் **1930–40**களில் வெளிவந்த இலக்கியப் பத்திரிகைகளின் குணாம்சம் பற்றி கு.ப.ரா. தந்த விளக்கம் புகழ்பெற்றது. அதைக் கொண்டே

சரஸ்வதிக்கு முன் தமிழில் நிலவிய இலக்கியப் போக்கை வல்லிக்கண்ணன் அறியத் தருகிறார்.

ஆனந்த விகடன் நுனிப்புல் மேயும் மனப்பான்மை கொண்டது. ஆழ்ந்து எதையும் ஆராய அதற்கு விருப்பம் இல்லை. வாழ்க்கையின் கஷ்டங்களைக் கண்டு சகிக்க அதற்கு வெறுப்பு. கலைமகள் முக்கியமாகப் பெருவாழ்வின் மிதப்பைப் போற்றும் மனப்பான்மை கொண்டது. கற்பனையிலும் வாழ்க்கையிலும் பெருமையையும் பேற்றையும் அந்தஸ்தையும் கௌரவத்தையும் போற்றுவது இதன் இயற்கை. வாழ்க்கைப் போர் அலட்சியம் செய்ய வேண்டிய விஷயம். அது நிரந்தரமல்ல, முக்கியமல்ல. மணிக்கொடியின் மனப்பான்மை புரட்சி. வாழ்க்கையிலும் சமூகத்திலும் ரசனையிலும் புரட்சி. புராண மித்யேவ நசாது சர்வம் (பழையது என்பதாலேயே எல்லாம் சிறந்தது அல்ல) என்று காளிதாசன் சொன்னதுதான் அதன் கொள்கை. போராட்டத்தில்தான் அதன் உயிர்.

இத்தகைய போக்குகளால் உழப்பட்ட இலக்கிய நிலத்தில் விளைந்த முற்போக்குப் பயிர் *சரஸ்வதி*. தீவிரத்திற்காகக் கலைத்தன்மையை இழந்துவிட *சரஸ்வதி* தயாரில்லை என்று சொல்லித் தன் இலக்கியக் கொள்கையைப் பின்வருமாறு வரையறுத்துக்கொண்டது: "நல்ல கருத்தை மட்டும் பிரதிபலிப்பதால் ஒன்று நல்ல இலக்கியமாகிவிடுவதில்லை. நல்ல கலை அழகோடு பிரதிபலிப்பதுதான் நல்ல இலக்கியமாகும்."

இது *சரஸ்வதி* இதழில் தொடராக வெளிவந்த 'ரகுநாதனைக் கேளுங்கள்' என்ற கேள்வி பதில் பகுதியில் வெளிவந்த ஒரு விடை. இதுதான் *சரஸ்வதியின்* போக்கு எனலாம். *சரஸ்வதி* இதழில் வெளிவந்த சர்ச்சைகள் சில இன்றைக்கும் நீடிப்பதை உணர முடிகிறது. அவற்றுள் மூன்றினைச் சுருக்கமாகப் பார்க்கலாம்.

இலக்கியத்தில் ஆபாசம்

தீவிரமும் கலையழகும் கொண்டு இலக்கியத்தை வளர்த்த *சரஸ்வதியில்* வெளிவந்த இலக்கிய விவாதத்திலொன்று 'படைப்புகளில் ஆபாசம்' என்பதாகும். சமீபத்தில் நவீன பெண் கவிஞர்கள் பெண்ணுடலைப் பற்றி எழுதியதைக் கண்டு பண்பாட்டுக் காவலர்கள் முகஞ்சுளித்து எழுதினார்களே, அப்படியே அன்றும் அன்றைய காவலர்கள் *சரஸ்வதியில்* வெளிவந்த ஜெயகாந்தன் கதைகளில் ஆபாசம் ததும்புவதாகக் குற்றஞ்சாட்டிக் குமுறினார்கள்.

பிளாட்பாரத் தம்பதிகளான மருதமுத்துவும் ரஞ்சிதமும் சுகிக்கத் தனியிடமில்லாமல் பூங்காவில் இன்புற எண்ணுகின்றனர். அதனால் நேரும் சிறுமைகளை விவரித்த 'தாம்பத்யம்', இளமையில் காதல் மாண்பை உணர்ந்துகொள்ளத் தவறிவிட்டு முதுமையில் அப்பெண்ணை நினைத்துக் கழிவிரக்கம் கொள்ளும் 'திரஸ்காரம்', ஓர் அந்நியனைக் கூட்டி வந்து மனைவியை விபச்சாரத்தில் ஈடுபடுத்த முனையும் கணவனைக் காரித்துப்பும் 'பௌருஷம்' போன்ற ஜெயகாந்தனின் கதைகள் ஆபாசத்தைப் பரப்புவனவாகக் கருதப்பட்டன. இந்த எதிர்ப்புகளை ஜெயகாந்தன் தனக்கே உரிய சமத்காரத்துடன் எதிர்கொண்டார்.

'எனது சிருஷ்டிகளைச் சிலர் ஆபாசம் என்கின்றனர். சிலர் தரக்குறைவு என்கின்றனர். இன்னும் சிலர் இது என்ன கதையா என்கின்றனர். சென்ற இதழில் வெளியான 'பௌருஷம்' என்ற கதையைப் படித்துப் பல நண்பர்கள் முகம் சுளித்தனராம். ஆம். நானும்கூட அந்தக் கதையை எழுதிவிட்டு முகம் சுளித்துக் கொண்டேன். மனித ராசியின் வாழ்க்கை வக்கிரங்களைப் பார்த்தால் சில சமயம் நம் முகம் சுளிக்கத்தான் செய்கிறது. அதனால் நாம் வாழ்க்கையை வெறுத்துவிடுகிறோமா என்ன?' என்று கேட்டார் ஜெயகாந்தன். மேலும் 'கடிதங்கள் மூலமாயும் நேரடியாகவும் நண்பர்கள் மூலமாகவும் வாழ்த்தியோ வைதோ இலக்கியத்தை வளர்க்க வேணுமாய்க் கேட்டுக்கொள்கிறேன்' என்று விவாதத்தை வளர்க்கவும் முயன்றார்.

கண்ணம்ம நாயக்கனூர் ஏ.எஸ். கண்ணம்மாள் உள்ளிட்ட வாசகர்கள் பலர் ஜெயகாந்தன் விரும்பியதைப் போலவே கண்டனங்களை எழுதித் தீர்த்தனர். "இம்மாத இதழில் வந்த 'பால்பேதம்', அவளை அறியாமலே அவளது கை ரவிக்கை முடிச்சை அவிழ்த்தது. பால் நரம்புகள் புடைத்துப் பருத்தமுலைக் காம்புகளில் வெண்முத்துப் போல் ஈரம் சிந்தியிருந்தது. தன்னை மறந்து ரவிக்கை அவிழ்கிறது. ஆஹா என்ன சுகம். ஒவ்வொரு முட்டுக்கும் ஒவ்வொரு உணர்ச்சி உண்டாகிறது." இதுபோன்ற ஆபாச வார்த்தைகளை ஆசிரியர் களைந்தெறிய வேண்டும் என்பதே என் அவா என்பது கண்ணம்மா என்ற அந்தப் பெண் (?) வாசகியின் கடித வாசகம்.

பிரசுரமாகி அறுபது ஆண்டுகள் கழித்து, மேற்கண்ட இந்தப் பத்தியைப் படிக்கும் (காமக் காட்சிக் கூடமாம் செல்போனைக் கையில் ஏந்தித் திரியும்) நமக்கு, இதெல்லாம் 'ஜுஜுபி'யாகத் தெரிகிறது. ஜெயகாந்தனுக்கு அன்றே அப்படித்தான் தோன்றியிருக்கும்போல. எனினும் அலட்சியப்படுத்தாமல் எதன்

பொருட்டோ தொடர்ந்து விளக்கங்களை அளித்துக்கொண்டே இருந்தார்.

'ஆபாசம் வார்த்தையிலா இருக்கிறது! அப்படியானால் வலிமை சேர்ப்பது தாய்முலைப் பாலடா, உண்ண உண்ணத் தெவிட்டாதே, அம்மை உயிரெனும் முலையினில் உணர்வெனும் பால் என்ற பாரதியின் கவிதையிலுள்ள முலை என்ற பதத்திற்கு நாம் முகம் சுளிக்க வேண்டுமா' – இது ஜெயகாந்தன் கொடுத்த முட்டுகளுள் ஒன்று.

'காலம்தோறும் ஆபாச எதிர்ப்பு' என்ற தலைப்பில் ஒரு கட்டுரையை இன்று நாம் எழுத இவ்விவாதம் பயன்படலாம். சரஸ்வதியின் பிரபல்யத்திற்கு இவ்விவாதம் பயன்படாமல் போயிருக்காது. 'சரஸ்வதி' காலம் நூலில் இவ்விவாதத்தை விலாவாரியாகப் படித்து மகிழலாம்.

சாகித்திய விருது எதிர்ப்பு

இன்று நேற்றல்ல, தொடங்கிய காலந்தொட்டே விமர்சனத்துக்குள்ளாகிவருகிறது சாகித்திய அக்காதெமி விருது. அதைத் தொடங்கிவைத்த பெருமை 'சரஸ்வதி'க்கும் சேரும். 1954இல் தோன்றிய சாகித்திய அக்காதெமி, தன் முதல் தமிழ் விருதை, 1955இல் ரா.பி. சேதுப்பிள்ளையின் 'தமிழின்பம்' நூலுக்கு வழங்கியது. அக்காதெமி விதிப்படி குறிப்பிட்ட ஓர் ஆண்டின் விருதுக்கெனத் தேர்தெடுக்கப்படுகிற நூல், அந்த ஆண்டுக்கு முந்தைய மூன்றாண்டுக் காலத்தில் முதல் பதிப்பாகப் பிரசுரிக்கப்பட்டிருக்க வேண்டும். ஆனால் 'தமிழின்ப'த்தின் மூன்றாம் பதிப்புதான் 1954இல் வந்திருந்தது. இது ஒரு தவறு. 1957இல் எவருக்கும் பரிசு அறிவிக்கப்படவில்லை. குறிப்பிட்ட காலத்தில் (அதாவது 1954, '55,' 56) விருதுக்குத் தகுதியுள்ள நூல் எதுவும் வெளியாகவில்லை என்று கருதி அவ்வகையாக முடிவு செய்யப்பட்டது. 1958இல் ராஜாஜியின் 'சக்கரவர்த்தித் திருமகன்' பரிசு பெற்றது. அதன் முதல் பதிப்பு 1956இல் வந்திருந்தது. பரிசு பெறத் தகுதியுள்ள நூல் எதுவும் வெளிவரவில்லை என்று சாகித்திய அக்காதெமி குறித்திருந்த 1954–1956 என்ற மூன்று ஆண்டிற்குள் அப்புத்தகம் வெளிவந்திருந்ததால் இவ்விருது வழங்கப்பட்டதும் தவறு. இதுபோன்ற தகவல்களையெல்லாம் வைத்து விஜயபாஸ்கரன் ஒரு கண்டனத்தை 'நோக்கமும் செயலும்' என்ற தலைப்பில் எழுதினார். அதைச் சாகித்திய அக்காதெமிக்கும் அனுப்பிவைத்தார். இதன் தொடர்பில் ரகுநாதன், எஸ். இராமகிருஷ்ணன் ஆகியோரும் தொடர்ந்து எழுதினர். இது சரஸ்வதியின் எதிர்ப்புணர்வைக் காட்டும்

முக்கியமான தடயமாகும். இவ்விவாதமும் இந்நூலில் விரிவாகப் பதிவாகியுள்ளது.

திருக்குறள் இலக்கியமா?

திருக்குறள் தமிழர்களின் பெருமிதம். அப்படியாகத் தொடர்ந்து அது இருந்துவந்திருப்பதைப் போலவே வேறு சிலருக்கு (இவரை மாற்றார் என்றழைப்பது தமிழர் மரபு) அது ஏதோ ஒருவகையில் தொந்தரவு செய்துகொண்டேயும் இருந்துவருகிறது. அதைத் திருக்குறளின் மேலுள்ள அசூயை என்று சொல்வதைவிடத் திருக்குறளைப் பெருமிதமாகப் பேசுகிறவர்களின் மீதான வெறுப்பின் நிழல் என்பதாகப் புரிந்துகொள்ளலாம். மாற்றார் காலந்தோறும் வேறு வேறு காரணம் சொல்லித் திருக்குறளின் மதிப்பைக் குறைக்க முயல்வதை வரலாற்றில் காணமுடியும். திருக்குறள் பேசிய / பேசாத சமயம் சார்பாகக் கருத்துக் கூறி அதைத் தமிழரிடமிருந்து பிரிக்க நினைத்தது ஒரு காலம். இதன்பால் இல்லாத பொருள் இல்லை என்று அன்பர்கள் புளகாங்கிதப்பட்டபோது, 'எனக்குத் தலையை வலிக்கிறது. அதற்கு வள்ளுவர் மருந்து சொல்லியிருக்கிறாரா, பார்த்துச் சொல்லுங்கள்' என்று மாற்றார் கேலியாகக் கேட்ட காலமும் நினைவில் இருக்கிறது. பெண்களை இழிவுபடுத்தியதில் வள்ளுவருக்கு இணையாக உங்களால் ஒருவரைச் சுட்ட முடியுமா என்று கேட்ட 'தாய் எழுத்தாளரை' நான் கண்டதுண்டு. பெண்வழிச் சேறல் என்ற அதிகாரம் அவர்களுக்கு இனிப்புப் பலகாரம். சமீபத்தில் குலத்துக்கு ஒரு நீதி காட்டிய மனுநீதிக்கு எதிராய்த் தமிழ்நாடு பொங்கியபோது, திருக்குறளில் மனுநீதிக் கருத்துகள் இல்லையா என்றனர் அவர்கள். இந்த வகையில் வரும் மாற்றாரின் வாதத்துக்கும் *சரஸ்வதி* வாய்ப்பு தந்திருந்தது. பூரண ஜனநாயகம் பொலிந்த பத்திரிகை அல்லவா? இலக்கியமல்ல திருக்குறள், அது வெறும் அறநூல் என்று வல்லிக்கண்ணனும் க.நா.சு.வும் எழுதினர்.

"பழமொழிகளுக்கும் நீதி, சட்டம் போன்றவற்றை நிலைநாட்டுகிற நூல்களுக்கும் இலக்கியத்தில் இடம் கிடையாது. கம்பராமாயணத்தையும் சிலப்பதிகாரத்தையும் காரைக்காலம்மையாரையும்விடத் திருக்குறள் பலருக்குப் பல சந்தர்ப்பங்களில் மேற்கோள்காட்டவும் கட்சியை ஸ்தாபிக்கவும் பண்பு பேசவும் தொழில் நடத்தவும் பயன்பட்டிருக்கலாம். ஆனால் அதனாலெல்லாம் அது இலக்கியமாகிவிடாது" என்பது இந்த எழுத்தாளர்தம் ஆய்வு முடிவு. 'கால்களையாள் பெய்தாள்' போன்ற தொடர்கள் எல்லாம் உடனடியாக நினைவுக்கு வருகின்றன. இத்தகைய விமர்சனங்களின் பிரசுர காலம்

இன்னும் காலாவதியாகிவிடவில்லை. வேறு வேறு வடிவங்களில் திருக்குறள் எதிர்ப்பு நெருப்பு கனன்றுகொண்டேதான் இருக்கிறது. அத்தகைய 1950களின் திருக்குறள் வெறுப்பின் சாட்சியத்தை இந்த நூலில் படித்து மறுக்கலாம் (அ) மருகலாம்.

விற்பனை, ஆதரவு போன்ற லௌகீக லாபங்களைப் பற்றிக் கவலைப்படாமல், பல இலக்கிய சர்ச்சைகளில் தயங்காமல் தொடர்ந்து ஈடுபட்டது *சரஸ்வதி*. இதில் மூன்று சர்ச்சைகளை மேலே குறிப்பிட்டிருக்கிறேன். அடுத்தது தமிழில் உரைநடை குறித்தது. இதில் கி.வா. ஜகன்னாதன், ரா.பி. சேதுப்பிள்ளை மற்றும் அவர்கள் சார்பானவர் ஆதரவை *சரஸ்வதி* இழந்தது. இன்னொரு சர்ச்சையில் அ. சிதம்பரநாதன் செட்டியார் உள்ளிட்ட தமிழாசிரியர்களின் எதிர்ப்பைப் பெற்றது. பின்னால் தோன்றிய பல சிறுபத்திரிகைகளின் துணிச்சலான பாய்ச்சலுக்கு *சரஸ்வதி* அற பலமாக இருந்தது.

~

இவ்வாறெல்லாம் கிளர்ந்த இந்தக் குறிப்பிடத் தகுந்த சர்ச்சைகளைத் தவிர, ஏழரை ஆண்டுக் காலம் நடந்த *சரஸ்வதி*யின் சாதனைதான் என்ன என்று பின்னோக்கிப் பார்க்கும்போது முதலில் தோன்றுவது இதழ் நின்று அறுபது ஆண்டுகளுக்குப் பின்னும் இலக்கியவாதிகள் நினைவில் அது தங்கியிருப்பதாகும். *மணிக்கொடி*க்குப் பிறகு பெரும் புகழுடன் வாசகர் மனத்தில் தங்கியிருக்கும் பத்திரிகைகளுள் *எழுத்தும் சரஸ்வதியும் கசடதபறவும்* முதன்மையானவை. அதற்குரிய காரணங்களாகச் சிலவற்றைச் சொல்லலாம்; அவை *சரஸ்வதி*யின் சாதனைகளாகவும் கொள்ளப்படலாம்.

முற்போக்கு இலக்கியவாதிகளையும் சுத்த இலக்கியவாதிகளையும் *சரஸ்வதி* இணைத்துச் சென்றது. *சரஸ்வதி*யில் க. கைலாசபதியும் எழுதினார்; க.நா. சுப்ரமண்யமும் பங்களித்தார். தொ.மு.சி. ரகுநாதனும் எழுதினார்; சி.சு. செல்லப்பாவும் எழுதத் தயங்கவில்லை. சாமி சிதம்பரனார் தொடர்ந்து கட்டுரைகள் எழுதினார். ஆர். சூடாமணியின் கதையும் வந்தது. அண்மையில் மறைந்த பா. விசாலத்தின் முதல் கதை *சரஸ்வதி*யில் வந்ததாக அம்பை எழுதுகிறார்.

அயல் எழுத்துகளை முக்கியத்துவம் கொடுத்துப் பிரசுரித்தது *சரஸ்வதி*. இலங்கையிலிருந்து க. கைலாசபதி, செ. கணேசலிங்கன், எச்.எம்.பி. முஹிதீன், ஏ.ஜே. கனகரட்னா, கா. சிவத்தம்பி, அ. முத்துலிங்கம் போன்றோர் எழுதினர்.

அவர்களது நூல் வெளியீட்டுக்கும் *சரஸ்வதி* உதவியது. இலங்கை எழுத்தைத் தமிழ் இலக்கியத்தில் இணைத்த இந்த அருஞ்செயல் விஜயபாஸ்கரனை 1960களின் இறுதியில் இலங்கைவரை கொண்டு சென்றது.

இலக்கிய மதிப்பு வாய்ந்த தொடர் கட்டுரைகளை *சரஸ்வதி* பிரசுரித்தது. அதில் சிறப்பானது பட்டினப் பிரவேசம் (நினைவு அலைகள்). கு. அழகிரிசாமி, க. நா. சுப்ரமண்யம், ஜெயகாந்தன் உள்ளிட்ட ஒன்பது பேர் எழுதிய 'சென்னைக்கு வந்தேன்' என்னும் இத்தொடர் இலக்கியச் சுவையும் சமகாலக் கருத்தோட்டமும் கொண்டது. இந்தத் தொடர் நூலாக வரவில்லையே என வல்லிக்கண்ணன் இந்நூலில் வருத்தப்பட்டிருக்கிறார். புதுமைப்பித்தன் உட்பட கூடுதலாக இன்னும் பலரின் சென்னை அனுபவங்களோடு இக்கட்டுரைகளை நான் தொகுத்துக் காலச்சுவடு மூலமாக நூலாக வெளியிட்டேன் (2008).

பிற்காலத்தில் இலக்கிய வானில் ஒளிரவிருந்த நட்சத்திரங்களை முன் உணர்ந்ததும் *சரஸ்வதியின்* இன்னொரு சாதனை. அவர்களுள் முக்கியமானோர் சுந்தர ராமசாமி, ஜெயகாந்தன். சாந்தியில் முன்னரே எழுதத் தொடங்கியிருப்பினும் கவிதையிலிருந்து உரைநடைக்குத் திரும்பிய சு.ரா.வுக்குச் சரியான ஆரம்பத்தைத் தந்தது *சரஸ்வதி*. அழகிரிசாமி கடிதம் எழுதிப் பாராட்டிய 'அகம்' உட்படப் பல முக்கியமான கதைகள் *சரஸ்வதியில்* வந்தன. அவரது முதல் மொழிபெயர்ப்பான 'தோட்டியின் மகன்' தொடராக வந்தது. முதல் நாவல் 'புளிய மரம்' முளைவிட்டதும் இதில்தான்.

ஆசிரியர் விஜயபாஸ்கரன் வாரி வழங்கிய எல்லையற்ற எழுத்துச் சுதந்திரத்தைச் சுந்தர ராமசாமி, ஜெயகாந்தன் இருவரும் அனுபவித்திருக்கிறார்கள். அதைப் பதிவும் செய்திருக்கிறார்கள். சு. ரா. சொல்கிறார்: "ஒரு தமிழ்ப் பத்திரிகை ஆசிரியராக இருந்தபோதிலுங்கூட நண்பர் விஜயபாஸ்கரனால், என் கதைகள் என் விருப்பப்படி இருந்தால் போதுமென எவ்வாறு எண்ண முடிந்தது என்பதை நினைத்து இன்றுவரையிலும் ஆச்சரியப்பட்டுக்கொண்டிருக்கிறேன். மகான்தான் அவர்" ('பிரசாதம்' முன்னுரை, 1963).

ஜெயகாந்தன் சொல்கிறார்: "அந்தப் பத்திரிகை [*சரஸ்வதி*] தான் எனது மனசில் சிந்திப்பதுபோலெல்லாம் 'ரத்தமும் சதையுமாய்' எழுத இடமளித்து விளையாடத் தளம் அமைத்துத் தந்திருந்தது" (மேற்கோள், 'சரஸ்வதி களஞ்சியம்' முன்னுரை).

விவாதங்களை எழுப்பிப் புதுமைப்பித்தனின் முக்கியத்துவத்தை வரலாற்றில் நிலைநிறுத்தியதை *சரஸ்வதியின்*

சாதனையாக இல்லாவிட்டாலும் இலக்கியச் சேவையாக நினைவுகூர முடியும். புதுமைப்பித்தன் மலர் ஒன்றை ரகுநாதன், ஜெயகாந்தன், ஆர்.கே. கண்ணன், விஜயபாஸ்கரன் உள்ளிட்டோர் பங்களிப்புடன் *சரஸ்வதி* வெளியிட்டது. இம்மலரில் தொடங்கிய சாதக, பாதக அம்சங்களுடன் கூடிய விவாதம் சில இதழ்களுக்கு நீடித்தது. 'வீர வணக்கம் வேண்டாம்' என்ற தி.க. சிவசங்கரனின் பிரபலமான ஒரே கட்டுரை அவ்விவாதத்தில் கிளர்ந்ததுதான்.

இறுதிநாட்கள்

'வாழ்வோம் வளர்வோம்' என்று நான்காம் ஆண்டு முடிவில் (20.01.1958) அறிவித்த விஜயபாஸ்கரன் மேலும் ஓராண்டுவரை எப்படியோ சமாளித்துவிட்டார். ஆனால் ஆறாம் ஆண்டில் பத்திரிகை தள்ளாட ஆரம்பித்துவிட்டது. சந்தா எண்ணிக்கையை அதிகப்படுத்தி, பத்திரிகையை நிமிர்த்தப் பார்த்தார் விஜயபாஸ்கரன். சந்தா சேகரிப்பு மாதம் என்று அறிவிப்பும் வெளியிட்டார். சந்தா வசூலித்து உதவி புரியும் நண்பர்களுக்குப் புதுமைப்பித்தன், சாமி சிதம்பரனார், எஸ். இராமகிருஷ்ணன், ரகுநாதன், ஜெயகாந்தன் ஆகியோரின் நூல்களை அன்பளிப்பு செய்வதாகவும் தூண்டினார். எனினும் எதிர்பார்த்த அளவு சந்தாக்கள் சேரவில்லை. 'தோற்றுவிட்டோமா?' என்று அவநம்பிக்கையுடன் தலையங்கமும்கூட எழுதினார். பின்னர் சில மாதங்கள் கழித்து சுதாரித்துக்கொண்டு 'தோற்க மாட்டோம்' என்று மீண்டும் நம்பிக்கை கொண்டார். ஆறாம் ஆண்டின் எட்டாவது இதழ் (10 ஆகஸ்ட் 1959) சொந்த அச்சகத்தில் தயாரானதால் 'நிமிர்ந்துவிட்டோம், நிலைத்துவிட்டோம்' என்று விஜயபாஸ்கரன் உற்சாகத்துடன் எழுந்து உட்கார்ந்தார். ஆனால் உற்சாகம் தொடரவில்லை. 1960இல் (ஏழாவது ஆண்டு) *சரஸ்வதி* சந்தாதாரர்களுக்கு மட்டும் கிடைக்கக்கூடிய பத்திரிகையாக மாறியது. அதாவது நஷ்டத்தைக் குறைக்கவும், விற்பனைத் தொகை சரியாக வந்து சேரவுமாகக் கண்டுபிடிக்கப்பட்ட இறுதி உத்தியாக அது இருந்தது. இதற்குப் பிறகு இரகசியம்போல நான்கு இதழ்கள் வெளிவந்த *சரஸ்வதி* பிறகு தன் இயக்கத்தை நிறுத்திக்கொண்டது. 1962இல் விஜயபாஸ்கரன் *சமரன்* என்ற அரசியல் வாரப் பத்திரிகையைத் தொடங்கினார். அது தந்த உற்சாகத்தில் *சரஸ்வதியை*ச் சத்தமில்லாமல் கைவிட்டார் போலும்.

'சரஸ்வதி காலம்' என்ற இந்த நூல் மூலம் விவரிக்கப்பட்டுள்ள *சரஸ்வதி*யின் தோல்விதான் இன்றைக்கும் நாளைக்கும் வாசகர்கள் தெரிந்துகொள்ள வேண்டிய முக்கிய அம்சம். "கட்சி அபிமானி ஒருவர் நடத்துகிற இலக்கியப்

பத்திரிகை இவ்வளவு சிறப்பாக வளர்கிறதே என்று கட்சித் தலைமையும் கட்சி நலனில் ஆர்வம் உடையோரும் மகிழ்ச்சி அடைந்திருக்க வேண்டும். அதுதான் நியாயம். ஆனால் இங்கோ நிலைமை நேர்மாறாக இருந்தது" என்று சாந்த சொரூபியான வல்லிக்கண்ணனே வெகுண்டு எழுதியிருப்பது ஆச்சரியமாக இருக்கிறது. கட்சித் தலைவர் ப. ஜீவானந்தம் போகிற ஊர்களில் எல்லாம் சரஸ்வதிக்கும் கட்சிக்கும் எவ்விதமான தொடர்பும் கிடையாது, அதை விஜயபாஸ்கரன் தனது சொந்தப் பொறுப்பில் நடத்துகிறார், அவர் இஷ்டம்போல் எல்லாவிதமான விஷயங்களையும் அதில் வெளியிடுகிறார் என்ற தன்மையில் அபிப்பிராயம் ஒலிபரப்பலானார். "சரஸ்வதிக்கும் கட்சிக்கும் ஒட்டும் இல்லை உறவும் இல்லை. ஆகவே கட்சி உறுப்பினர்கள் அதை ஆதரிக்க வேண்டிய அவசியமும் இல்லை' என்றுகூட அவர் வார்த்தைகளைப் பரவவிட்டதாக அக்கால கட்டத்தில் எனக்குத் தகவல்கள் கிட்டியது உண்டு" என்று நான் சொல்ல வில்லை, வல்லிக்கண்ணன் இந்த நூலில் பதிவு செய்துள்ளார்.

"ஜீவாவுக்கு முற்போக்கு இலக்கியப் பத்திரிகை என்றால் அதை நாம்தானே நடத்த வேண்டும் என்ற எண்ணம்." விஜயபாஸ்கரனின் ஜீவா பற்றிய மேற்கண்ட வருத்தத்தை வல்லிக்கண்ணன் இந்த நூலில் பதிவு செய்கிறார். இதைத் தவிரவும் ஜீவா, சரஸ்வதி தொடர்பில் செய்த இடைஞ்சல்களை யும் குறித்துள்ளார். அவற்றுக்கெல்லாம் ஆதாரம் உண்டா என்று எனக்குத் தெரியவில்லை. எனவே இடதுசாரித் தோழர்கள் இந்த நூலைப் படித்து வல்லிக்கண்ணனின் கருத்தை மறுத்தும் எழுதலாம். அதற்காகவும் 'சரஸ்வதி காலம்' நூலைப் படித்துத் தீர வேண்டியிருக்கிறது.

இந்த வரலாற்றை எல்லாம் திரும்பிப் பார்த்து அசைபோட உதவுகிறது 'சரஸ்வதி காலம்'. முன்பே ஒன்று விஜயபாஸ்கரன் தயாரிப்பில் வந்துள்ளது என்றாலுமே. விரிவான சிறந்த 'சரஸ்வதி களஞ்சியம்' ஒன்று வர வேண்டும் என்ற எண்ணத்தை இந்த நூல் எனக்குத் தருகிறது.

இப்படி ஒரு நூல் காலச்சுவடு பற்றி வர வேண்டும் என்று தோன்றுகிறது. யார் அதை எழுதுவார் என்று யோசிப்பதே பெரும் சுவையாக இருக்கிறது.

சென்னை 4
18.03.2022

பழ. அதியமான்

1

விசாலப் பார்வை

'தமிழ் மறுமலர்ச்சி இலக்கியத்தின் வெள்ளி முளைப்பு' என்று மணிக்கொடி பெருமையாக அறிவித்துக்கொண்டது. அது நியாயமான பெருமையே ஆகும் என்பதைக் காலம் நிரூபித்தது.

'வேதநாயகம் பிள்ளை காலத்திலிருந்து, பாரதியார் வழியாக இன்றைய தினம், சொந்தமாக கதைகள் எழுதும் பலர் தோன்றியிருக்கின்றனர் என்பது உண்மைதான். ஆயினும் இவர்கள் சிருஷ்டிகள் எல்லாம், இனி வருங்கால இலக்கியத் திற்கு அஸ்திவாரமாகவும், உற்சாக சாதனமாகவுமே இருக்கின்றன. இலக்கணம் கட்ட ஆரம்பிக்கும் அழகு இன்னும் ஏற்பட்டுவிடவில்லை.'

இப்படி மணிக்கொடியின் 'முதல் அத்தியாயம்' ஒரு சந்தர்ப்பத்தில் பேசியிருக்கிறது.

இதுவும் உண்மையே, வெறும் புகழ்ச்சி இல்லை என்பதை தமிழ் இலக்கிய நண்பர்கள் அறிவார்கள்.

மணிக்கொடி முதல் பதினெட்டுமாதம் ராஜீய வாரப் பதிப்பாக வெளியிடப்பட்டு வந்தது. பின்னர், தமிழ் இலக்கிய வளர்ச்சித்துறையிலிருந்த தேவையையுணர்ந்தும், மணிக்கொடி ஊழியர் களுக்கு இந்தத் துறையிலிருந்த உற்சாகத்தினாலும் மாதமிருமுறைச் சிறுகதைப் பத்திரிகையாக மாற்றப்பட்டது. மாதமிருமுறை வெளியீடு முழுவதும் தனி மனிதர்களின் முயற்சியென்றால் அது மிகையல்ல. 'ஸ்ரீமான்கள் பி.எஸ்.ராமையா,

ஏ.கே.ராமச்சந்திரன் (கி.ரா.) ஆகிய இருவரே, பத்திரிகையின் முழுப்பொறுப்பையும் வகித்து நடத்தி வந்தனர்' என்று நான்கு வருடம் முடிந்ததும் அந்தப் பத்திரிகை தெரிவித்துள்ளது.

அவ்வாறு பொறுப்பேற்று, மணிக்கொடியைத் தனித் தன்மையோடு நடத்துவதில் ஏற்பட்ட சிரமங்களையும் அனுபவங்களையும் பி.எஸ்.ராமையா மணிக்கொடி காலம் தொடரில் உணர்ச்சியோடும், பசுமை நினைவோடும், சுவாரஸ்ய மாகவும் எடுத்துக் கூறியிருக்கிறார்.

தனி நபர்களின் லட்சிய வேகமும் குறையாத ஆர்வமும் குன்றாத ஊக்கமும் சலியாத உழைப்பும் தளராத தன்னம்பிக்கையும் ஆற்றலும் தான் அரிய பெரிய காரியங்களுக்கு அடிகோலுகின்றன; அற்புதங்களைச் சாதிக்கின்றன. மனித வரலாறு அனைத்துத் துறைகளிலும் சுட்டிக் காட்டுகிற ஒரு உண்மை இது.

அதேபோல நாம் கருத்தில் கொள்ள வேண்டிய இன்னொரு உண்மையும் உண்டு.

தனி நபரின் உழைப்பும் உற்சாகமும் ஊக்கமும் திறமையும் அதேபோன்ற தன்மைகளை உடைய பலரைக் கவர்ந்திழுக்கின்றன. இவ்வாறு வந்து சேர்கிறவர்களின் ஆற்றலும் மனப்பூர்வமான ஒத்துழைப்பும் ஒருங்கு கூடுகிறபோதுதான் எந்தச் சாதனையும் தனிச்சிறப்பும் பெரும் மதிப்பும் அடைய முடியும்.

பத்திரிகைகள் விஷயத்திலும் இது எவ்வளவுதூரம் நியாய மானது என்பதை மணிக்கொடி வரலாறு மட்டுமல்லாது, இத்தொடரில் நான் அறிமுகப்படுத்த விரும்புகிற இதர ஏடுகளின் கதையும் நிரூபிக்கும்.

மணிக்கொடி ஐந்தாவது வருடத்தில் கூட்டு ஸ்தாபன முயற்சியாக உருவாயிற்று. அதிலிருந்து அந்தப் பத்திரிகை தனது தனித்தன்மையை இழக்கலாயிற்று. பத்திரிகையை வியாபார வெற்றியாக ஆக்கவேண்டும் என்ற நோக்குடன் புது அம்சங்களாக சினிமாப்படங்கள் பற்றிய கட்டுரைகளும் நடிகர் நடிகைகள் படங்களும் அரசியல் விவகாரங்கள் பற்றிய கட்டுரைகளும் இடம்பெறலாயின. 1938 ஆரம்பத்தில் பி.எஸ்.ராமையா அதன் ஆசிரியப்பொறுப்பை விட்டுவிட்டதும் – ப.ராமஸ்வாமி (ப.ரா.) அதன் நிர்வாகப் பொறுப்பை ஏற்றுக்கொண்ட பின்னர் மணிக்கொடி வேறுவிதமான வர்ணங்களைத் தாங்கிக் கொண்டது என்று சொல்லலாம்.

அதன் தனித் தன்மைக்குக் காரணமாக அமைந்த ஆற்றல் நிறைந்த படைப்பாளிகளின் சிருஷ்டிகள் அதனுடைய

இதழ்களில் இடம்பெறவே இல்லை. அவற்றுக்குப் பதிலாக டி.எஸ்.சொக்கலிங்கம், ஏ.ஜி.வெங்கடாச்சாரி, கே.அருணாசலம், எம்.எஸ்.சுப்பிரமணிய ஐயர் ஆகியோரின் அரசியல் கட்டுரைகள் அதிகமான இடத்தை ஆக்ரமித்துக் கொண்டுள்ளன. கதைக் கலையில் வளர்ச்சிபெற விரும்பிய புது எழுத்தாளர்களின் சிறுகதைகளே 1938 முதல் 1939இல் மணிக்கொடி நின்றுவிடுகிறவரை மிகுதியாக வந்துள்ளன. புரசு பாலகிருஷ்ணன், லா.ச. ராமாமிர்தம் போன்றவர்கள் இக்காலகட்டத்தில் அந்தப் பத்திரிகையைத் தங்கள் பயிற்சித் தளமாகப் பயன்படுத்திக் கொண்டிருக்கிறார்கள்.

இந்த இடத்தில், இலக்கியம் – பத்திரிகை சம்பந்தப்பட்ட மற்றுமொரு உண்மையையும் எடுத்துக்கூற வேண்டும்.

படைப்பாளிகள், இலக்கிய கர்த்தாக்கள் என்று பெருமைப்பட்டுக் கொள்கிற சிலர் பத்திரிகைகளை மட்டமாகப் பேசுவதில் உற்சாகம் கண்டு வந்திருக்கிறார்கள். பத்திரிகைகளின் துணை இல்லாமல் எழுத்தும் எழுத்தாளர்களும் வளர்ச்சி பெறுவதில்லை. ஆற்றல்மிக்க எழுத்தாளர்களின் துணை இன்றிப் பத்திரிகைகள் தனிச்சிறப்பு அடைவதும் இல்லை.

மணிக்கொடி நடந்துகொண்டிருந்த காலத்தில் தமிழ்நாட்டில் அதிகமான பத்திரிகைகள் இருந்ததில்லை. மணிக்கொடி வாழ்க்கையின் சகல தன்மைகளையும் ஆழமாகக் கவனித்து உணர்ச்சியோடு சித்திரிக்கும் போக்கை வரவேற்றது. ஆனந்த விகடன் வாழ்வின் மேலோட்டமான தன்மைகளை இன்பகரமாகவும் நகைச்சுவையோடும் சித்திரிக்கும் போக்கை வளர்த்துக கொண்டிருந்தது. இரண்டுக்கும் நடுவான நிலைமையை – மிதவாதத்தை – கலைமகள் ஆதரித்து வந்தது.

அந்தக் காலத்தில் ஆனந்த விகடன் இதழ்களிலும் தரமான, நல்ல கதைகள் வரத்தான் செய்தன. பழந்தமிழ் இலக்கியத்தில் ஆர்வமும் மேலும் அறிந்து கொள்ள வேண்டும் எனும் உணர்வும் உண்டாக்கும் வகையில் அறிமுகக் கட்டுரைகளும் வெளிவந்துள்ளன.

இன்று பெயர் பெற்றுள்ள படைப்பாளிகள் இப்பத்திரிகைகளில் எழுதிக்கொண்டுதான் இருந்தார்கள்.

எந்த எழுத்தாளரானாலும் சரி, அவருடைய ஆற்றல் வளர்வதற்கும், வெளிப்படுவதற்கும், ரசிகர்களை அடைவதற்கும், தனி 'இலக்கியப் பத்திரிகை'யை மட்டுமே துணை கொண்டிருந்ததில்லை. எல்லாப் பத்திரிகைகளையும் பயன்படுத்தி வந்திருக்கிறார்கள். இன்றும் இதே நிலைதான்.

எழுத்தாளர்களின் ஆற்றல் வளர்ச்சிக்கும், அதன் மூலம் மொழியின் – எழுத்தின் – இலக்கியத்தின் வளர்ச்சிக்கும் தங்களால் இயன்றஅளவு உதவிபுரிந்துள்ள சிறுசிறு பத்திரிகைகள் பற்பல, தமிழகத்தின் வெவ்வேறு பகுதிகளில் தோன்றி, சில காலம் வாழ்ந்து, உயிர்வாழப் போராடி, மடிந்து போயிருக்கின்றன. அவை லட்சியப் பாதையில், 'அணில் அளவு சேவை' செய்துள்ளன என்று கருதலாமே தவிர அழுத்தமான முத்திரைகளைப் பதித்திருக்கவில்லை.

படைப்பாளிகள் தங்கள் எழுத்தாற்றலையும் சோதனைத் தினவையும் வெளிப்படுத்திக் கொள்வதற்குப் பெரிதும் துணை புரிகிற ஒரு பத்திரிகை மறைந்து போனால், அந்த இடத்தை நிரப்பி, மேலும் முன்னேற்றம் காண்பதற்கு, வேறொரு சிறு பத்திரிகை தலை தூக்கி விடுகிறது. தமிழ்ப் பத்திரிகை வரலாற்றைக் கவனித்து வந்திருப்பவர்கள் இதை நன்கு உணர்வர்.

பின்னர் எழுத ஆரம்பித்த படைப்பாற்றல் கொண்ட எழுத்தாளர்கள் *மணிக்கொடி* எழுத்தாளர்களைத் தங்கள் முன்னோடிகளாக மதித்தார்கள். அதேபோல, லட்சிய வேகத்தோடும் இலக்கிய மோகத்தோடும் பத்திரிகை தொடங்க முற்பட்டவர்கள் *மணிக்கொடி*யை முன்மாதிரியாகக் கருதினார்கள். ஆனால் 'கதைக்காகவே தனிப் பத்திரிகை' என்ற நோக்கு போயே போய்விட்டது என்றுதான் சொல்ல வேண்டும். நாட்டில் ஏற்பட்டிருந்த அரசியல் விழிப்பும், புதிய புதிய விஷயங்களை, அறிந்து கொள்ள வேண்டும் என்ற அவாவும் பெரும்பான்மையோரின் ரசனையுமே அதற்குக் காரணம் ஆகும். *மணிக்கொடி*க்குப் பிறகு, க.நா.சுப்ரமண்யம் தொடங்கி *மணிக்கொடி* எழுத்தாளர்களின் ஓரளவு ஒத்துழைப்புடன் நடத்திய *சூறாவளி* இந்தப் போக்கை நன்கு பிரதிபலித்தது.

~~

2

'சூறாவளி'

மணிக்கொடி 'சென்று தேய்ந்து இறுதல்' என்பது போன்ற ஒரு நிலையில் நடைபெற்றுக் கொண்டிருந்த போதே சூறாவளியும் தோன்றியது, சென்னை மவுண்ட் ரோடில்.

எந்தப் பத்திரிகையும் தனது அவதார மகிமை பற்றியும் தன்னுடைய லட்சியம் கொள்கைகள் குறித்தும் முதல் இதழில் எடுப்பாக எழுதுவது வழக்கம். அப்புறம், அவ்வப்போது தனது வெற்றிகள், சாதனைகள் பற்றி நாவலிப்பதும் பத்திரிகை நியதிதான்.

ஆனால் சூறாவளி தன்னைப் பற்றி முதல் இதழில் எதுவுமே பேசவில்லை. அது மட்டுமல்ல. இறுதிவரை எந்த ஒரு இதழிலும் சுயபேரிகை கொட்டிக் கொள்ளவும் இல்லை.

எனினும் தொடர்ந்து ஒரு விளம்பரத்தை அட்டையில் பிரசுரித்து வந்தது.

'சாசுவத சொத்து'

"உங்களுடைய சந்ததியாருக்கு நீங்கள் எவ்வளவு தனம் சேமித்து வைத்திருந்தாலும் உங்களுடைய ஞாபகம் என்றென்றும் பசுமையாயிருக்க அது போதாது. சூறாவளி ஒவ்வொரு இதழும் நீங்கள் ரசித்துப் பாதுகாத்து வைக்கவேண்டிய சேமநிதி யாகும்.

உங்களுக்கு விருப்பமான விஷயத்தைப் பற்றி எழுதுகிறது சூறாவளி."

க.நா. சுப்ரமண்யம் ஆசிரியராகவும், கி.ரா. துணை ஆசிரியராகவும் பொறுப்பு வகித்து நடத்திய வாரப் பத்திரிகை இது. இதில் வந்த விஷயங்கள், ஜனரஞ்சகமான முறையிலும், இலக்கியத் தரத்தோடும், பிசினஸ் வெற்றியாகவும் ஒரு பத்திரிகையை நடத்த முடியுமா பார்க்கலாமே என்று ஒரு சோதனை முயற்சி நடைபெறுவதாகவும், அப்போது லாபகரமாக வளர்ந்துகொண்டிருந்த ஆனந்த விகடன் பத்திரிகைக்குப் போட்டியாக ஒன்றை நடத்தலாமே என்ற தன்மையில் பலப்பரீட்சை செய்வதாகவும் எண்ண வைத்தன.

முதல் இதழின் முதல் பக்கத்திலேயே சூறாவளி எனும் தலைப்பில் பட்டணத்துச் செய்திகளும் தமிழ்நாட்டு விஷயங்களும் நகைச்சுவையோடு, பரிகாசத் தொனியோடு, அலசப்பட்டிருந்தன. உதாரணத்துக்கு, முதல் பகுதியைத் தருகிறேன்:

'சென்னைக்கு வருகிறவர்கள் தங்களைப்போலவே சென்னைக்கு விஜயம் செய்திருக்கும் சுறாமீனைப் பார்க்காமல் போகக்கூடாது. கரையிலிருந்து தான் பார்ப்பேன் என்கிறார்கள் மனிதர்கள். சுறாமீனின் அபிப்பிராயம் வேறு.

சுறாமீனும் ஒரு மீன் தான். அது கரைக்கு வந்தால் மனிதர்கள் சாப்பிட்டு விடுவார்கள். ஆனால் அந்தச் சில மனிதர்கள் தண்ணீருக்குள் போனால் அவர்களைச் சுறாமீன் சாப்பிட்டு விடும். அதற்கும் பற்கள் உண்டு. அது சைவமல்ல. சுறாமீனைச் சைவனாக்க இதுவரை செய்யப்பட்ட முயற்சிகள் பயனளித்ததாகத் தெரியவில்லை. அதைச் சைவனாக்க முயன்றதே தப்பு, அதன் பிரஜா உரிமை பாதிக்கப்படலாமா என்று ஒரு கோஷ்டியினர் ஆணித்தரமான பிரச்னை ஒன்றை எழுப்ப முயன்றனர். இந்த கோஷ்டியினருக்கு தண்ணியைக் கண்டால் பயம் என்று ஒரு சிலருடைய அந்தரங்கமான அபிப்பிராயம்.'

இந்தப் பாணியில் செய்திகளின் விளக்கம் இருந்தது.

'ஆயகலைகள்' என்ற தலைப்பில் சங்கீதம், சினிமா விமர்சனம். 'அகல் விளக்கு' என்று அரசியல் விவகார விளக்கம். ராஜீய விஷயமாகத் தலையங்கம். 'அங்கே' என்று அயல் நாட்டுச் செய்திகள். 'பெரிய மனுஷாள்' எனும் தலைப்பில் முதல் இதழில், ஸ்டாலின் பற்றி எழுதப்பட்டிருந்தது. பின்னர், ரூஸ்வெல்ட், ஹிட்லர், முசோலினி, சியாங்கே ஷேக் முதலிய 'பெரியமனிதர்கள்' அறிமுகம் செய்யப்பட்டிருந்தனர். 'ராமபாணம்' என்று புத்தக மதிப்புரை, 'சிங்காரி' என்று பெண்கள் பகுதி. இவற்றுடன் கதைகள், கவிதைகள், ஓரங்க நாடகம் எல்லாம் உண்டு. அவ்வப்போது விஞ்ஞானக் கட்டுரை, பொருளாதாரக் கட்டுரை போன்றவை இடம் பெறும்.

பி.எஸ்.ராமையா, புதுமைப்பித்தன், சிதம்பர சுப்ரமண்யன், கு.ப.ரா. ஆகியோர் அடிக்கடி கதைகள் எழுதினார்கள். பாரதிதாசன், சது.சு.யோகியார் கவிதைகள் வந்தன. யோகியாரின் கவிதைகளைவிட, கட்டுரைகள் அதிகமாக இப்பத்திரிகையில் இடம் பெற்றிருந்தன. 'யாப்பில்லாக் கவிதை'கள் தனிக் கவனிப்பைப் பெற்றிருந்தன. தொடர்கதையும் உண்டு.

'யாப்பில்லாக் கவிதை' என்றும், 'வசன கவிதை' என்றும் குறிப்பிடப்பட்ட கவிதைகளை ந.பிச்சமூர்த்தியும் கு.ப.ராஜகோபாலனும் *மணிக்கொடியில்* அடிக்கடி எழுதி வந்திருக்கிறார்கள். அவை விரும்பிப் படிக்கப்பட்டு ரசிக்கப் பெற்றனவே தவிர, விவாதம் ஒன்றையும் கிளறிவிடவில்லை.

மணிக்கொடியில் நடந்த சூடான, சுவையான, இலக்கியச் சண்டை 'மொழிபெயர்ப்பு – தழுவல்' பற்றியது ஆகும். புதுமைப்பித்தன் அழுத்தமாகச் சில அபிப்பிராயங்களை எழுதி னார். கு.ப.ரா., க.நா.சு., சிதம்பர சுப்ரமணியன் ஆகியோர் மறுத்தும் எதிர்த்தும் வாதாடினர். பு.பி.காரசாரமாக விரிவான பதில் ஒன்று எழுதினார். இந்தப் 'பேனாயுத்தம்' இலக்கிய வரலாற்றில் தனி இடம் பெறக்கூடியது.

அதைப்போல் பரபரப்பூட்டும் 'இலக்கியச் சண்டை' ஒன்றை *சூறாவளியில்* நடத்த வேண்டும் என்று க.நாசு., எண்ணி யிருக்கலாம். 'மயன்' எழுதிய 'வசன கவிதை'யைத் தாக்கி 'ஆசிரியருக்குக் கடிதம்' ஒன்று பிரசுரிக்கப்பட்டது. அப்புறம் 'மயன்' கவிதைக்கு ஆதரவாக ஒரு கடிதம் பிரசுரிக்கப்பட்டது. யாப்பில்லாக் கவிதையைப் 'பரிகாசம்' செய்து ஒரு கவிதை வந்தது. அதைக் கேலி செய்து, இலக்கணக் கவிதை பாணியில், *நாணல்* (அ.சீனிவாச ராகவன்) பாட்டுக்கள் எழுதினார். தொடர்ந்து 'ஆசிரியருக்குக் கடிதம்' பகுதியில், யாப்பில்லாக் கவிதைக்கு ஆதரவாக ஒரு அபிப்பிராயம் வெளியாயிற்று. அத்துடன் இவ்விவகாரம் முற்றுப்பெற்றது. (கடிதங்களில் ஒன்றுக்கு மேற்பட்டவற்றை க.நா.சுவே எழுதியிருப்பார் போலும்!) இச்சர்ச்சை பரபரப்பான அல்லது பயன் நிறைந்த விவாதமாக அமையவேயில்லை.

சூறாவளி பிரமாதமான சாதனைகளைப் புரிந்து விட்டதாகவோ, அழுத்தமான பாதிப்புகளை ஏற்படுத்தி விட்டதாகவோ சொல்ல முடியாது. அது 20 இதழ்களோ என்னவோதான் வந்திருக்கிறது. (எனது பார்வைக்கு அகப்பட்டவை 18 தான்.) வாரப்பதிப்பாக ஆரம்பிக்கப்படாமல், மாசிகையாகவோ, 'மாதம் இருமுறை' ஆகவோ நடத்தப்பட்டிருந்தால் *சூறாவளி* உருப்படியாக ஏதேனும் செய்ய முடிந்தாலும் முடிந்திருக்கக் கூடும்!

ஆர்ட் தாளில் சினிமாப் படங்கள் அச்சிட்டு இதழ்தோறும் இணைத்திருந்தார்கள்.

சூறாவளியில் முக்கியமாகக் குறிப்பிடப்பட வேண்டிய அம்சம் அதன் அட்டையின் முகப்புத் தோற்றம். சூறாவளியின் வேகத்தைச் சித்திரிக்கும் ஓவியங்கள் பளீரிடும் வர்ணங்களில் காட்சி அளித்தன. நான்கு அல்லது ஐந்து இதழ்களுக்கு ஒரு தடவைதான் மேலட்டைச் சித்திரத்தில் மாறுதல் இருந்தது. ஆனால் இதழ்தோறும் கலர் மாற்றம் பளிச்சிட்டது.

சூறாவளி ஓய்ந்து ஒடுங்கிய பின்னர், சென்னையில் மறுமலர்ச்சி இலக்கிய வேகமும் சோர்ந்து குன்றி விட்டதாகவே தோன்றியது. லட்சிய வேகத்தோடு இலக்கியப் பாணியில் ஈடுபட்ட எழுத்தாளர்களில் அநேகர் கவர்ச்சிகரமான, லாபகரமான, வேறு துறைகளில் (சினிமா, ரேடியோ, தொழில் முதலியவற்றில்) உற்சாகமாக இறங்கி விட்டார்கள்.

அதுவரை, மறுமலர்ச்சி இலக்கிய வேகம் தமிழ்நாட்டின் தலைநகரத்தில் தான் உயிர்ப்போடும் உணர்வோடும் செயலாற்றக்கூடும் என்று ஒரு கருத்து நிலைபெற்றிருந்தது. 1940க்குப் பிறகு அது பொய்ப்பிக்கப்பட்டது. தலைநகருக்குத் தெற்கேயும் – நகரத்திலிருந்து மட்டுமின்றி ஒரு சிற்றூரில் இருந்து கூட – இலக்கிய வேகம் செயல் மலர்ச்சி பெறக்கூடும், வெற்றிகளை எய்தமுடியும் என்பது நாற்பதுகளில் நிரூபணமாயிற்று. இதை நிலைநாட்டிய பெருமை கலா மோகினி, கிராம ஊழியன் என்ற இரண்டு பத்திரிகைகளுக்கு உரியது.

~~

3

‘கலாமோகினி’

மணிக்கொடி எழுத்தாளர்கள், அந்தப் பத்திரிகை மறைந்த பின்னர், *கலைமகள்* மாசிகையில் தொடர்ந்து எழுதிக்கொண்டிருந்தார்கள். ஆண்டு தோறும் அவர்களது ஆற்றலை எடுத்துக் காட்டும் வகையில் *தினமணி* வருஷமலர் வெளிவந்து கொண்டிருந்தது.

1935 முதல் 1939 முடிய ஐந்து ஆண்டு மலர்கள் இலக்கியப் பொக்கிஷமாக உருவாகியிருந்தபோதிலும், புதுமைப்பித்தன் முழுப்பொறுப்புடன் தயாரித்த 1937ஆம் வருஷத் *தினமணி* மலர்தான் விசேஷச் சிறப்புடன் விளங்கியது.

‘மணிக்கொடி வெளியீடு’ என்றும், ‘நவயுகப் பிரசுரம்’ என்றும், நவயுகப் பிரசுராலயம் லிமிடெட் உயர்ந்த இலக்கியப் புத்தகங்களை வேகமாகவே வெளியிட்டுக் கொண்டிருந்தது. ‘புதுமைப்பித்தன் கதைகள்’ முழுத் தொகுதியாகவும், சிறுசிறு புத்தகங் களாகவும், பு.பி. மொழி பெயர்த்த ‘உலகத்துச் சிறு கதைகள்’, அவர் எழுதிய ‘பாஸிஸ்ட் ஜடாமுனி’ (முசோலினி வரலாறு), பு.பி.யும், ந.ராமரத்தினமும் சேர்ந்து எழுதிய ‘கப்சிப் தர்பார்’ (ஹிட்லர் வரலாறு) எல்லாம் ஏறக்குறைய ஒரே சமயத்தில் வெளிவந்தன என்று சொல்லலாம். வ.வே.சு.ஐயரின் கம்பராமாயண ஆராய்ச்சி கட்டுரைகளும் நூல் வடிவம் பெற்று வந்தது. வ.ரா.வின் ‘மழையும் புயலும்’, ‘நடைச் சித்திரம்’ கடடுரைத் தொகுதிகளும் இலக்கியப் பிரியர்களுக்குக் கிடைத்தன.

அல்லயன்ஸ் பிரசுரம் 'தமிழ் நாட்டுச் சிறுகதைகள்' என்ற வரிசையில் வ.வெ.சு. ஐயர் கதைகள், ராஜாஜி குட்டிக் கதைகள், த.நா. குமாரஸ்வாமியின் 'கன்யாகுமரி', கு.ப. ராஜகோபாலனின் 'கனகாம்பரம்', ந.சிதம்பரசுப்பிரமண்யனின் 'சக்கரவாகம்' முதலிய சிறுகதைத் தொகுதிகளை வெளியிட்டது. வங்க, ஹிந்தி நாவல்களின் மொழிபெயர்ப்புக்களையும் பிரசுரித்து வந்தது.

ஆகவே, புதுமை இலக்கியத்தைப் பரிச்சயம் செய்துகொள்ள விரும்பியவர்களுக்கும், எழுத்தாளர்கள் ஆகவேண்டும் என்று ஆசைப்பட்ட இளைஞர்களுக்கும், தமிழ் மறுமலர்ச்சியில் அதுவரை என்ன சாதனைகள் புரியப்பட்டுள்ளன என்று அறிந்து கொள்வதற்கு இவை எல்லாம் உதவின.

மறுமலர்ச்சி இலக்கியத்துக்கு என்று ஒரு தனிப் பத்திரிகை இல்லாத குறை பலராலும் உணரப்பட்டது. இக்குறை சிலருக்கு அதிகமாகவே நெஞ்சில் உறுத்திக்கொண்டிருந்தது. அவர்களில் வி.ரா.ராஜகோபாலன் முக்கியமானவர்.

அவர் பெருமுயற்சி செய்து, மிகுந்த துணிச்சலோடு *கலாமோகினி* என்ற மாதம் இருமுறைப் பத்திரிகையைத் திருச்சியில் ஆரம்பித்தார். 1942 ஜூலை மாதம் அது பிறந்தது.

'இது லட்சியவாதிகளின் கனவு. நீண்ட நாள் தாமதத்திற்குப் பிறகு நனவாகியிருக்கிறது. இதன் வாழ்விற்கும் வளர்ச்சிக்கும் தமிழ்நாட்டுக் கலாரசிகர்களின் ஆதரவை வேண்டி நிற்கிறோம். *கலாமோகினியின்* இந்த இதழைத் தமிழ் நாட்டின் எழுத்தாள நண்பர்களுக்குச் சமர்ப்பிக்கிறோம்' என்று 'க்ஷேமலாபங்கள்' எனும் முதல் பகுதியில் ஆசிரியர் எழுதினார். (முதல் இதழ் முதல் கடைசி இதழ்வரை தவறாது தலைகாட்டி வந்த பகுதி இது.)

அடுத்த பக்கத்தில் புதுமையாக 'முதல் அத்தியாயம்' தீட்டப்பட்டிருந்தது.

'பிறந்த கதை'

'ஏனம்மா நீ பிறந்தாய்?'

'ஏனா!வாழத்தான்.'

'நீ ஏன் வாழவேண்டும்?'

'என்னாலான உபகாரத்தைச் செய்யத்தான்.'

இந்த விபரீதக் கேள்விகளையும், விசித்திரமான பதில்களையும் மனுஷ்யர்களுக்குள் எதிர்பார்க்க முடியாது. மனித சமூகத்தின் சம்பிரதாயம் இந்தக் கேள்விகளுக்கு இடங்கொடுக்காது. ஆனால், பத்திரிகை உலக சம்பிரதாயங்களே அலாதி.

யுத்த பீதி, காகிதப் பஞ்சம், கட்டுப்பாடு இந்த நெருக்கடிகளுக்கு இடையில் இன்னுமொரு பத்திரிகையா என்ற நிர்த்தாக்ஷண்யமான கேள்வி நிச்சயமாகப் பிறக்கும்.

அதற்குப் பதில் இது:

'இந்த தமிழ்நாட்டில் எத்தனை காலம் வாழ முடியுமோ அத்தனை காலம் வாழ்ந்து, தமிழ் பாஷையின் புனருஜ்ஜீவனம் என்ற சேதுபந்தனத்திற்கு இந்த அணிலும் தன்னாலான சேவையைச் செய்யவேண்டுமென்றே *கலாமோகினி* பிறந்துள்ளது.'

இப்படி எதையும் புதுமையாகச் சொல்ல வேண்டும் என்ற ஆசை கொண்டிருந்த வி.ரா.ராஜகோபாலன், சாலிவாஹனன், விக்ரமாதித்தன் என்ற புனைபெயர்களையும் தனக்கு வைத்துக் கொண்டார். புதியதொரு சகாப்தத்தின் தலைவராக விளங்கிய சாலிவாஹனன் போலவும், வரலாற்றில் பொற்காலம் படைத்த மாமன்னன் விக்ரமாதித்தன் போலவும், தமிழ் இலக்கிய மறுமலர்ச்சியில் அற்புதங்கள் சாதிக்க வேண்டும் எனும் லட்சியக் கனவோடுதான் நண்பர் தனக்கு இப்பெயர்களைச் சூடிக்கொண்டார் போலும்!

மணிக்கொடி எழுத்தாளர்களில் ந. பிச்சமூர்த்தி, கு.ப. ராஜகோபாலன், பெ.கோ. சுந்தரராஜன் (சிட்டி) ஆகியோரின் பரிபூரண ஆதரவும் ஒத்துழைப்பும் ஆரம்பம் முதலே அவருக்குக் கிட்டியிருந்தன. மற்றும் 'லட்சியக்கனவு கண்ட இளைய தமிழர்கள்' பலரது உற்சாகமான ஒத்துழைப்பும் கலாமோகினிக்கு என்றும் கிடைத்துக் கொண்டிருந்தது.

அதன் முதல் இதழ் அட்டையில் ந.பிச்சமூர்த்தியின் படம் வெளியாயிற்று. இரண்டாவது இதழில் கு.ப.ரா., மூன்றாவது இதழ் அட்டைப்படம் சிட்டி. இவ்வாறு இதழ்தோறும் ஒரு எழுத்தாளர் படத்தை அட்டையில் பிரசுரித்து, 'இவர் நமது அதிதி' என்று அவரைப்பற்றி உள்ளே அறிமுகம் செய்யும் வழக்கத்தை *கலாமோகினி* அனுஷ்டித்தது.

க.நா. சுப்ரமண்யம், எம்.வி. வெங்கட்ராமன் போன்ற மணிக்கொடி எழுத்தாளர்கள் கலாமோகினிக்கு நிறையவே எழுதி உதவியிருக்கிறார்கள். ஸ்வாமிநாத ஆத்ரேயன், கரிச்சான் குஞ்சு (ரா. நாராயணஸ்வாமி) மற்றும் சில (அக்கால) புதிய எழுத்தாளர்களின் படைப்புக்கள் இப்பத்திரிகையின் மூலம் ரசிகர்களை அடைந்தன.

1939 முதல் எழுதத் தொடங்கி, 1942க்குள் ஓரளவு கவனிப்பைப் பெற்றிருந்த நானும் அவ்வப்போது கலாமோகினியில் எழுதிக் கொண்டிருந்தேன்.

கலைவாணன் (க.அப்புலிங்கம்) என்ற கவிஞரைத் தமிழ் உலகுக்கு நன்கு தெரியச் செய்த பெருமை இந்தப் பத்திரிகைக்கே உரியது.

ந.பி.யும் கு.ப.ரா.வும் ‘வசனகவிதை’களை இதில் அதிகம் எழுதியிருக்கிறார்கள். இக்காலகட்டத்தினுள், வசனகவிதை எதிர்ப்புப் பலம் பெற்றிருந்ததனால், அவர்கள் இருவரும் வசனகவிதையை விளக்கியும், அதற்கு ஆதரவாகவும் கட்டுரைகள் எழுத நேரிட்டது. பிறகு, கலைவாணனும் ஒரு கட்டுரை எழுதினார். நாணல் எழுதிய வசன கவிதைகள் சிலவும் இதில் வந்துள்ளன.

ஆரம்ப காலம் முதலே திருச்சி மட்டக்காரத் தெரு, 24ஆம் எண் வீட்டின் மொட்டைமாடி மறுமலர்ச்சி இலக்கிய முகாம் ஆகிவிட்டது. அங்கு எழுத்தாளர்கள் கூடி, இலக்கிய சர்ச்சைகள் செய்து, இரவில் வெகுநேரம்வரை பேசி பொழுது போக்குவதும் இயல்பாயிற்று.

*கலாமோகினி*யைப் பற்றிக் குறிப்பிடும் போது மிகமுக்கியமாக எடுத்துச் சொல்ல வேண்டிய விஷயமே வேறு.

வி.ரா. ராஜகோபாலன் நல்ல கவிஞர். கதைகளும் நாடகமும் எழுதும் ஆற்றல் உடையவர். பழம் தமிழ் இலக்கிய ஞானம் பெற்றிருந்தவர். ‘மணிமேகலையின் கதையை சுயசரிதையாக, மணிமேகலையே கூறுவது போல் உரைநடையில் தொடர்ந்து எழுதிவந்த அவர், ஒவ்வொரு இதழிலும் ‘சங்க இலக்கியத்திலிருந்து’ என்று, பாடல்களின் பொருளை வசனப்படுத்தியும் கொடுத்து வந்தார். லட்சிய வேகம் பெற்றிருந்த நண்பர், தமக்குக் குற்றம் என்று தோன்றியதை, அது எவர் செய்ததாக இருந்தாலும், அஞ்சாது கண்டிக்கும் மெய்த்துணிவும் பெற்றிருந்தார். அவரது இந்தப் பண்பை கலாமோகினி அடிக்கடி எடுத்துக் காட்டியது.

அந்நாட்களில், ரசிகமணி டி.கே.சி. அவர்கள் கம்பன் பாடல்களைத் திருத்தி பத்திரிகைகளில் வெளியிட்டு வந்த போதும், திருத்தம் பெற்ற பாடல்களை ‘கம்பர் தரும் ராமாயணம்’ என்று புத்தகமாகப் பிரசுரித்த போதும், ஆதரவும் வரவேற்பும் இருந்ததுபோலவே, எதிர்ப்பும் கண்டனங்களும் கிளம்பிக் கொண் டிருந்தன. டி.கே.சி. அவர்களின் செயலை சாலிவாஹனனும் எதிர்த்துக் கண்டித்தார்.

சாலிவாஹனன் எழுத்தில் உண்மையின் வேகத்தோடு பரிகாசமும், நளினமான நகைச்சுவையும் கலந்து மிளிரும். அத்தன்மையிலே ‘ஐந்தாம் படை ரசிகர்கள்’ என்று ஒரு கட்டுரை எழுதினார் அவர்.

‘ஐந்தாம்படை வேலை’ என்பது யுத்தகாலத்தில் வழக்கில் அடிபட்ட ஒரு சொல்.

‘ஒரு குறிப்பிட்ட காரியத்திற்கு உதவி செய்பவர்களைப் போல் நடித்துக்கொண்டு அதே காரியத்திற்குப் பாதகமான செயல்களைச் செய்வதைத்தான் ஐந்தாம்படை வேலை என்கிறோம் இப்போது’ என்று கட்டுரையை ஆரம்பித்து டி.கே.சி. அவர்களும் அவர்களது ரசிகர்களும் செய்து வருவது இலக்கிய நாசவேலையேதான் என்று கண்டித்திருந்ததோடு முத்தாய்ப்பாகக் கவிதையும் எழுதித் தீர்த்தார் சாலிவாஹனன்…

கங்குகரை யற்ற சுவைக் கம்பன் பாட்டைக்
கழித்தொழித்துக் கூட்டித் தம் கசப்பைச் சேர்த்து
தங்களிடம் உள்ள பெரும் புன்மைப் புத்தி
தான்தோன்றித்தனம் செருக்கு எல்லாம் தோன்ற
“இங்கிவைதான் கம்பனுடைக் கனிந்த பாடல்
இவற்றை யவன் இவ்வாறே பாடக் கேட்டோம்
எங்களுக்கே தெரியுமவன் கவிதைப் பண்பு!”
என உரைத்துத் திரிகிறதோர் விஷமக் கூட்டம்.
பொங்கு புகழ்க் கோசலையின் செல்வன் கானம்
போவதற்குக் கைகேசி புரிந்த தீமை
இங்கிந்தக் கைகேசி முதலோர் கும்பல்
இனிய சுவைக் கம்பனுக்கே சூழ்கின்றார்கள்;
மயங்கிவிட்ட கொஞ்ச நஞ்சம் மறங்கொண்டேனும்
மாபாவச் செயலிதனை மடக்காவிட்டால்
சிங்கமெனச் சிவன்தனையே எதிர்த்த கீரன்
சீர் மிகுந்த தமிழ்ப்பெருமை அழிந்தே போகும்.
பாவமிது கலைப்பண்பு ரஜுலை யென்று
பாவனைகள் நிதம் செய்து நடிக்கும் இந்தக்
காவியத்தின் கடும் பகைவர் கூட்டந்தன்னைக்
கடுதினிலே களையவே களையாவிட்டால்
பாவினிலே கொஞ்ச நஞ்சம் இரக்கம் உள்ள
பரமார்த்தத் திருக்கூட்டம் ஒன்றைத் தங்கள்
காவலெனக் கொண்டு நிதம் கடையர் செய்யும்
காவியத்தின் கடுங் கொலைகள் சகிக்கொணாது.

இதற்கு எதிர்ப்புகள் வந்த போது, கலாமோகினியில் ‘அம்பலம்’ என்றொரு பகுதி துவக்கப்பட்டது. அதில் பதில் கூறும் போது, ‘இந்த வியவகாரம் எந்த விதத்திலும் தனி மனிதர் சம்பந்தப்பட்டதே இல்லை. அதற்கு மாறாக நிரந்தர இலக்கியங்களைப் பாதுகாப்பதில் கையாளப்பட்டு வரும் முறைகளில் நமக்குள்ள அபிப்ராய பேதங்களே காரணமாகும்’ என்று எழுதி விளக்கம் அறிவித்த சாலிவாஹனன், ‘நக்கீரருக்கு’ என்றொரு அருமையான கவிதையும் தீட்டினார்—

பொங்கு கனல்சின விழியைச் சினந்த கீர!
பொழுதினிலே நீ உயிரோடிருத்தல் வேண்டும்.
இங்கு பலகீரர்கட்கு இந்த நாட்டில்
ஈடெடுப்பே யற்றதொரு தேவையின்று.
சிங்கமெனத் துணியுமுங்கள் தீர்ந்த கேள்விச்
சீர் மிகுந்த கலையுணர்வும் தீர்ந்து எங்கும்
பொங்கு மிருள் மலிந்து தமிழ்க் கவியை மூடப்
பொய்க் கலைகள் பொதி பொதியாய் மலிந்ததின்று.
எங்களையிந் நிலையினின்றும் ஏற்றற்காக
ஏதமற்ற மெய்த் துணிவைத் தருதற்காக
மங்குகின்ற மாகவிதை காத்தற்காக
மாசறுநல் லிலக்கியங்கள் நிலைத்தற்காக
சங்கமற்ற இழிந்தநிலை மறைதற்காக
சார்ந்த பல திரிசமங்கள் போக்கற்காக
பங்கமற்ற பவித்திரராம் உன்னைப் போன்றோர்
பாழடைந்த தமிழகத்தில் உதித்தல் வேண்டும்.

டி.கே.சி. அவர்களின் ராமாயணத்தை 'இமிடேஷன் இலக்கியம்' என்று குறிப்பிட்டு சாலிவாஹனன் தொடர்ந்து இரண்டு கட்டுரைகள் எழுதினார்.

'யாப்பில்லாக் கவிதை'யை எதிர்த்தவர்களுக்கு மறுப்புரை யாக ஒரு சமயம் 'க்ஷேம லாபங்கள்' பகுதியில் வேகமான கவிதை ஒன்றை அவர் வெளியிட்டதும், கவிஞர் பாரதிதாசன் *கலாமோகினி*க்குக் கவிதை தர மறுத்ததனால் சீற்றம் கொண்டு அவரை 'நமது அதிதி'யாக்கி காரசாரமான கவிதை ஒன்று படைத்தளித்ததும் இப்பத்திரிகையின் வரலாற்றில் முக்கியமானவைதான்.

இதர பத்திரிகைகள் செய்யத் துணியாத காரியங்களை *கலாமோகினி* மகிழ்ச்சியுடன் செய்தது. அவற்றில் 'மதிப்புரை மறுப்பு' தனிச் சிறப்பு உடையது. அதன் தனித்தன்மை கருதி அச்சிறுகட்டுரையை அப்படியே இங்கு தருகிறேன்:

"பழந்தமிழ் நூல்களை நம் மக்கள் விரும்பிப் பயில வேண்டுமென்ற நோக்கத்"தைச் சாக்கிட்டு வேசித்தனத்தையும் சதை வெறியையும் பரப்பும் நூல்களை இலக்கியம் என்ற பேரால் வெளியிட்டு, மக்களின் ருசியையும் வாழ்வையும் பிராயமாக்கத் துணிந்துள்ளார்கள் சிலர். போதாக்குறைக்கு இந்த நாற்றச் சரக்குக்கு மதிப்புரை கூறும்படி வேறு அனுப்பிவிட்டார்கள் அந்த ரசிகசிகாமணிகள். இந்தக் காமக் கிரீடத்தை *கலாமோகினி*க்கு அனுப்பத் துணிந்த அவர்கள் பேதமையை மன்னித்து இனி இம்மாதிரி குப்பைகளை அனுப்பாதிருக்கும்படி எச்சரித்து,

கீழ்க்கண்ட விநயமான பிரார்த்தனையுடன் அந்தக் கிரீடத்தை அந்த ரசிகமணிகளுக்கே திரும்ப அனுப்புகிறோம்.

"அதமத்தனத்தை அதிஉன்னத அளவில் ஆஸ்ரயிக்கும் அதிமேதைகளே! உங்களுக்கேதாவது மரியாதையிருந்தால். பெண்மையின் மானத்தில் உங்களுக்கேதாவது நம்பிக்கை இருந்தால், தமிழ் ஜாதியின் மகோன்னதத் தன்மையில் உங்களுக்கேதாவது மதிப்பிருந்தால், நமது கலைப் பண்பின் புனிதத்திற்கு உங்களிடம் ஏதாவது கருணையிருந்தால் காலம் கண்ட நமது தமிழ் மரபுகளுக்கு கொஞ்சம் நஞ்சம் மதிப்பு நீங்கள் அளிப்பதாயிருந்தால், நமது இலக்கிய அபிவிருத்திக்கு உழைக்க வேண்டுமென்ற ஆசை தினைத்துணையாவது உங்களுக்கு இருந்தால் நமது தாய்மையைக் கௌரவிக்க வேண்டுமென்ற கடுகளவு வேட்கை உங்களுக்கிருக்குமானால், தமிழ் இலக்கியம், தமிழ் மரபு, தமிழ் மனப்பண்பு, தமிழ்க் கலையின் அதிதேவதை ஆகியவற்றின் மேல் ஆணையிட்டுச் சொல்கிறோம்,

"இந்த ஆபாசம் மலிந்ததும், பேய் பலத்தோடு சதை வெறியை வலியுறுத்துவதும், நாசகாரித்தன்மை வாய்ந்ததுமான வெளியீட்டை கடைகளிலிருந்து திரும்பப் பெற்று ஒழித்து விடுங்கள். இது கலையும் அல்ல; இலக்கியமுமல்ல; பெருங்கறை; ஊன் விலை வாணிபம் (இறைச்சி வியாபாரம்).

சாலிவாஹனன் இவ்விதம் எல்லாம் தீவிரமாக இலக்கியப் பணி புரியும் கடமையை மேற்கொண்டதால், 'மறுமலர்ச்சி இலக்கிய முன்னணி' என்று *கலாமோகினி* பெருமையோடு பொறித்துக் கொண்டது.

"எழுத்தாளர்களிடையே ஒற்றுமை இல்லையே என்று வருந்தியும், எழுத்தாளர்கள் ஒன்றுபட்டு சங்கம் அமைத்து இலக்கியப்பணி புரியவேண்டும் என்று கூறியும் கலாமோகினி கருத்துரைகள் வழங்கியது. எனவே, 1944இல் கோயம்புத்தூரில் 'முதலாவது எழுத்தாளர் மகாநாடு' நடைபெறத் திட்டங்கள் வகுக்கப்பட்ட நாளிலிருந்து, மகாநாடு வெற்றிகரமாக நடைபெறும் வரை, அது உற்சாகமாகத் தலையங்கம் தீட்டிக் கொண்டிருந்தது. பின்னர் திருச்சி இலக்கிய முன்னணி அங்கு சென்று வந்தது பற்றி விரிவாகவும் சுவையாகவும் பல இதழ்களுக்கு எழுதியது.

கலாமோகினி காலத்துக்கு முன்பு எல்லாப் பத்திரிகைகளும் தொடர் அம்சங்களுக்கு 'தொடரும்' என்ற அடிக்குறிப்பு கொடுப்பது வழக்கம். *கலாமோகினி* அப்படிச் செய்யாமல், 'வளரும்' 'இது நீளும்' 'இன்னும் வரும்' 'இன்னும் இருக்கிறது'

'மேலும் கொஞ்சம் நீளும்' என்றெல்லாம் குறிப்பிட்டு வந்தது. அதைப் பார்த்து மற்றும் அநேக பத்திரிகைகள் அவ்வாறே குறிக்கத் தொடங்கின.

*கலாமோகினியி*ன் 'அம்பலம்' பரபரப்பையும் கவனிப்பையும் பெற்ற ஒரு பகுதியாக விளங்கியது. பத்திரிகைகளில் தங்கள் பெயர் வர வேண்டும் என்று ஆசை பற்றியும், நாமும் எழுத வேண்டும் எனும் துடிப்போடும் எழுதக் கிளம்புகிறவர்கள் ஆங்கிலத்தில் உள்ள கதைகளைத் திருடுவதோடு நிற்பதில்லை. தமிழில் வந்த கதைகளையே திருடித் தங்கள் சொந்தச் சரக்கு போல் தள்ளி விடுவார்கள். இது இப்பொழுதும் வெற்றிகரமாக நடைபெற்று வரத்தான் செய்கிறது. அந்நாட்களில் இந்தக் களவாணித்தனத்தை அம்பலப்படுத்த வேண்டியது அவசியம் என்று தோன்றவும், நான் 'மாரீச இலக்கியம்' என்ற கட்டுரையை எழுதினேன். இத்தகைய வெவ்வேறு பிரச்சனைகள் அடிக்கடி அந்தப் பகுதியில் எடுத்துச் சொல்லப்பட்டுள்ளன. இவ்வாறு லட்சிய வேகத்தோடு பத்திரிகை நடத்துவது என்பது போராட்டமான வாழ்க்கை தான். அதிலும், அப்போது இரண்டாவது உலக யுத்தம் நடந்துகொண்டிருந்த காலம். அதனால் ஏற்பட்ட சிரமங்கள், தொல்லைகள் வேறு. அவற்றை 'க்ஷேம லாபங்கள்' அவ்வப்போது ஒலிபரப்பிக் கொண்டு, தன்னம்பிக்கையோடு உறுதிமொழி கூறுவதும் வழக்கமாக இருந்தது.

39ஆவது இதழில் காணப்படும் வரிகள் இவை:

"மனம் விட்டுச் சொல்லாமல், புரையோடின வேதனைகளை யும்; எல்லையற்ற சோதனைகளையும் மகாபுருஷ கம்பீர்யத்துடன் சமாளித்துக் கொண்டு, இலக்கியத்திற்காக நீங்கள் அலுப்புச் சலிப்பின்றி உயிரைக் கொடுத்துக் கொண்டிருக்கிறீர்கள் என்பதை *கலாமோகினியி*ன் காலஹரணப் போக்கிலிருந்து அறிகிறேன். செத்தவர் வாழுலகமான தமிழ்நாட்டில், இலக்கியம் ஒன்றையே லட்சியமாகக் கொண்டு எழுத்தாளர்களும் ரசிகர்களுமாக ஒன்றுசேர்ந்து இவ்வளவு தீர்மானமாக நடத்தும் இந்தப் போராட்டத்தின் போக்கு எனக்கு பீதியை உண்டாக்குகிறது" என்று ஆரம்பித்து நீண்டதொரு கடிதத்தை இலக்கிய ரசிகர் ஒருவர் எழுதியுள்ளார்.

இலக்கியத்தின் சரித்திரத்தில் இம்மாதிரி வேதனைகளும் சோதனைகளும் சர்வ சாதாரணமான விஷயங்கள்தான். நம்பிக்கை என்ற பலமும், கலை, கவிதை ஆகியவற்றின் மேல் உள்ள தன்னலமற்ற பற்றும்தான் இந்த முயற்சியின் தளர்வற்ற போக்குக்கு உறுதுணைகள். மனம் விட்டுச் சொல்லுவதற்கு அவசியமற்ற நிலையில் காலத்தை நழுவ விட வேண்டிய

சந்தர்ப்பங்கள் சில ஏற்பட்டது உண்மைதான். ஆனால் இந்தப் போராட்டத்தில் மரணபயத்திற்கு கொஞ்சம்கூட இடமில்லை என்பதை வலியுறுத்துகிறோம். 'வாழத்தான் பிறந்தேன்' என்ற தீர்மானத்துடன் கூறிய கலாமோகினி வாழத்தான் போகிறது.

இவ்விதமாக உறுதி கூறிக்கொண்டே வந்த போதிலும், அதன் வாழ்க்கை நித்தியப் போராட்டமாகத்தான் இருந்திருக்கிறது.

திருச்சியிலிருந்து சென்னைக்கு மாற்றிக் கொண்டால். வளர்ச்சிக்கு வழி பிறக்கும் என்று எதிர்பார்த்து 1946 ஏப்ரலில் வி.ரா.ரா. கலாமோகினியைச் சென்னைக்குக் கொண்டுவந்தார். 'பட்டினப் பிரவேசம்' செய்த பிறகு, அது 'மாதம் இருமுறை' என்று சொல்லிக் கொண்டு, மாதத்துக்கு ஒரு தடவைதான் வர முடிந்தது. அதிலும் நான்காவது இதழ் மிகவும் தாமதமாகப் பிறந்தது. அடுத்த இதழ் முதல் லிமிட்டெட் ஸ்தாபனம் பொறுப்பேற்று பத்திரிகையை நடத்தும் என்ற நம்பிக்கைக் குரலும் அதில் இருந்தது.

அத்துடன் கலாமோகினி என்ற 'மறுமலர்ச்சி இலக்கிய முன்னணி'யின் வரலாறு முடிந்துவிட்டது.

~ ~

4

‘கிராம ஊழியன்’

மறுமலர்ச்சி இலக்கியப் பணியில் தீவிரமாக ஈடுபட்டிருந்த ஒரு பத்திரிகைக்கு *கிராம ஊழியன்* என்ற பெயர் வாய்த்தது விசித்திரம் தான். அல்லது, *கிராம ஊழியன்* எனும் பெயர் பெற்றிருந்த ஒரு பத்திரிகை தீவிரமான இலக்கியப் பணியில் ஈடுபட்டது விசித்திரமே ஆகும் என்றும் குறிப்பிடலாம். ஆனால், இந்தப் பெயர் விநோதத்திற்கு ஒரு முக்கியக் காரணம் இருந்தது.

அந்தக் காலத்தில் செல்வாக்குப் பெற்றிருந்த ஜஸ்டிஸ் கட்சியின் பிரசார ஏடாக திருச்சி யிலிருந்து *நகர தூதன்* என்ற வாரப் பத்திரிகை வெளி வந்து கொண்டிருந்தது. அதன் ஆசிரியர் ரெ. திருமலைசாமி விறுவிறுப்பான நடையில், குத்தும் கிண்டலும் சூடும் சுவையும் கலந்து விஷயங்களை விளக்கும் எழுத்தாற்றல் பெற்றிருந்தார். காங்கிரஸ் மீதும் காங்கிரஸ்காரர்கள் மீதும் அவர் தொடுத்து வந்த தாக்குதல்கள், திருச்சி ஜில்லாவைச் சேர்ந்த காங்கிரஸ் கட்சியினருக்கு எரிச்சல் மூட்டின. தாங்களும் பதிலுக்கு ஏதாவது செய்ய வேண்டும் என்று விரும்பினர். அந்த ஆசை பற்றி *நகர தூதனுக்குப்* போட்டியாக *கிராம ஊழியன்* தோன்றியது.

திருச்சிக்கு அப்பால் சுமார் 28 மைல் தூரத்தில் உள்ள துறையூர் என்ற சிற்றூரில், எஸ். பூரணம் பிள்ளை எனும் காங்கிரஸ் அபிமானி அதை ஆரம்பித்து நடத்தினார். அவ்வட்டாரத்து பிரமுகர்களின் ஆதரவும் அவருக்குக் கிடைத்திருந்தது.

அவர் மரணம் எய்திய பிறகு அந்தப் பத்திரிகை நின்று போவதை விரும்பாத காங்கிரஸ் அபிமானிகள்

லிமிட்டெட் நிறுவனம் ஏற்படுத்தி, *கிராம ஊழியனைத்* தொடர்ந்து நடத்தலானார்கள். கவிஞர் திருலோக சீதாராம் அதன் ஆசிரியப் பொறுப்பை ஏற்றுக்கொண்டார்.

அதற்கு முன்னர் அவர் விழுப்புரத்தில் சொந்தப் பொறுப்பில் பத்திரிகை நடத்தி அனுபவம் பெற்றிருந்தார். பாரதி கவிதைகளிலும், ராமலிங்க சுவாமிகள் அருட்பாவிலும் மிகுந்த ஈடுபாடு கொண்டிருந்த திருலோக சீதாராம் துறையூரிலும், அதன் சுற்று வட்டாரங்களிலும் சொற்பொழிவுகள் நிகழ்த்தி செல்வாக்குப் பெற்றிருந்தார். ஆகவே, அவர் பத்திரிகையின் பொறுப்பை ஏற்றுக் கொண்டது பெரிதும் வரவேற்கப்பட்டது.

1942இல் நாட்டில் ஏற்பட்ட அரசியல் நிலவரங்கள் காரணமாக, அன்றைய அரசாங்கம் பத்திரிகை சுதந்திரத்தைப் பெரிதும் பாதிக்கும் அளவில் அநேக நிர்ப்பந்தங்களை விதிக்கத் துணிந்தது. சர்க்காரின் அந்தப் போக்கை எதிர்த்து, தங்கள் கண்டனத்தைக் தெரிவிக்கும் முறையில், இந்தியா நெடுகிலும் பல பத்திரிகைகள் பிரசுரத்தை நிறுத்திக் கொண்டன. தமிழ்நாட்டிலும் அநேக தேசியப் பத்திரிகைகள் இவ்விதம் தங்கள் எதிர்ப்பைக் காட்டின. அவற்றில் *கிராம ஊழியனும்* ஒன்று.

நிலைமை சீர்பட்டு, இதர பத்திரிகைகள் பிரசுரத்தை மீண்டும் தொடங்கிய பின்னரும், *கிராம ஊழியன்* என்ற அரசியல் ஏடு வெளிவராமலே இருந்தது. கவிஞர் திருலோக சீதாராமும் பத்திரிகையின் நிர்வாகப் பொறுப்பில் பெரும்பங்கு கொண்டிருந்த அ.வெ.ர. கிருஷ்ணசாமி ரெட்டியாரும் அதை இலக்கியப் பத்திரிகையாக மாற்றத் திட்டமிட்டுச் செயல்புரிந்தார்கள். அவ்விருவரது கவிதைக் காதலும் இலக்கிய வேகமும் இதற்குக் காரணமாக அமைந்தது போலவே, திருச்சியில் வி.ரா.ரா. நடத்தி வந்த *கலாமோகினியின்* வளர்ச்சியும் விறுவிறுப்பும் முக்கியத் தூண்டுதலாக விளங்கியது. திருச்சி இலக்கிய நண்பர்களின் நட்பும் இந்த ஆசையைத் தூண்டி வளர்த்தது. புதிதாகப் பத்திரிகை ஆரம்பிப்பதற்கு அரசாங்கம் அனுமதி மறுத்துக் கொண்டிருந்த நெருக்கடி நிலையும் சேர்ந்தது. எனவே *கிராம ஊழியனையே* மறுமலர்ச்சி இலக்கிய 'மாதம் இரு முறை'யாக மாற்றி விட்டார்கள்.

கு.ப. ராஜகோபாலனை கௌரவ ஆசிரியராகக் கொண்டு *கிராம ஊழியன்* முதலாவது இதழ் 15.8.1943 அன்று வெளிவந்தது. ஆசிரியர்: திருலோக சீதாராம்.

"தமிழ்நாட்டில் பாரதியை மூல புருஷனாகக் கொண்ட மறுமலர்ச்சி துவக்கின இருபத்தைந்து வருஷங்களுக்குப் பிறகு, அதன் உன்னத யௌவனப் பருவத்தில், *ஊழியன்* தோன்றுகிறான்.

பாரதி காட்டிய வழியைப் பணிவுடன் பின்பற்றித் தொண்டு செய்வதை சபதமாகக் கொண்டு விட்டான்" என்ற அறிவிப்புடன், அது தன் இலக்கியப் பணியில் உற்சாகமாக ஈடுபட்டது.

அதன் 9ஆவது இதழில் கு.ப.ராஜகோபாலன் ஆசிரியர் என்றும் திருலோக சீதாராம் நிர்வாக ஆசிரியர் என்றும் அறிவிக்கப்பட்டது.

ஆரம்பம் முதலே, கு.ப.ரா. கும்பகோணத்திலிருந்து கொண்டுதான் விஷயங்கள் அனுப்பி வந்தார். சொந்த பெயரிலும், 'பரத்வாஜன்', 'கரிச்சான்' என்ற புனை பெயர்களிலும் அவரது எழுத்துகள் இதழ் தோறும் பிரசுரமாயின. மகாராஷ்டிர மன்னன் சிவாஜியின் வரலாற்றைத் தொடர் கட்டுரையாக எழுதிக் கொண்டிருந்தார். கவிதை, கட்டுரை, கதை, நாடகம் ஆகியவற்றில் அவர் உற்சாகத்துடன் மேற்கொண்ட சோதனை முயற்சிகள் பலவும் ஊழியனில் பிரசுரமாயின.

அக்கால கட்டத்தில், ஆண் பெண் உறவையும் உணர்வுகளை யும் அடிப்படையாகக் கொண்ட இனிய அகத்துறைக் கதைகளை எழுதுவதில் கு.ப.ரா. அதிக ஆர்வம் கொண்டிருந்தார். அதனால் சென்னைப் பத்திரிகைகள் அவரது கதைகளை வெளியிட மறுத்துவிட்டன, அவை அனைத்தும் *கலாமோகினியிலும் கிராம ஊழியனிலும்* பிரசுரமாயின.

கு.ப.ரா. அந்நாட்களில் எழுதிய 'பாமதி' போன்ற ஒற்றையங்க நாடகங்களும், 'அழகு', 'உண்மை' போன்ற சிறு சிறு கட்டுரைகளும் அற்புதமான படைப்புகள் ஆகும். அவற்றைத் தொகுத்து நூல் வடிவம் கொடுக்க வேண்டும் என்று *கிராம ஊழியன்* நிறுவனம் ஆசைப்பட்டது. அது நடைபெறவே இல்லை.

கலாமோகினி பிச்சமூர்த்தி கதைகளைத் தொகுத்து, 'ஹிமாலயப் பிரசுரம்' என்ற முத்திரையில், 'பதினெட்டாம் பெருக்கு' எனும் புத்தகத்தை வெளியிட்டது. ஊழியன் மறுமலர்ச்சி நிலையம் என்ற பெயரோடு, கு.ப.ரா. எழுத்துக்களையும், பிச்சமூர்த்தியின் 'மன நிழல்' கட்டுரைகளையும் புத்தகங்களாகப் பிரசுரிக்கத் திட்டமிட்டது. ஆனால் அது காரியசித்தி ஆகவில்லை. ந.பி. எழுதி வந்த 'மன நிழல்' தனிரகமான இலக்கியப் படைப்பு ஆகும்.

கு.ப.ரா. ஊழியன் மூலம் எழுத்து ஆற்றல் மிகுந்த இளைஞர் களையும், ஓவியத் திறமை பெற்ற இளம் கலைஞர்களையும் அறிமுகப்படுத்தி வைத்தார். எழுத்தாளர்களில் தி.ஜானகிராமன், கி.ரா., கோபாலன் முக்கியமானவர்கள். கோபுலு என்று பின்னர் பிரசித்தி பெறஇருந்த கோபாலன் ஓவியர்களில் முக்கியமானவர்.

கு.ப.ரா. கிராம *ஊழியன்* மூலம் அதிகமான சாதனைகள் புரிந்திருக்கக் கூடும், அவர் அற்பாயுளில் மரணம் அடையாமல் இருந்திருப்பின். 1944 ஏப்ரல் இறுதியில் ஊழியனின் 17ஆவது இதழ் தயாராகிக் கொண்டிருந்த சமயத்தில் அவர் 'அமரர்' ஆனார்.

மார்ச் மாத இறுதியில், *ஊழியன்* பணிபுரியக் காலம் என்னைத் துறையூர் கொண்டு சேர்த்திருந்தது. இந்த இடத்தில் எனது சுயபுராணத்தைச் சிறிது கூற வேண்டியது அவசியமாகிறது.

எழுத்தாளனாக வளர நான் ஆசைப்பட்டேன். அதனால், நான்கு வருடங்களாகப் பணி ஆற்றிய சர்க்கார் விவசாய டிமான்ஸ்டிரேட்டர் ஆபீஸ் குமாஸ்தா வேலையைத் துறந்துவிட்டு, வீட்டிலிருந்தவாறு எழுதிக் கொண்டிருந்தேன். மேலும் வளர்ச்சி பெறுவதற்காக ஏதேனும் ஒரு பத்திரிகை அலுவலகத்தில் சேர வேண்டும் என்று விரும்பி, எனக்கு அறிமுகம் ஆகியிருந்த ஆசிரிய நண்பர்களுக்கு எழுதினேன். காலம் வரும் வரை காத்திருக்கும்படி அனைவரும் அறிவித்திருந்தனர்.

அந்நாட்களில், புதுக்கோட்டையில் ராசி. சிதம்பரம் அதிபராகவும் ராம. மருதப்பன் ஆசிரியராகவும் இருந்து *திருமகள்* என்ற மாசிகையை நடத்தி வந்தார்கள். *மணிக்கொடி* ரசிகர்களான அவர்கள் தங்களது ஆற்றலுக்கு ஏற்றபடி அந்தப் பத்திரிகையை உருவாக்கிக் கொண்டிருந்தார்கள். *கலாமோகினி*யின் வெற்றியைக் கண்ட அதிபர் *திருமக*ளையும் அது போன்ற மறுமலர்ச்சி ஏடாக மாற்ற ஆசைப்பட்டு, சாலிவாஹனனிடம் கலந்தாலோசித்தார். நண்பர் யோசனைகள் கூறியதோடு என்னைப் புதுக்கோட்டை சென்று ஆவன செய்யுமாறு ஏற்பாடு செய்தார்.

ஒன்றரை வருடங்கள் திருநெல்வேலியில் எழுத்து வேள்வி நடத்தி வாழ்ந்த நான் *திருமக*ளுக்கு உதவி புரியச் சென்றேன். அந்தப் பத்திராதிபரின் ஆசையும் ஆர்வமும் வெறும் பேச்சளவிலே தான் நிற்கும்; *திருமக*ளுக்கு வளர்ச்சி இல்லை என்பது ஒரு மாத காலத்திலேயே எனக்குப் புரிந்துவிட்டது.

அச்சமயம், கோயம்புத்தூரில் சினிமா உலகம் மாதமிருமுறையை வெளியிட்டு வந்த பி.எஸ். செட்டியார் என்னை அங்கே அழைத்தார். *சினிமா உலக*த்துக்கு என் சேவை தேவை என்றும் நான் அங்கு வந்தால் பின்னர் எனக்காக *நிலா* என்றொரு இலக்கிய சஞ்சிகையைத் தொடங்கத் தம்மால் முடியும் என்றும் அவர் குறிப்பிட்டார். நான் அங்கே போய்ச் சேர்ந்தேன்.

சினிமா உலகம் பத்திரிகையையே சரிவர வளர்ப்பதில் உற்சாகம் காட்டாத அதன் ஆசிரியர், 'பொற்காலப் பிரசுரம்'

என்று புத்தக வெளியீட்டகம் அமைப்பதும், *நிலா* என்றொரு இலக்கிய மாசிகை நடத்துவதும் வெறும் ஆசைக் கனவுகளே என்பது எனக்கு விரைவில் விளங்கி விட்டது. எனினும் அவர் என்னிடம் ஒரு மூத்த சகோதரரின் அன்பைச் செலுத்தி வந்ததனால், அவரை விட்டுப் பிரிந்து செல்லவும் தயக்கமாக இருந்தது.

மீண்டும் காலம் எனக்கு வழி காட்டியது. சென்னையில், திரு.வி.க. நடத்தி வந்த *நவசக்தியை*, அதில் உதவி ஆசிரியராகப் பணியாற்றிய சக்திதாசன் சுப்பிரமணியன் ஏற்றுக்கொண்டு, மாதப் பத்திரிகையாகப் பிரசுரித்து வந்தார். *நவசக்திக்கு* நான் வந்து சேரலாம் என்று அவர் அழைத்தார். எனவே கோயம்புத்தூரில் ஒன்பது மாதங்கள் வசித்த பிறகு நான் 1943 டிசம்பரில் முதன் முறையாக சென்னைக்கு வந்தேன்.

கிராம ஊழியன் பொங்கல் மலர் தயாரிப்பு வேலைகளில் ஈடுபட்டிருந்த திருலோக சீதாராம் *நவசக்தி* அலுவலகத்தில் தங்கியிருந்தார். என்னை நண்பனாக ஏற்றுக்கொண்ட அவர்தான் எனக்கு சென்னை மாநகரத்தையும், அங்கு வசித்த பெரிய எழுத்தாளர்களையும், பத்திரிகைக்காரர்களையும் அறிமுகப்படுத்தினார். அத்துடன் நின்றுவிடவில்லை, *நவசக்தி* சீராக நடைபெறாது என்றும் நான் *கிராம ஊழியனுக்கே* வந்துவிடவேண்டும் என்றும் அதற்கான ஏற்பாடுகளைச் செய்வதாகவும் சொல்லிப்போனார்.

துறையூரிலிருந்து அவர் கடிதங்கள் எழுதிக்கொண்டே இருந்தார். சென்னை சேர்ந்து அங்கே தங்குவதற்கு வாய்ப்பு அளித்த நண்பரின் பத்திரிகையை விட்டுவிட்டுப் போவதில் எனக்குத் தயக்கம் எழுந்தது. அத்துடன் மற்றொரு விஷயமும் சேர்ந்தது.

நாடகக் கலைஞர்கள் 'முத்தமிழ் கலா வித்வ ரத்ன' டி.கே.எஸ். சகோதரர்கள் சென்னை சேர்ந்திருந்தார்கள். பிற்காலத்தில் சென்னையிலேயே தங்கிவிடத் திட்டமிட்டிருந்த அவர்கள், நாடக கலையின் சேவைக்காக *நாடகம்* என்றொரு மாதப்பத்திரிகை தொடங்குவதற்கான ஏற்பாடுகளைச் செய்து கொண்டிருந்தார்கள். என்னிடம் சகோதர அன்பும், எனது வளர்ச்சியில் அக்கறையும் காட்டி வந்த 'அவ்வை' டி.கே. சண்முகம் அந்தப் பத்திரிகையின் பொறுப்பை நான் ஏற்றுக் கொள்ளவேண்டும் என்று அழைத்தவாறிருந்தார்.

எதை ஏற்பது, எதை விடுப்பது என்று மாதக்கணக்கில் குழம்பிக் கொண்டிருந்த எனக்கு வழிகாட்ட 'கண்ணன்' வந்து உதவினார்! துறையூர் அ.வெ.ர. கிருஷ்ணசாமி ரெட்டியார்

(அவர் கண்ணன் என்ற புனைபெயரும் கொண்டிருந்தார்.) சென்னைக்கு வந்து என்னைக் கையோடு அழைத்துப் போய் கிராம ஊழியன் அலுவலகத்தில் விட்டுவிட்டார்.

நான் துறையூர் போய்ச் சேர்ந்ததனால் நாடகம் என்ற கலைப்பத்திரிகை கருவிலேயே சாக நேர்ந்து விட்டது என்றும் அதைக் கொலை செய்த பாவம் என்னையே சேரும் என்றும் டி.கே. சண்முகம் ரொம்ப காலம்வரை சொல்லிக் கொண்டிருந்தார். இருக்கலாம்.

ஆயினும், நான் துறையூர் சேர்ந்தது *கிராம ஊழியன்* வளர்ச்சிக்கும், எனது எழுத்துலக முன்னேற்றத்துக்கும் கிட்டிய நல்வாய்ப்பாகவே அமைந்தது.

17ஆவது இதழ் முடிய, கையடக்கமான வசீகரமான சிறிய அளவில் (கிரௌன் சைஸில்) வெளிவந்த பத்திரிகை பின்னர் பெரிய அளவும் (டெம்மி சைஸ்) (*ஆனந்த விகடன்* மாதிரி) தோற்ற மாறுதலும் ஏற்றுக்கொண்டது. (*கலாமோகினி* ஆரம்பத்தில் விகடன் அளவிலிருந்து பிறகு சிறிய அளவுக்கு மாறியது.)

'நமக்குத் தொழில் கவிதை, நாட்டிற்கு உழைத்தல், இமைப்பொழுதும் சோராதிருத்தல்' என்பதை மூல வாக்கியமாகக் கொண்டிருந்த *ஊழியன்* எப்போதும் கவிதைக்கு முக்கியத்துவம் அளித்துவந்தது.

புதுமைப்பித்தன், வேளூர் வெ. கந்தசாமி பிள்ளை என அவதாரம் பூண்டு கவிதை எழுதத் தொடங்கியதும் இந்தக் காலத்தில்தான். அவரது முதல் கவிதை 'கடவுளுக்குக் கண்ணுண்டு', *கிராம ஊழியன்* பொங்கல் மலரில் பிரசுரமாயிற்று. இரண்டாவது கவிதை 'ஓடாதீர்!' என்பது ஆண்டு மலரில் வெளியாயிற்று. அதற்கு பதில் கவிதை ஒன்று, 'மளிகை மாணிக்கம் செட்டியார் பாடுகிறார்' என்று, 'ஓடும் ஓய்!' எனும் தலைப்பில் *கலாமோகினியில்* வந்தது.

எழுத்துத் தொழிலல்ல
ஏமாற்றம் தருவதது
பசி வெள்ளம்
அணை போட
பாட்டி கதை
உதவாது,
விட்டொழியும் இதையெல்லாம்.

உலகில் தொழிலுண்டு
உய்யவழி பலவுண்டு
பசிக்குணவு வேண்டுமென்றால்
பழங்கதையை விட்டுவிடும்

சரஸ்வதி காலம்

என்றெல்லாம் 'செட்டியார்' உபதேசித்திருந்தார். 'ஓடும் ஓய்' 'உம்மால் ஒரு மண்ணும் ஆகாது' என்று புத்தி சொல்ல வந்த வித்தகருக்கு 'வீறாப்புத் தார்க்குச்சி' ஆக வேளூர் பிள்ளைவாள் ஒரு கவிதை எழுதினார். 'உருக்கமுள்ள வித்தகரே!' என்ற அது *ஊழியன்* இதழில் பிரசுரமாயிற்று.

யோக்கியமாய்
வாழ இங்கே
எந்தத் தொழில்
உண்டு?

பாரளந்த மாயோன் படியளக்க
பக்கத்தில்
வேறொருவன் வீற்றிருக்கும்
மாட்சி தெரியலையோ?
வேற்றரசன் நீழலிலே
வேலைக்கும் வழியுண்டு!
கூடை முறம் பின்னிடலாம்
தேசத்து லெச்சுமியை
மானத்தை,
கவுரவத்தை,
கூட்டிக் கொடுத்திடலாம்;
நச்சிவந்த பேருக்கு
நாமங்கள் சாத்திடலாம்!
வேற்றரசர் ஆட்சியிலே
வேலைக்கும் வழியுண்டு
கூலிக்கும் அட்டியில்லை

என்றும், இன்னும் தீவிரமாகவும் சொற்சரம் பாய்ச்சிய கவிராயர்,

ஒற்றைச் சிதையினிலே
உம்மெல் லோரையும்
ஒருங்கே
வைத்து எரித்திட்டாலும்
வயிற்றெரிச்சல் தீராது.

என்று முடித்திருந்தார்.

இந்தக் கவிதை, நண்பர்கள் பலரின் கண்டனத்தையும் முணுமுணுப்பையும் சம்பாதித்துத் தந்தது.

ந. பிச்சமூர்த்தி 'யாப்பில்லாக் கவிதை' எழுதி வந்தார். அவருக்கு இலக்கணம் தெரியாது; அதனால்தான் இப்படி எழுதுகிறார் என்று பலரும் குறை கூறியும் பரிகசித்தும் வந்தனர். அவர் இலக்கணம் கற்றுத் தேர்ந்து, இலக்கணம் பிறழாத முறையில் கவிதைகளை நிறையவே எழுதலானார். அவை யாவும் *ஊழியனில்*தான் பிரசுரமாயின.

கவிஞர் கலைவாணன் அற்புத கவிதைகள் எழுதி உதவிக் கொண்டிருந்தார். இலங்கை (ஈழத்துக் கவிஞர்கள்) நாவற்குழியூர் நடராஜன், மகாகவி (பண்டிதர்), க. இ. சரவணமுத்து ஆகியோரும் கவிதைகள் எழுதி வந்தார்கள்.

இலக்கியத் தரம் மிகுந்த மலர் ஒன்று உருவாக்க வேண்டும் எனத் திட்டமிட்டு ‘ஆண்டு மலர்’ தயாரித்தோம். அதில் கவிதைப் பகுதி மிகச் சிறப்பாக அமைந்தது. பாரதிக்குப் பின் வந்த முதல் தலைமுறைக் கவிஞர்கள் அனைவரும் (பாரதிதாசன், ச.து.சு. யோகியார், தேசிய விநாயகம் பிள்ளை, நாமக்கல் ராமலிங்கம் பிள்ளை, சுத்தானந்த பாரதி) கவிதை உதவினர். பிச்சமூர்த்தியின் ‘மகாகவிகள்’ என்ற நெடுங் கவிதையும், கலைவாணன் எழுதிய ‘ஊர்வசி’, கம்பதாசனின் ‘இரத்த ஓவியம்’ ஆகிய குறுங்காவியங்களும், வேலூர் வெ. கந்தசாமி பிள்ளையின் ‘ஓடாதீர்!’ கவிதையும் மலருக்கு மதிப்பளித்தன. *மணிக்கொடி* எழுத்தாளர்களில் பலரும், பின் வந்த எழுத்தாளர்கள் அநேகரும் கதைகள், கட்டுரைகள் எழுதியிருந்தார்கள்.

இம்மலரின் மற்றொரு சிறப்பு, அது தமிழகத்துக்கும் இலங்கைக்குமிடையே அமைக்கப்பட்ட ஒரு ‘இலக்கியப் பாலம்’ ஆக விளங்கியது.

இலங்கை எழுத்தாளர்கள் சி. வைத்தியலிங்கம், இலங்கையர்கோன், அம்பிகைபாகன், சோ. தியாகராஜன், ராஜ. அரிய ரத்தினம் முதலியோர் கதையும் கட்டுரைகளும் எழுதித்தந்தார்கள்.

தமிழ்நாட்டில் மலர்கள் பலவும் சக்கரவர்த்தி ராஜகோபாலாச்சாரியார், மகாகனம் சாஸ்திரியார், மாண்புமிகு மந்திரியார் என்று ‘பெரிய பெரிய’வர்களின் எழுத்துக்களை முதலில் வெளியிட்டுச் சிறப்பிப்பதையே ஒரு மரபு ஆக வளர்த்துக் கொண்டிருந்த காலத்தில், *கிராம ஊழியன்* தனது ஆண்டு மலரில் இலங்கை சோ. தியாகராஜன் என்ற எழுத்தாளரின் கட்டுரைக்கு முதலிடம் கொடுத்தது. இதனால் இலங்கைத் தமிழர்கள் பெருமையும் பெருமகிழ்வும் கொண்டார்கள்.

அதன் பிறகு, இலங்கையர்கோன் *ஊழியன்* நின்று விடுகிற வரை நாடகங்களும் கதைகளும் எழுதி வந்தார். வேறு சில புதிய எழுத்தாளர்களும் பழம் எழுத்தாளர்களும் *ஊழியன்* இலக்கியப் பணியில் பங்கேற்றுக் கொண்டார்கள்.

1944 இறுதியில், திருலோக சீதாராம் தனி வழி காண்பதற்காக, *ஊழியன்* ஆசிரியப் பொறுப்பைத் துறந்து விட்டு திருச்சி சென்றார். *சிவாஜி* ஆசிரியர் ஆனார். அதுமுதல், கிருஷ்ணசாமி ரெட்டியார்

நிர்வாக ஆசிரியராகவும், நான் ஆசிரியர் ஆகவும் பொறுப்பு வகித்துப் பத்திரிகையை நடத்தி வந்தேன். எழுதுகிறவர்களுக்குப் பணம் தரும் நிலையில் *ஊழியன்* இருந்ததில்லை. அதனால், பெயர் பெற்ற எழுத்தாளர்கள் எங்களோடு ஒத்துழைக்க மறுத்து விட்டார்கள். அதற்காக நாங்கள் கவலைப்படவில்லை. நான் 'ஏகப்பட்ட புனை பெயர்களில்' வெவ்வேறு விதமான நடைகளில் பலரகமான விஷயங்களையும் இதழ்தோறும் எழுதலானேன்.

ரெட்டியாரும் இரண்டு மூன்று பெயர்களில் எழுதினார். *ஊழியன்* மூலம் அறிமுகமான தி.க. சிவசங்கரன் 'துருவன்' என்ற பெயரில் சூடாகவும் காரசாரமாகவும் சினிமா விமர்சனங்களும், கவிதை, நாடகம், கட்டுரைகளும் எழுதினார். என் அண்ணா அசோகன் உலகத்துச் சிறுகதைகளை மொழிபெயர்த்து வந்தார்.

எங்கள் எழுத்து ஆர்வத்தினாலும், உழைப்பினாலும் போக்கினாலும் வசீகரிக்கப்பட்ட எஸ்.டி. சுந்தரம், ராசிபுரம், தனுஷ்கோடி, கு.மா. பாலசுப்ரமணியம் போன்ற அநேகர் தொடர்ந்து எழுதலானார்கள். அப்போது சக்தி ஆசிரியராகப் பணிபுரிந்து வந்த சுப.நாராயணன் அருமையான சிந்தனைக் கட்டுரைகள் எழுதினார். முன்பு எழுதிக் கொண்டிருந்தவர்களில், எம்.வி. வெங்கட்ராம் தொடர்ந்து உதவி புரிந்தார். கதைகளும், எம். விக்ரகவிநாசன் என்ற பெயரில் கவிதையும், 'திலோத்தமை' என்ற பெயரில் மொழிபெயர்ப்புகளும் எழுதி வந்தார். ஸ்வாமிநாத ஆத்ரேயன், குகன் போன்றவர்கள் எப்போதாவது எழுதி உதவினர். புதிதாக எழுதத் தொடங்கியிருந்த பராங்குசம் அடிக்கடி கதைகள் எழுதினார்.

ஊழியன் எழுத்தாளர்களுக்குப் பூரண சுதந்திரம் அளித்திருந்தது. யாரும் எதைப் பற்றியும் எப்படி வேண்டுமானாலும் எழுதலாம்; ஆனால் எழுதப்படுகிறவை சுவையாகவும் கலைநயத்தோடும் விளங்க வேண்டுமென்று அறிவிக்கப்பட்டது. ஆகவே, எழுத்தாளர்கள் உற்சாகத்தோடு சகல விஷயங்கள் பற்றியும் எழுதினார்கள். இலக்கியம், சினிமா, நாடகம், சமூக விஷயங்கள் பற்றி எல்லாம் விறுவிறுப்பும் வேகமும் நிறைந்த எழுத்துக்கள் இதழ்தோறும் பிரசுரமாயின.

நையாண்டி பாரதியாக நான் எழுதி வந்தவை கிண்டலும் சூடும், சிரிப்போடு சிந்தனையும் கலந்தனவாய் மிளிர்ந்தன. அவை மிகுந்த கவனிப்பைப் பெற்றன. பாராட்டுதல்களையும் குறை கூறல்களையும், உபதேசங்களையும் வாங்கிக்கொடுத்தன. நான் வைத்திருந்த புனைபெயர்களில் பல (கீராவதாரன், கோரநாதன், சொனா, முனா போன்றவை) அநேகருக்கு எரிச்சல் ஊட்டின.

'பாரதி அடிச்சுவட்டில்' என்று நான் எழுதிய வசன கவிதை எதிர்ப்பைப் பெற்றது.

என்னை 'எழுத்துப் பேய்' என்றும், *கிராம ஊழியனில்* எழுதியவர்களை 'அடங்காப் பிடாரிகள்' என்றும் குறிப்பிட்டு வந்தார்கள். பெரியவர்கள் போதனைகள் புரிந்தார்கள். 'அச்சமில்லை, அச்சமில்லை, அச்சமென்பதில்லையே என்பது சரிதான். இருந்தாலும், அஞ்சுவது அஞ்சல் அறிவுடைமை என்பதையும் நினைவில் கொள்ள வேண்டும்' என்றும் 'எழுத்தில் ரெஸ்ட்ரெயின்ட் ஆக இருக்க வேண்டும்' என்றும், 'இப்படி எழுதினால் ரொம்ப காலம் எழுதிக்கொண்டிருக்க முடியாமல் போய்விடும்' என்றும் அறிவுரைகள் வழங்கினார்கள்.

எனினும், *கிராம ஊழியன்* தனது 'லட்சியப் பாதையில்' முன்போக்கில் முன்னேறிக் கொண்டிருந்தது.

ஊழியன் சிறுகதை விமர்சனங்களையும், புத்தக மதிப்புரை களையும் சுவாரஸ்யமாக எழுதி வந்தது. தமிழ்ப் பத்திரிகைகள் கிராமியப் பாடல்களை (நாடோடிப் பாட்டுகளை) சேகரித்து வெளியிட்டுக் கொண்டிருந்த காலம் அது, 'கிராம மக்களிடையே வழங்கி வரும் கதைகளையும் தொகுத்துப் பிரசுரிக்க வேண்டியது அவசியம்' என்று ஊழியன் வலியுறுத்தியதோடு நாடோடிக் கதைகள் பலவற்றை சேகரித்து வெளியிடவும் செய்தது.

இவ்வாறு பல வழிகளிலும், தான் இருப்பதை உணர்த்திக் கொண்டிருந்த *கிராம ஊழியன்* பத்திரிகை லாபகரமாக நடைபெறவில்லை. ரெட்டியாரின் இலக்கியக் காதலும் எழுத்து ஆர்வமும் தான் அதை நான்கு வருடகாலம் விடாது நடத்தி வருவதற்கு உரிய ஆதாரமாக இருந்தன.

அப்போது, யுத்தத்திற்குப் பிந்தியகாலச் சூழ்நிலையில் பத்திரிகை வெளியிட்டுக் கொண்டிருப்பதை விட அச்சு இயந்திரங் களை விற்று விடுவதன் மூலம் பெரும் லாபம் சம்பாதிக்க முடியும் என்ற உண்மை லிமிடெட் ஸ்தாபனத்தாருக்குப் புரிந்தது. அதைச் செயல்படுத்தினார்கள். எனவே, 1947 மே மாதம் இந்தியா சுதந்திரம் அடைவதற்குச் சில மாதங்களுக்கு முன்னர் *கிராம ஊழியன்* மரணம் எய்தியது. சுதந்திரம் வந்து சேர்ந்த ஒரு மாதத்திற்குப் பிறகு நான் சுதந்திர எழுத்தாளனாகச் சென்னைக்கு வந்தேன்!

~ ~

சரஸ்வதி காலம்

5

சாதனைகளும் சோதனைகளும்

இரண்டாவது உலக யுத்தம் நிகழ்ந்து கொண்டிருந்த காலத்திலும் அதை ஒட்டிய சில வருடங்களிலும், காகிதக் கட்டுப்பாடு தீவிரமாக அமுல் நடத்தப்பட்டு வந்தது. புதிய பத்திரிகைகள் தொடங்குவதற்கு அனுமதி வழங்கப்படவில்லை.

அதனால், பத்திரிகை நடத்த வேண்டும் என்று ஆர்வமும் வசதியும் துடிப்பும் பெற்றிருந்தவர்கள் சட்டத்திலிருந்து நழுவி தங்கள் காரியத்தைச் சாதித்துக் கொள்ள ஒரு வழி கண்டுபிடித்தார்கள். தாங்கள் வெளியிடுவதை 'பத்திரிகை' என்று குறிப்பிடாமல், 'மாதம் ஒரு புத்தகம்' என்று பிரசுரித்தார்கள்.

இதற்கு முதன் முதலாக வழி வகுத்துக் கொடுத்தவர் திரு ஏ.கே. செட்டியார் அவர்கள். 'உலகம் சுற்றும் தமிழன்' என்று ஒரு புத்தகம் எழுதி, அந்தப் பெயராலேயே அறிமுகப்படுத்தப்பெறும் தகுதியை அடைந்து இருந்த அவர் *குமரிமலர்* என்ற 'மாதம் ஒரு புத்தக'த்தை ஆரம்பித்தார். அதைப் பின்பற்றி ஏகப்பட்ட 'புத்தகங்கள்' தோன்றின. கதைமலர், கலைமலர், கதைக்கொடி, தமிழ்மலர் என்று என்னென்னவோ பெயரைச் சூடிக்கொண்டு மாதம் ஒரு பிரசவம் பத்திரிகைச் சந்தையில் 'கலகலெனப் பொலபொலென' வந்து சாடியது.

இவற்றில் பெரும்பாலானவை வெறும் ஆர்வத்தின் விளைவுகளாக இருந்தனவே தவிர, ஆற்றலின் மலர்ச்சியாகத் திகழ்ந்ததில்லை. 'ஏதோ உருப்படியாக வரும் போலிருக்கு' என்ற எண்ணத்தைத்

தந்த ஒருசில 'மாதப் பிரசவங்கள்' ஒன்றிரண்டு புத்தகங்களோடு மாய்ந்து விட்டன. இவற்றிடையே விதி விலக்காக விளங்கியது முல்லை. முல்லைப்பதிப்பகம் முத்தையா ஆரம்பித்து நடத்தி வந்த இந்த 'மாதம் ஒரு புத்தகம்' முதலில் சாதாரணமாகத்தான் வந்து கொண்டிருந்தது. அதற்கு விசேஷத்தன்மை சேர்க்க விரும்பிய அவர் ரகுநாதனை முல்லையின் ஆசிரியர் ஆக்கினார். 1946 ஆரம்பத்தில்.

"முல்லையின் இந்த மாற்றம் எங்கள் ஆசையின் முதல் படி. முல்லை மேன்மேலும் முன்னேறி, தனித்து தலை தூக்கித் தமிழர் மனதில் தனியரசு செலுத்த வேண்டுமென்பது எங்கள் ஆசை : கனவு.

எவை கருத்துக்களை அமுக்காமல் திரையிட்டு மூடாமல், நெஞ்சுக்கு நீதியாய் தோளுக்கு வாளாய் நிமிர்ந்து நிற்கிறதோ, எவை காற்றிலேறி விண்ணையும் சாடும் கற்பனை வளமும் சிந்தனைச் செறிவும் பெற்றிருக்கிறதோ, எவை கீறல் விழுந்த இசைத்தட்டைப் போல் பழைய நொடிப் பாதையிலே சுற்றிச் சுற்றி வந்து செக்கடி மாட்டுத்தனம் பண்ணாமல் சிந்தனைக்கு வளமும் அறிவுக்கு உணர்வும் ஊட்டி, தமிழுக்கு வலிமை சேர்க்கிறதோ, அவை புத்தாண்டு முல்லையில் இடம் பெற்று கதையுருவிலும் கவிதையுருவிலும் கட்டுரையுருவிலும் வெளி வந்து, தமிழ் உள்ளங்களுக்கு ஊட்டமளிக்கும்; வற்றா வளங்காத்து தமிழை வளர்க்கும். ஊருக்கு நல்லது சொல்லும்; உண்மை தெரிந்துரைக்கும்.

முல்லையின் பருவ மாற்றத்தின் தன்மையைக் கண்டு சிலர் சினந்து சீறலாம்; நடுக்குறலாம், அதைப் பற்றி முல்லை அஞ்சவில்லை. அரிவாளைக் கொண்டு பிளந்தாலும் கட்டு மாறா மன உறுதி எங்களுக்கு மட்டுமில்லை; எங்கள் எழுதுகோலுக்கும் உண்டு.

"தூயவை துணிந்த பின்பு பழி வந்து தொடர்வதில்லை."

இந்த அறிவிப்புடன் ஆரம்பித்த முல்லையின் மறுமலர்ச்சி மிகுதியும் பாராட்டத் தகுந்ததாக அமைந்தது. ரகுநாதன் கதைகளும், கவிதைகளும் சிறப்பாக இருந்தன. புதுமைப்பித்தன் 'விபரீத ஆசை' 'அவதாரம்' போன்ற கதைகளை எழுதி உதவினார். லா.ச. ராமாமிர்தம், எம்.வி.வெங்கட்ராம் முதலியவர்களின் கதைகளும் வந்தன. 'இலக்கியத்தில் ஆபாசம்' என்ற கூச்சல் அர்த்தமற்றது, போலியானது, தமிழ் இலக்கியத்துக்கு ஆபத்து விளைவிக்கக் கூடியது என்று விரிவாகவும் விளக்கமாகவும் கு.அழகிரிசாமி கட்டுரை எழுதினார். 'குழந்தை எப்படிப் பிறக்கிறது?' என்று

பொ. திரிகூடசுந்தரம் பிள்ளை எழுதிய புத்தகத்தை மதிப்புரைக்கு எடுத்துக் கொண்டு, அதன் தவறுகளைச் சுட்டிக்காட்டியதோடு, ஆண் பெண் உறவு பற்றிய ஞானம் தெளிவுறக் கற்பிக்கப்பட வேண்டிய அவசியத்தை விளக்கியும் சுவாரஸ்யமான கட்டுரை ஒன்றையும் அழகிரிசாமி ('இடைசைப் புலவன்') எழுதினார்.

இவ்வாறு "முல்லை தமிழிலக்கிய முன்னேற்றத்துக்கு ஒரு சுபசூசகம். இலக்கியத்தில் புதுமையும், தனிமையும் உண்டாக்க விரும்புபவர்களுக்கு ஒரு நற்சகுனம், நம்பிக்கை" என்று கொடி வீசி வளர முயன்றது. ஆயினும் வாழவில்லை.

புதிய பத்திரிகை ஆரம்பிக்க முடியாத நிலைமை நீடித்த போது, செத்துக் கொண்டிருந்த அல்லது, மெலிந்து தளர்ந்து பெயரளவில் நடந்து கொண்டிருந்த பழைய சிறு பத்திரிகைகளை வாங்கி, புத்துயிரும் புதுவேகமும் அளிக்கும் முயற்சியில் ஈடுபட்டார்கள் சிலர். இந்த ரகத்தில் சேர்ந்தது *சந்திரோதயம்.*

ஆனந்த விகடன் லாபகரமாக 'பகுத்தறிவுப் போட்டி' நடத்தி வந்ததைக் கண்டு, நாமும் அப்படி பிசினஸ் பண்ணலாமே என்று 'ஆசை பற்றி,' அந்தக் காலத்தில் பத்திரிகை ஆரம்பித்தவர்கள் அநேகர். அப்படி ஆரம்பிக்கப்பட்டு, சுமாராக நடந்தவற்றுள் *சந்திரோதயம்* என்பதும் ஒன்று. இடைக்காலத்தில் அது தளர்வெய்தியது. அதை வாங்கி 'பகுத்தறிவுப் போட்டி' இல்லாமல், பிரமாதமாக நடத்த முன் வந்தார் தொழில் அதிபர் ஒருவர் 1946இல். இதற்கு க.நா. சுப்ரமண்யம் ஆசிரியரானார். சி.சு. செல்லப்பா துணை ஆசிரியர்.

இதன் போக்கும் இதில் வந்த சில பகுதிகளும் க.நா.சு.வின் *சூறாவளியை* நினைவுபடுத்திக் கொண்டிருந்த போதிலும் இதில் இலக்கியத்தரம் அதிகமிருந்தது. புதுமைப்பித்தனின் 'கபாடபுரம்' இதில் தொடராக வந்தது. ந. பிச்சமூர்த்தி, ந. சிதம்பரசுப்ரமண்யன், ரகுநாதன், தி. ஜானகிராமன், ஸ்வாமிநாத ஆத்ரேயன் முதலியவர்கள் அடிக்கடி கதைகள் எழுதினார்கள். லா.ச.ரா.வின் கதைகள் விசேஷமாக இருந்தன. *மணிக்கொடியின்* கடைசி கட்டத்தில் எழுதத் துவங்கிய லா.ச. ராமாமிர்தம் முதலில் சாதாரண முறையில்தான் கதைகள் எழுதி வந்தார். பிறகு சக்தி இதழ்களில் எழுதலானார். கதை விஷயத்தில் அதிக அக்கறை செலுத்துவதை விட அதைச் சொல்லும் முறையிலும் எழுத்து நடையிலும் புதுமைச் சோதனைகள் பண்ணுவதில் ஆர்வம் காட்டினார். அவரது கதைக்கலையின் பரிணாமத்தை பின்னர் *கலைமகளிலும்* அதன் பிறகு *சந்திரோதயம்* இதழ்களிலும் நன்கு உணர முடிந்தது.

'சந்திரோதயம்' இதழ்கள் சி.சு. செல்லப்பாவின் கதை எழுதும் ஆற்றலை நன்கு வெளிக்கொணர்ந்தன. பி.எஸ். ராமையாவின் *மணிக்கொடி* மூலம் எழுத்துலகத்துள் பிரவேசித்த இவர் அந்த 'மணிக்கொடி காலம்' முடிந்து போனதும் ஒதுங்கியிருந்ததாகவே தோன்றியது.

இடைக்காலத்தில் (1937–38 வாக்கில்) *பாரத தேவி* ஒரு சோதனை முயற்சி செய்து பார்த்தது. வ.ரா.வை ஆசிரியராகக் கொண்டு, *விகடன்* அளவில், ஒரு வாரப்பதிப்பும் வெளியிட்டது அந்த தினசரி. அது பிசினஸ் வெற்றியும் இல்லை; குறிப்பிடத் தகுந்த சாதனையாகவும் விளங்கவில்லை. வ.ரா. வின் கட்டுரைகள் அதிகமாக வந்தன. 'ஆளுக்குள்ளே ஆளு எத்தனையோ ஆளு!' என்ற தலைப்பில், மனித இயல்புகள் குறித்து அவர் எழுதி வந்தது சுவையாக இருந்தது. அக்கால கட்டத்தில், செல்லப்பாவின் எழுத்துகளும் அப்பத்திரிகையில் நிறைய வந்தன. பிறகு, அவர் *கலைமகளில்* எப்போதாவது எழுதிக்கொண்டிருந்தார். *சூறாவளிக்கும்*, பின்னர் தோன்றிய 'இளைய தமிழர்களின் லட்சிய முயற்சி'களுக்கும் அந்நாட்களில் சி.சு.செ. ஆதரவோ ஆசியோ வழங்கியதாகச் சொல்வதற்கில்லை. அனைத்தும் அர்த்தமற்றனவாகவும் சிறு பிள்ளைத்தனங்களாகவும் அன்று அவருக்குத் தோன்றின போலும்! *சந்திரோதயம்* வந்த பிறகுதான் அவர் புது வேகத்தோடும் அனுபவ விசாலத்தோடும் எழுதுவதில் உற்சாகம் காட்டலானார். தேர்ந்தெடுத்த உலகத்துச் சிறுகதைகளைத் தமிழாக்கி வந்தார்.

க.நா. சுப்ரமண்யம் நாவல்கள் சில இப்பத்திரிகையில் தொடர் கதைகளாகப் பிரசுரம் பெற்றன. பரபரப்பு ஊட்டுவதற்காக அவர் 'நடராஜன் பேட்டி காண்கிறார்' என்றொரு பகுதியை எழுதிக் கொண்டிருந்தார். அவருக்குப் பிடிக்காத பத்திரிகாசிரியர், பதிப்பகத்தார் வகையறாவைப் பரிகசிப்பதே இதன் முக்கிய நோக்கம். இந்த வகையில் 'குருக்களய்யா', 'பாதி நிலையம் சிவராமன்' போன்ற சில 'பேட்டிகள்' ரசமாக இருந்தன. நடராஜன் நடராஜனையே பேட்டி கண்டதோடு இந்த விவகாரம் தீர்ந்து விட்டது. மொத்தம் நான்கோ ஐந்தோ தான் வந்தன.

சந்திரோதயம் (மாதம் இருமுறை) ஒன்றரை வருடமோ என்னவோதான் நடைபெற்றது. பெரிய அளவில், பொருள் பலத்தோடு, நடந்து கொண்டிருந்த அந்த இலக்கியப் பத்திரிகைக்கு மரணம் ஏற்படாது என்றுதான் இலக்கியப் பிரியர்கள் நம்பி யிருந்தார்கள். என்றாலும், அதுவும் 'காலமான' கணக்கில் சேர்ந்துவிட நேர்ந்தது—'கால வகையினானே!'

'தமிழ் இலக்கிய வளர்ச்சிக்காகச் சோதனைகளும் சாதனைகளும் புரிவதே எங்கள் நோக்கம் என்று கூறிக் கொள்ளாமல், உயர்ந்த ஒரு லட்சியத்தை முன் நிறுத்திக் கொண்டு இச்சந்தர்ப்பத்தில் (1947இல்) ஒரு பத்திரிகை தோன்றியது. அதுதான் *சிந்தனை*. அதன் ஆசிரியர்: அ.சீனிவாச ராகவன். "சிந்தனை இல்லா விட்டால் ஞானமில்லை; முன்னேற்றம் இல்லை; நாகரிகம் இல்லை; மனிதனுடைய சாதனை எல்லாம் சிந்தனையின் ஆற்றலைக் கொண்டுதான். எங்கு சிந்தனை தெளிவடைந்து பரந்து ஓங்குகிறதோ அங்கே வாழ்க்கையின் வளம் பெருகும். மனிதனுடைய பெருமை இடையீடின்றி ஓங்கி இலட்சிய சாகரமாகி விடும்.

சிந்தனை வளருவதற்கு பல பொருள்களைப் பற்றிய அறிவு இன்றியமையாதது. இதை உணர்ந்து, இந்தத் தேவையை நிறைவாக்கவே *சிந்தனை* மலர்கிறது."

"உலகிலே கலைவளம் எங்கிருந்தாலும் அதன் வண்ணமெலாம் *சிந்தனை* இதழ்களின் செந்தமிழ்ப் பொலிவாக அமையும். தெளிவு, ஆழம், புதுமை – இவையே *சிந்தனையில்* வெளியாகும் கட்டுரைகளின் பண்பாக நிற்பன. ஆராய்ச்சித் திறமையும், கட்டுரை வன்மையும், சிந்தனை நேர்மையும் ஒருங்கே பெற்ற நிபுணர் பலர் *சிந்தனையின்* மூலமாக உங்களோடு உறவாடுவார்கள்" என்று 'அஞ்சலி' செய்து வளர்ந்தது அது.

எஸ். வையாபுரிப் பிள்ளை ஒவ்வொரு நாட்டின் 'இலக்கிய உதயம்' பற்றியும் இதில் விரிவாக எழுதினார். இந்திய இலக்கியங்கள் (காளிதாஸன், தாகூர் வகையறா) குறித்து கி.சந்திரசேகரன், டாக்டர் வே. ராகவன், ரா.ஸ்ரீ. தேசிகன் முதலானோர் எழுதி வந்தார்கள். ப. கோதண்டராமன் ஐரோப்பிய ரஷ்ய இலக்கியங்கள் பற்றி எழுதினார். எஸ்.மகராஜன் தனித்துவமான கட்டுரைகள் எழுதி வந்தார். 'கலாசாரமும் வருத்தமும்,' 'மொழியும் மரபும்', 'இலக்கிய விமர்சனம்' என்ற தன்மைகளில் அ.சீ.ரா. சிந்தனைகள் வழங்கினார். 'தன்ஒளி' என்ற தலைப்பில் அக இயல், ஆத்மீக ஆய்வு, தத்துவ ஆராய்ச்சி முதலியன அடங்கிய 'பெரிய விஷயம்' ஒன்று தொடராக வந்து கொண்டிருந்தது. அ.சீ.ரா.வின் அருமையான நாடகங்கள் அடிக்கடி பிரசுரமாயின. வேறு சிலரும் அவ்வப்போது நாடகங்கள் உதவினர். இதழ்தோறும் ஒன்று அல்லது இரண்டு சிறுகதைகளே இடம் பெற்றன. ப. ஸ்ரீனிவாசன், கரிச்சான் குஞ்சு, வ.க., அசோகன், ஸ்வாமிநாத ஆத்ரேயன், துறைவன் போன்றவர்களின் படைப்புகள் அவை. *சிந்தனை* சிறப்பாக ஒரு ஆண்டு மலர் தயாரித்த பிறகு ஓய்ந்து விட்டது.

இந்தியா சுதந்திரம் பெற்ற பிறகு, எல்லா மொழிகளிலும் எண்ணற்ற பத்திரிகைகள் தோன்றலாயின. தமிழ்நாட்டிலும் நாளொரு பத்திரிகை பிறந்து, பொழுதொரு பத்திரிகை சாவது என்பது காலநியதியாகத் திகழ்ந்தது.

"பொழுது தவறினாலும் பத்திரிகை புதிதாய்த் தோன்றுவது தவறாத இந்தக் காலத்தில் தேனீ பிறப்பதற்காக நாம் கலங்கவில்லை. எத்தனை எத்தனையோ பத்திரிகைகள் தோன்றியும் தமிழின் தேவை பூர்த்தி ஆகவில்லை என்பதே நம் எண்ணம். அத்தேவை முழுவதையும் நாம் பூர்த்தி செய்து விடுவோம் என நாம் உறுதி அளிக்கத் தயாராக இல்லை. என்றாலும் ஓரளவாவது பூர்த்தி செய்ய தேனீக்கு வலிமை உண்டு. ஏராளமாய் உண்டு. தேனீயால் முடியும்" என்று ஒரு குரல் எழுந்தது கும்பகோணத்திலிருந்து.

இவ்வாறு துணிச்சலோடும் தன்னம்பிக்கையோடும் தேனீ மாசிகையை 1948 மார்ச்சில், எம்.வி. வெங்கட்ராம் ஆரம்பித்தார். அவருக்குத் துணை 'கரிச்சான் குஞ்சு'.

"வேலி கட்டி, எல்லை சொல்லி, இதற்குள் என்று எதற்குள்ளும் அடங்கிக் கிடக்கத் தேனீ சம்மதியாது. தேனீயின் க்ஷேத்திரம் விரிவானது. விலங்கு இல்லாத சஞ்சாரி அது. யாராலும் அதற்கு விலங்கிடவும் இயலாது. வையகத்திலும் வானகத்திலும், விண்மீனிலும் வெண்ணிலவிலும், விரிகடலிலும், வீழ் அருவியிலும், மக்களிலும், விலங்குகளிலும், உருவிலும் அருவிலும், இருளிலும் ஒளியிலும், உள்ளிலும் – எங்கெங்கும் என்றென்றும் நிறைந்துள்ள எழிலைக் கண்டு, எழிலைக் கொண்டு, எழிலை ஆக்கி, எழிலே ஆகி என்றும் வாழவே பிறக்கிறது தேனீ".

இத்தகைய பரந்த நோக்கம் கொண்டிருந்த தேனீயில், கலாமோகினி, கிராம ஊழியன் எழுத்தாளர்கள் பலரும் தங்கள் ஆற்றலைக் காட்டி வந்தனர். முதல் இதழிலிருந்தே க.நா.சுப்ரமணியத்தின் நாவல் 'ஜாதிமுத்து' தொடர்கதையாகப் பிரசுரமாயிற்று. 'சூறாவளி' என்ற தலைப்பில், க.நா.சு. அவருக்குப் பிடித்தமான ராஜா, மணி என்ற நண்பர்களுக்கிடையே கலை, இலக்கியம், தத்துவம், சமூகம் பற்றி எல்லாம் சுவாரஸ்யமான உரையாடல் நடப்பதை ஒலிபரப்பிக் கொண்டிருந்தார். '16 கதைகள்' எழுதிவிட்டு நீண்டகால மௌனத்தில் ஆழ்ந்திருந்த 'மௌனி' தேனீக்காக '17 ஆவது கதை'யை ('மனக்கோலம்') எழுதிக் கொடுத்தார். லா.ச.ரா.வின் கதைகள் சிலவும் தேனீயில் வந்தன.

பத்திரிகை நன்றாகத்தான் இருந்தது. தேனீ வாழும். ஏனெனில் 'தமிழ் வாழும்' என்று அதன் ஆசிரியர் நம்பிக்கையோடு உறுதி கூறியிருந்த போதிலும், தேனீ ஒரு வருடமும் சில மாதங்களும் தான் உயிரோடு உலாவியது.

சரஸ்வதி காலம்

‘வளரும் தமிழ் இலக்கியத்துக்கு நம்மால் நிறையவே செய்ய முடியும்’ என்ற நம்பிக்கையோடும், நாமும் ஏதோ நம்மால் இயன்றதைச் செய்யவேண்டும்’ எனும் ஆர்வத்துடனும் அவ்வப்போது யாராவது ஒரு புது முயற்சியில் ஈடுபடுவது காலநியதி ஆகிவிட்டது.

அப்படி ஒரு உந்துதலின் மேல்தான் அ.கி. ஜயராமன், அ.கி. கோபாலன் எனும் சகோதரர்கள் *காதம்பரி* என்ற புதிய சிரமமான, முயற்சியை *1948* மார்ச்சில் தொடங்கினார்கள். இவ்விருவரும் ‘ஜோதி நிலையம்’, ‘தமிழ்ச்சுடர் நிலையம்’ என்ற பதிப்பகங்களை நல்ல முறையில் நடத்திக் கொண்டிருந்தார்கள். அயல்நாட்டு இலக்கிய மொழிபெயர்ப்புகளையும், தமிழ்ப்படைப்பாளிகளின் எழுத்துக்களையும் வெளியிட்டுத் தமிழ்ப்பணி புரிந்து வந்தார்கள். மாதம்தோறும் ஒரு முழு நாவலையும், ஒரு தொடர்கதையையும், சில சிறுகதைகளையும் பத்திரிகை மூலம் பரப்ப திட்டமிட்டு, *காதம்பரி*யை ஆரம்பித்தார்கள். அதில் பிரசுரமாகும் நாவலுக்கு ஒரு பவுன் சன்மானம் அளிப்பதாகவும் அறிவித்தார்கள். இந்திய இலக்கியத்தில் வசன நடையில் சிறப்பிடம் வகிக்கும் *காதம்பரி* என்ற நூலின் பெயரையே தங்கள் பத்திரிகையின் பெயராகத் தேர்ந்து கொண்டார்கள்.

‘காதம்பரி என்ற வார்த்தைக்கு சரஸ்வதி, மலர், மது, மயில் என்ற அர்த்தமும் உண்டு. காதம்பரி நாம் வழிபடும் கலை அரசியாகவும், இலக்கிய மணம் கமழும் நறுமலராகவும், கலை இன்பம் பயக்கும் மதுவாகவும், சைத்திரிகனின் வர்ண ஜாலங்களை வீசும் தோகை மயிலாகவும் திகழ வேண்டும் என்பதே எமது கனவு’ என்றும் அறிவிக்கப்பட்டிருந்தது.

காதம்பரி போற்றத் தகுந்த நல்ல முயற்சியாகவே விளங்கியது. கா.ஸ்ரீ.ஸ்ரீ.யின் ‘காமபாணம்’, ஆர்.வி.யின் ‘நிராசை’, புதுமைப்பித்தனின் ‘சிற்றன்னை’, பி.எஸ். ராமையாவின் ‘கானல் நீர்’ முதலிய நாவல்கள் இதில் பிரசுரமாயின. அலெக்ஸாண்டர் குப்ரினின் ‘யாமா தி பிட்’ நாவலின் ஒரு பகுதியை பு.பி. ‘படுகுழி’ என்று தமிழாக்கியிருந்தார். அதுவும் இதில் தொடராக வந்தது. பு.பி.யின் ‘கயிற்றரவு’ இந்தப் பத்திரிகையில் தான் வெளிவந்தது. பி.எஸ். ராமையா, கு. அழகிரிசாமி, தி. ஜானகிராமன், வ.க., ஜெகசிற்பியன், உமாசந்திரன் முதலியவர்களது கதைகளும் வந்தன.

மாசிகையாகப் பிறந்த *காதம்பரி* இரண்டு மாதங்களுக்கு ஒன்றென வளர்ந்து, எட்டாவது இதழோடு மறைந்து விட்டது.

1948 ஜூன் 30ஆம் நாள் புதுமைப்பித்தன் இறந்து போனார் என்பதையும் இங்கு 'குறிப்பிட்டு வைக்கலாம்' என்று நினைக்கிறேன்.

'பெரிய பத்திரிகைகளில் பணிபுரிந்து விட்டு வெளியேறிய எழுத்தாளர்கள் சொந்தமாகப் பத்திரிகை தொடங்குவதும் நிறுத்துவதும் ஒரு மரபு ஆகியிருந்தது. அந்த மரபின்படியே விந்தன் மனிதன் என்ற பத்திரிகையைத் தொடங்கினார்.

'மனிதர்களையும் நாட்டு விஷயங்களையும் தனி நோக்கில் கண்டு, தான் உணர்ந்த உண்மைகளை நளினமான பரிகாசத் துடனும், சிந்திக்கத் தூண்டும் முறையிலும், சுவாரஸ்யமான வகையிலும் கட்டுரைகளாகவும் கதைகளாகவும் எழுதும் ஆற்றல் பெற்ற விந்தன் நடத்திய 'மனிதன்' விறு விறுப்பாகவும் புதுமையாகவும் இருந்தது.'

1954 ஆகஸ்டில் தோன்றிய அந்த மாசிகையின் ஒவ்வொரு இதழிலும் டாக்டர் மு.வரதராசன் கட்டுரை எழுதி வந்தார். இரண்டாவது இதழில் சுந்தர ராமசாமி கதை பிரசுரமாயிற்று. கவிஞர் தமிழ்ஒளி அப்பெயரிலும், 'பாணன்' என்ற பெயரிலும் கவிதைகள் எழுதினார். ஐந்தாவது இதழ் முதல் ஜெயகாந்தன் உதவி மனிதனுக்கு அதிகம் கிடைத்தது. கதைகளும் கட்டுரைகளும் எழுதினார் அவர்.

'இதோ ஒரு சுயமரியாதைக்காரர்', 'வளரும் குழந்தை', 'நடமாடும் தெய்வங்கள்' போன்ற பகுதிகள் மனிதனுக்குச் சுவையும் தனித்தன்மையும் உயிர்ப்பும் அளித்தன.

"உலக இலக்கியங்களிலே, உலக மொழிகளிலே, எத்தனையோ விதமான புதுமைகள், புரட்சிகள் தினம்தினம் பூத்துக் குலுங்கிக் கொண்டிருக்கின்றன. ஏன், நம்மை அடுத்திருக்கும் கேரள நாட்டின் மலையாள இலக்கியங்களிலும் ஆந்திர நாட்டின் தெலுங்கு இலக்கியங்களிலும் கூட அவற்றை நாம் பார்க்கிறோம்; பார்த்துப் பெரு மூச்சு விடுகிறோம்."

அப்படியிருக்கத் தமிழும் தமிழ்நாடும் மட்டும் பழமை என்னும் குட்டையில் ஏன் இன்னும் மட்டை போல் ஊறிக் கொண்டிருக்க வேண்டும்?

காரணம் இருக்கிறது – ஆம், காரணம் இருக்கத்தான் இருக்கிறது – அன்றிலிருந்து இன்று வரை சில 'சைத்தான்கள்' தமிழ்நாட்டு இலக்கிய பீடத்தைப் பற்றிக் கொண்டு நாசம் புரிந்து வருகின்றன. அந்தச் 'சைத்தான்'களைச் சுற்றிச் 'சனியன்'கள் கூடிக் கொம்மாளம் அடிக்கின்றன. 'இதுகளுக்குப் புதுமையும் தெரியாது

புடலங்காயும் தெரியாது. எதையெல்லாமோ 'புதுமை புதுமை' என்று கூறிக்கொண்டு அபத்தங்களை, அலங்கார வார்த்தைகளை அள்ளிவீசி, 'குடும்பக் கதைகள்' என்ற பேரிலே, ஜீவனற்ற 'நபும்ஸக இலக்கியங்'களைப் படைத்துக் குப்பைகளைக் குன்றுகளாகவும் கோபுரங்களாகவும் உயர்த்திக் காட்டி 'உபாதானம்' பெறுகின்றன.

இந்தச் 'செயலற்றதன'த்தைக் கண்டு நீங்கள் சிரித்துக் கொண்டிருக்கிறீர்கள் என்று எங்களுக்குத் தெரியும். இருந்தாலும், இந்த 'உபாதான'த்தை நீங்கள் தொடர்ந்து செய்து வந்தால் தமிழ் மொழி வளராது; தமிழ் இலக்கியமும் வளராது. எனவே போலியைச் சுட்டெரிக்கும் புதுமைகளை, வாழ்க்கையை அலசி அலசிப் பரிசீலிக்கும் 'ரஸாயன'ங்களை, சமுதாயத்தின் புற்றுநோய்களுக்கு 'மின்சார சிகிச்சை'யளிக்கும் புத்தம் புதுமுறைகளை, குரூர வசீகரங்களைப் படம் பிடித்துக் காட்டி, மனித உள்ளத்திலே எங்கோ ஒரு மூலையில் செய்வதறியாது ஏங்கிக் கிடக்கும் மனிதாபிமானத்தைத் தட்டியெழுப்பும் சித்திரங்களை அந்த அபிமானத்துக்கு விரோதமாயிருந்த—இருந்து வருகிற—'மனித மிருக'ங்களின் மேல் வெறுப்பைக் கக்கி உங்கள் நல்வாழ்வுக்கு வழிதேட முயலும் நவயுகப் பத்திரிகைகளை நீங்கள் என்றும் வரவேற்று வாழ்த்தித் தமிழை வளப்படுத்த வேண்டும்; தமிழ்நாட்டை மேம்படுத்த வேண்டும்."

மனிதன் ஏழாவது இதழில் 'உங்களைப் பற்றி' என்ற தலைப்பில் வந்த கட்டுரையின் ஒரு பகுதி இது. இதை ஜெயகாந்தனே எழுதியிருக்கலாம்.

ஒவ்வொரு இதழிலும் வேகமும் புதுமையும் புத்துயிர்ப்பும் புகுத்த முயற்சிகள் மேற்கொள்ளப்பட்ட போதிலும், மனிதன் திடமாக வளரவுமில்லை; வெகு காலம் வாழவும் இல்லை. ஒன்பது இதழ்கள் தான் வெளிவந்தன.

லட்சிய வேகத்துடனும் பெரும் நம்பிக்கையோடும் ஆரம்பிக்கப்பட்ட மற்றுமொரு இலக்கியப் பத்திரிகை *சாந்தி*. இதை ரகுநாதன் திருநெல்வேலியில் 1954 டிசம்பரில் துவக்கினார். *முல்லை* ஆசிரியராகப் பணியாற்றிய ரகுநாதனின் இலக்கிய நோக்கத்திற்கும், சாந்தி ஆசிரியர் ரகுநாதனின் கருத்தோட்டம், இலக்கிய நம்பிக்கைகள், கொள்கைகள் முதலியவற்றுக்கும் எவ்வளவோ மாறுபாடுகள் உண்டு. இப்போது அவர் 'மார்க்ஸீயக் கண்ணோட்டமும், கம்யூனிசப்பற்றுதலும் பெற்றிருந்த 'முற்போக்கு இலக்கியவாதி'.

"சொத்தைக் கருத்துகளும் சொற்சிலம்பங்களும் மிகுந்து இலக்கியப் போலிகளை இனம் காட்டவும், வெள்ளிக் காசுக்கும்

விதேசியச் சிறுமைக்கும் இருதயத்தையே எடை போட்டு விற்று விட்ட எழுத்துலகத் துரோகிகளை அம்பலப்படுத்தவும், நமது பண்பாட்டையும் நாகரிகத்தையும் பாஷை வளத்தையும் இழிவுபடுத்தும் நாசக் கற்பனைகளை வேரறுக்கவும், தெம்பும் திராணியும், இளமையும், புதுமையும் நிறைந்த இலக்கிய சிருஷ்டிகளை வரவேற்கவும் வளர்க்கவும் புனித சங்கல்பம் பூண்டு *சாந்தி*" தோன்றியது.

சுந்தர ராமசாமி, ப.ஸ்ரீனிவாசன், டி.செல்வராஜ் ஆகியோரின் சிறந்த படைப்புகள் *சாந்தியில்* தொடர்ந்து வெளியாயின. மலையாளச் சிறுகதைகளையும் சுந்தர ராமசாமி தமிழாக்கி வந்தார். அப்பாஸ், கிருஷ்ணசந்தர், யஷ்பால், முல்க்ராஜ் ஆனந்த் முதலியவர்களின் இந்தியச் சிறுகதைகள் இடம் பெற்றன. கட்டபொம்மு, மருதுபாண்டியர் போன்றவர்களின் நாட்டுப்பாடல்கள் குறித்து ரகுநாதன் விரிவான கட்டுரைகள் எழுதினார். நா. வானமாமலை, சாமிசிதம்பரனார் கட்டுரைகளும் பிரசுரமாயின. *சாந்தியில்* ஜெயகாந்தன் கதைகள் இரண்டு வந்தன. பாராட்டத் தகுந்த ஆண்டு மலர் ஒன்றைத் தயாரித்த பின், இரண்டு இதழ்கள் வெளியிட்டு விட்டு, சாந்தி மறைந்து போயிற்று 1956 ஏப்ரலில்.

சாந்தி நடந்துக்கொண்டிருந்தபோதுதான் வ.விஜயபாஸ்கரன் சென்னையில் *சரஸ்வதியை* ஆரம்பித்தார்.

~~

6

‘சரஸ்வதி’ பிறந்தது

சொந்தமாக ஒரு கலை இலக்கியப் பத்திரிகை தொடங்கி நடத்துவதற்கு உரிய காலம் வந்து விட்டது என்று விஜயபாஸ்கரன் தீர்மானித்தார். ‘டிக்ளரேஷ’னுக்கு விண்ணப்பிக்கவும் செய்தார்.

அவர் பத்திரிகைத் துறைக்குப் புதியவர் அல்லர். ஒரு பத்திரிகையை நடத்துவதில் உள்ள சிரமங்களையும் சோதனைகளையும் அறியாதவரும் இல்லை. இலக்கியப் பத்திரிகைகளின் வரலாறுகளை அவர் நன்கு அறிந்தவர்தான். அவரே 1950–51இல் *விடிவெள்ளி* என்றொரு பத்திரிகை நடத்தி அனுபவமும் பெற்றிருந்தார்.

அரசியல், பொருளாதார, சமூகப் பிரச்னைகளை அலசி ஆராய்ந்த வாரப் பத்திரிகை *விடிவெள்ளி*. அமைப்பிலும் உள்ளடக்கத்திலும் அது வசீகரமாகத்தான் இருந்தது. ஆயினும் அது ஒரு வருட காலத்துக்கு மேல் வாழவில்லை. இந்த முயற்சியில் வி.பா. மூவாயிரம் ரூபாய் இழந்து அனுபவம் பெற்றிருந்தார். பின்னர் *ஹனுமான்* வாரப் பத்திரிகையின் கடைசி கால ஆசிரியராகப் பணியாற்றிய அனுபவமும் அவருக்கு உண்டு. இந்த *ஹனுமான்* தனி வரலாற்றுச் சிறப்பு உடையது. 1930களில் மிடுக்காக வளர்ந்து வந்த தேசீய வார ஏடு இது. யாராலோ ஆரம்பிக்கப்பட்டு, சங்கு சுப்ரஹ்மண்யம் அவர்களின் ஆசிரியப் பொறுப்பில் வளர்ந்து வந்த இதில், பெயர் பெற்ற எழுத்தாளர்கள் பலரும் வெவ்வேறு கால கட்டத்தில் பணி புரிந்திருக்கிறார்கள். தி.ஜ.ர., ந. பிச்சமூர்த்தி, இளங்கோவன் (ம.க. தணிகாசலம்), அப்புறம் றாலி (ராமலிங்கம்), குண்டூசி கோபால், பிறகு பி.எம். கண்ணன் என்று அநேகர் சேவையினாலும் வளர்ந்து, நன்கு பரவிவந்த

பத்திரிகை 1940களின் பிற்பகுதியில் தளர்வெய்தியது. புதிதாகச் சிலர் நிறைய பணத்தை அதில் முடக்கினார்கள். என்றாலும், இருப்பது தெரியாமல் இது உயிர் வைத்துக் கொண்டிருந்தது. பத்திரிகைக்குப் பணம் போட்டிருந்தவர்களில் ஒருவர் 1950இல் எனக்கு அறிமுகமானார், அவர் என்னை வைத்து ஏதாவது பண்ண முடியுமா என்று ஒரு முயற்சி செய்ய ஆசைப்பட்டார். நான் இரண்டு வருடங்கள் *ஹனுமான்* வாரப் பத்திரிகைக்காக வெகு கடுமையாக உழைத்தேன். அது கவனிக்கப்பட வேண்டிய பேச்சுக்குப் பொருளாகக் கூடிய, ஒரு பத்திரிகையாக மாறிற்று. மேலும் அதற்காக உழைத்துக் கொண்டிருப்பது வீண் வேலை என்று விட்டுவிட்டேன். பணம் போட்டவர்களும் சோர்ந்து ஒதுங்கி விட்டார்கள்.

அதன் நிர்வாகத்தில் முக்கியப் பங்கு ஏற்றிருந்த திரு. ஜே.எஸ். வாசன் பத்திரிகையைத் தமது சொந்தப் பொறுப்பில் சிறிது காலம் நடத்தினார். அவருக்கு விஜயபாஸ்கரன் தெரிந்தவ ராக இருந்ததனால் *ஹனுமான்* ஆசிரியப் பொறுப்பை ஏற்றுக் கொண்டார். இந்த வகையிலும் வி.பா.வுக்கு அனுபவம் சேர்ந்திருந்தது. அதே கால கட்டத்தில் அவர் சக்தியின் துணை ஆசிரியராகவும் இருந்தார்.

தமிழ்ப் பத்திரிகைகள், புத்தகப் பிரசுரங்களின் வரலாறு யாரால் எந்தக் காலத்தில் எழுதப்பட்டாலும் சரியே; அதில் திரு வை. கோவிந்தன் அவர்களுக்கு முக்கியமான இடம் அளித்தே ஆகவேண்டும். *சக்தி* என்ற சிறந்த மாதப் பத்திரிகையை சுமார் பதினைந்து வருட காலம் நடத்தி பெரும் தொகை நஷ்டப்பட்டவர் அவர். 'சக்தி வெளியீடுகள்' என்று பயனுள்ள, அருமையான புத்தகங்களை வெளியிட்ட பெருமை அவருக்கு உண்டு. புத்தக வெளியீட்டுத் துறையில் பல துணிகரமான முயற்சிகளின் முன்னோடியாக விளங்கி அத்தொழிலில் ஈடுபட்ட பலருக்கும் வழிகாட்டியாகத் திகழ்ந்தவர் அவர்.

1939வாக்கில் வை.கோ. *சக்தி* பத்திரிகையைத் தொடங்கி னார். 'டைம்' பத்திரிகை அளவில், அகலமாய் பெரிதாய் நாலைந்து வருடங்கள் வந்தது. முதலில் சுத்தானந்த பாரதியாரின் எழுத்துக்களே அளவுக்கு அதிகமாக இடம் பெற்றுக்கொண்டிருந்தன.

மூன்றாவது ஆண்டு முதல் தி.ஜ.ர. சக்தியின் துணை ஆசிரியரானார். பத்திரிகை புது வனப்பும் புத்துயிரும் பெற்று வளர்ந்து வந்தது. பிறகு சுப. நாராயணன் துணை ஆசிரியரானார். சில வருடங்களுக்குப் பிறகு கு. அழகிரிசாமியும் ரகுநாதனும் சக்திக்குப் பணி புரிந்தார்கள். இறுதி நிலையில் விஜயபாஸ்கரன் அதன் துணை ஆசிரியராக உழைத்தார்.

'சக்தியின் வரலாற்றிலேயே அதன் உச்சகட்ட சர்க்குலேஷன் என்னுடைய காலத்தில் தான்' என்று வி.பா. அடிக்கடி கூறுவது

வழக்கம். இப்பொழுதும் குறிப்பிடுகிறார். 'தி.ஜ.ர., சுப.நா., கு.அ., ரகுநாதன் போன்ற பிரபல எழுத்தாளர்களால் சாதிக்க முடியாத சாதனையை நான் நடத்திவிட்டதாக வை.கோ. பாராட்டிக் கொண்டிருப்பார்' என்றும் நண்பர் சொல்கிறார்.

இந்த இடத்தில் சுவையான விஷயம் ஒன்றைக் குறிப்பிட வேண்டும் என்று எனக்குத் தோன்றுகிறது. தி.ஜ.ர.வுக்குப் பிறகு சக்தியின் பொறுப்பை ஏற்றுக் கொண்டிருந்த சுப. நாராயணன் அதன் உள்ளடக்கத்தில் தீவிரத் தன்மை காட்டினார். 'சர்க்குலேஷன் ரொம்பவும் உயர்ந்து விட்டது. வை.கோ.வே சொன்னார்' என்று அவர் என்னிடம் பெருமையாகவும் சந்தோஷத்தோடும் தெரிவித்தது உண்டு. அவருக்குப் பிறகு அழகிரிசாமி–ரகுநாதன் காலத்தில் பத்திரிகையில் சர்க்குலேஷன் உயர்ந்திருப்பது பற்றி கு.அ. மகிழ்வடைந்தார். இறுதி நிலையில் வி.பா. விற்பனை உயர்வு பற்றி பெருமைப்படுவது வழக்கமாகி விட்டது.

இதனால் எனது மனக்குறளி வாலாட்டுகிறது; 'எல்லோரும் இன்புற்றிருக்க' நினைத்த வை.கோ. தமது லட்சியப் பணியில் துணையாக வந்து சேர்ந்த நண்பர்கள் சந்தோஷம் அனுபவிக்கட்டுமே என்ற நல்ல எண்ணத்தோடு அவரவர் காலத்தில் ஒவ்வொருவருக்கும் இப்படி இனிப்பான செய்தியைச் சொல்லியிருந்திருப்பார் போலும்!

அல்லது உண்மையிலேயே ஒவ்வொருவர் காலத்திலும் சர்க்குலேஷன் உயர்ந்து, வளர்ந்து வி.பா. காலத்தில் உச்சநிலையைத் தொட்டிருந்திருக்கவும் கூடும். பத்திரிகை உலகத்தில் எதுவும் சாத்தியம் தான். என்றாலும்; இவ்விஷயத்தை எண்ணுகிற போது பழைய 'ஜோக்' ஒன்று என் நினைவுக்கு வருவதை நான் தடுக்க முடிவதில்லை. 'ஆப்பரேஷன்' வெற்றிகரமாக நடைபெற்றது; ஆனால் ஆள் பிழைக்கவில்லை' என்பார்கள். அதே கதை தான் இங்கும்.

சக்தி பிரமாதமாக வளர்ந்து வந்தது. ஆனாலும் லாபகரமாக வாழமுடியவில்லை. 1950வாக்கில் வை.கோ. சக்தியை தற்காலிகமாக நிறுத்தி வைத்தார். 'சக்தி மலர்' என்று மாதம் ஒரு புத்தகம் வெளியிட்டார். அழகிரிசாமி, ரகுநாதன் பொறுப்பில் தயாரான இத்தொகுப்புக்கள் அருமையான இலக்கியக் களஞ்சியம் ஆகும். அவை கூட ஒன்பதோ, பத்தோதான் வந்தன.

சிறிது இடைவேளைக்குப் பிறகு சக்தி மீண்டும் உயிர் பெற்று உலாவத் தொடங்கியது. அக்காலத்தில்தான் விஜயபாஸ்கரன் அதன் துணை ஆசிரியர் ஆனார். இக்காலத்திய சக்தியின் வெற்றிக்குத் தனது அரசியல் தொடர்பும் ஒரு காரணம் என்று அறிவிக்கிறார்:

"பத்திரிகையில் பெரும் நஷ்டம் ஏற்பட்டு வந்தது. சக்தியைத் தொடர்ந்து நடத்துவதா வேண்டாமா என்று வை.கோ.வால் முடிவு செய்ய இயலவில்லை. பத்திரிகையை நிறுத்தவும் மனமில்லை. இந்த நிலையில் பத்திரிகையை நிறுத்திவிட்டால் நான் என்ன செய்வேன் என்ற கவலை அவருக்கு. ஏனென்றால், எனக்குத் திருமணமாகி ஆறு மாதங்கள் கூட ஆகவில்லை, சக்தியை நிறுத்திவிட்டால் உடனடியாக நான் என்ன செய்யப் போகிறேனோ என்றும் கவலை அவருக்கு. இந்த மனப் போராட்டத்தில் அவர் உழன்று வருவதை அறிந்தேன். நானே அவரிடம் பத்திரிகையை மேற்கொண்டும் நஷ்டத்தில் நடத்துவதைவிட மூடிவிடலாம் எனத் தெரிவித்தேன். இல்லை, பார்ப்போம் என்று அவர் தட்டிக் கழித்து வந்தார். என்னைப் பற்றிக் கவலைப்பட வேண்டாம். நான் சொந்தத்தில் பத்திரிகை ஆரம்பிக்கிறேன் என்று கூறி, சக்தியை நிறுத்தும்படி சொன்னேன். அதே சூட்டோடுதான் டிக்ளரேஷனுக்கு விண்ணப்பித்தேன்" என்று வி.பா. அறிவிக்கிறார்.

அவர் பெற்றிருந்த அனுபவம் காரணமாக இப்போது நன்கு திட்டமிட்டுச் செயலாற்ற முனைந்தார். பத்திரிகையை வெற்றிகரமாக நடத்துவதற்கு என்னென்ன செய்யவேண்டுமோ அத்தனையும் செய்தார். ஐந்து ஆண்டுகள் நஷ்டத்துக்குத் தயாராக இருந்து பத்திரிகையை ஆரம்பித்து நடத்தினால், ஆறாம் ஆண்டில் தன்னைக் கட்டிப் போகும்படி செய்யலாம் என அன்று அவர் நம்பினார். அதற்குத் தேவையான மூலதனத்தோடு தான் அவர் *சரஸ்வதி* வேலையைத் துவக்கினார்.

விஜயபாஸ்கரன் தனது பத்திரிகைக்கு *சரஸ்வதி* என்ற பெயரைத் தேர்ந்து எடுத்ததற்கு ஏதாவது காரணம் உண்டா? இரண்டு காரணங்கள் உண்டு என்று அவர் கூறுகிறார். "ஒன்று, என் பெயருக்கு இருந்த அரசியல் வர்ணம். இது ஒரு கம்யூனிஸ்ட் பத்திரிகை என்றும் யாரும் சொல்லக்கூடாது என்று நினைத்தேன். ஆகவே கொஞ்சமும் அரசியல் பூச்சுத் தெரியாத பெயராக இருக்க வேண்டும் என்று முடிவு செய்தேன். கலை, இலக்கியப் பத்திரிகை தான் என்பது தெளிவாகத் தெரிய வேண்டும்; கலைமகள் போன்ற ஒரு பெயராக இருக்க வேண்டும் என்று நினைத்தேன். இந்திய முற்போக்கு எழுத்தாளர் பிரேம்சந்த் நடத்திய *சரஸ்வதியின்* ஞாபகம் வந்தது. இரண்டாவதாக, என் மனைவியின் பெயரும் அதுவே. ஆகவே, *சரஸ்வதி* என்ற பெயரையே முடிவு செய்தேன்."

முதல் இதழ் 1955 மே மாதம் முதல் தேதியிட்டு, ஏப்ரல் இறுதியில் வெளிவந்தது. பத்திரிகை அலுவலகம், வேப்பேரி, ராஜா அண்ணாமலை செட்டியார் ரோடு, 1ஆம் எண் கட்டிடத்தில் அமைந்திருந்தது. கைக்கு அடக்கமான சிறிய அளவில் (கிரௌன்

சைஸ்) சரஸ்வதி வந்தது. விலை 2 அணா. 40 பக்கங்கள். இந்த அளவு பத்திரிகைக்கு அழகானது தான். இப்போது கூட சரஸ்வதி இதழ்களைக் கையில் எடுக்கும்போது 'இது அழகான சைஸ், பத்திரிகைக்கு அமைவானது' என்று நண்பர் சொல்கிறார். இவ்விதம் வேறு சிலரும் கூறுவதை நான் கேள்விப்பட்டது உண்டு. என்றாலும், இது பத்திரிகை சந்தையில் எடுபடாத ஒரு சைஸ் என்று விற்பனையாளர்கள் அபிப்பிராயப்படுகிறார்கள். 'லோகோ பின்னருசி!' 'உலகம் பலவிதம்!'

சரஸ்வதி தனக்காக வகுத்துக் கொண்ட பாதை பற்றி முதல் இதழில் இவ்வாறு அறிவித்தது.

நமது பாதை

வணக்கம். சரஸ்வதியின் முதல் இதழைத் தமிழ் மக்களின் முன் சமர்ப்பிப்பதில் நாங்கள் பெருமை கொள்கிறோம்.

'சென்றிடுவீர் எட்டுத்திக்கும் – கலைச்செல்வங்கள் யாவும் கொணர்ந்திங்கு சேர்ப்பீர்' என்று பாரதி வழிவகுத்துக் காட்டினார். அவர் காட்டிய இந்தப் பாதைதான் எங்கள் பாதை. உலக மொழிகள் பலவற்றிலும் பலப்பல அரிய கருத்துக்கள் தினம் தினம் வெளியாகி வருகின்றன. இவைகளைத் தமிழ் மக்கள் தெரிந்து கொள்ள வேண்டியது அவசியமல்லவா? அசுர வேகத்தில் வளர்ந்து வரும் இன்றைய உலகத்தில் நாம் மட்டும் பின்தங்கி விடலாமா? ஆகவே, மேலை நாட்டில் வளர்ந்து வரும் புத்தம் புதிய கருத்துக் களைத் திரட்டித் தமிழர்களுக்குத் தரவேண்டும்; அத்துடன் நமது மறைந்து வரும் கலைச்செல்வங்களைத் தேடி எடுத்து வெளியிட வேண்டும்: தமிழில் சிறந்த சிறுகதைகள், கவிதைகள் வெளிவருவதற்கு நம்மால் ஆன பணியைச் செய்ய வேண்டும் என்ற இந்த ஆசைகளால் உந்தப்பட்டு சரஸ்வதி வெளியிடுகிறோம்.

'நாட்டு மக்களை உயர்த்துவதற்காக எழுத வேண்டும்; சமூகத்தைச் சக்தி வாய்ந்ததாக்குவதற்காக எழுத வேண்டும்; கிராமவாசியும் புரிந்துகொள்ளக் கூடிய தமிழில் எழுத வேண்டும்' என்று அமரர் வ.ரா. அவர்கள் காட்டிய இந்தப் பாதைதான் நாங்கள் விரும்பும் பாதை; செல்லும் பாதை.'

முதல் இதழ் அட்டையில் வ.ரா. படம்தான் அச்சாகியிருந்தது. அதில் ஜெயகாந்தன் கதையும், தமிழ்ஒளி கவிதையும் பிரசுர மாயின. தமிழ்ஒளி விஜயரங்கம் என்ற பெயரில் ஒரு கதையும் எழுதியிருந்தார். மற்றும் ஸி.எஸ். சுப்ரமணியம், அ.லெ. நடராஜன், இஸ்மத் பாஷா ஆகியோரும் எழுதியிருந்தார்கள்.

'சரஸ்வதி ஆரம்பிப்பதற்குச் சில மாதங்களுக்கு முன்தான் ஜெயகாந்தன் எனக்கு அறிமுகமானார். சக்தி – ஹனுமான்

காலத்தில் ஒரு நாள் தமிழ்ஒளி அவரை என் வீட்டுக்கு அழைத்து வந்து அறிமுகப்படுத்தினார். இஸ்மத் பாக்ஷாவின் *சமரனில்* அவர் இருந்ததும், அதில் அவர் எழுதிவந்த ஒரு சில கதைகளும் எனக்குத் தெரியும். இந்த அறிமுகத்திற்குப் பின்னர் *ஹனுமானில்* அவரது ஒன்றிரண்டு கதைகளை வெளியிட்டேன். *சரஸ்வதி ஆரம்பித்ததும் அதில் தொடர்ந்து எழுதினார்*' என்று வி.பா. குறிப்பிடுகிறார்.

தமிழ்ஒளிதான் ஜெயகாந்தனை எனக்கும் அறிமுகம் செய்து வைத்தார். மனிதன் நடந்துகொண்டிருந்த காலம் அது. *ஹனுமானில்* பிரசுரமான கதைகளையும், வேறு சில கதைகளையும் தொகுத்து 'உதயம்' என்ற சிறு புத்தகமாக அந்தச் சமயத்தில் ஜெ.கா. வெளியிட்டிருந்தார்.

சரஸ்வதியின் முதல் ஆண்டில் ஜெயகாந்தன் மூன்றே இதழ்களில்தான் (1,2,4) எழுதியிருக்கிறார். இரண்டாவது ஆண்டில்தான் தொடர்ந்து எழுதலானார்.

எஸ். ராமகிருஷ்ணன், சாமி சிதம்பரனார், இஸ்மத் பாக்ஷா முதலியோர் தொடர்ந்து கட்டுரைகள் எழுதி வந்தனர். கே.சி.எஸ். அருணாசலமும் தமிழ்ஒளியும் கவிதைகள் எழுதிவந்தார்கள்.

எனது கதை ஒன்று *சரஸ்வதி* நான்காவது இதழில் வெளிவந்தது.

ஆர்.கே. கண்ணன் 'பாரதி நோக்கு' என்ற தலைப்பில் பாரதி பற்றிய ஆய்வுரையை ஐந்தாவது இதழ் முதல் தொடர் கட்டுரையாக எழுதினார். பின்னர், எட்டாவது இதழிலிருந்து புதுமைப்பித்தன் கதைகள் பற்றித் தொடர்ச்சியாக எழுதி வந்தார்.

சரஸ்வதியின் ஏழாவது இதழ் தலையங்கம் இங்கு மீண்டும் எடுத்துச் சொல்லப்பட வேண்டிய ஒன்றாகும்.

அரையாண்டுக்குப் பின்

'சரஸ்வதி' தோன்றி அரையாண்டு முடிந்து விட்டது. நீங்கள் இன்று வாசிப்பது ஏழாவது இதழ்.

பிள்ளைப் பருவத்துக் கோளாறுகள் ஏதாவது இருந்தால் அவற்றை வென்று, வளர்ந்து இன்று அவள் பொலிவுடன் விளங்கி வருகின்றாள்.

அவளது வளர்ச்சியில் ஆழ்ந்த அக்கறை செலுத்தி மாதாமாதம் விஷயதானம் அளித்து *சரஸ்வதியை* போஷித்துத் தமிழகத்துக்கு இலக்கியப்பணி புரிய முன் வந்துள்ள திரு ஆர்.கே. கண்ணன், எஸ். ராமகிருஷ்ணன், முகவை இராஜமாணிக்கம், ஆர். கார்த்திகைவேலு, கே. ராமநாதன், பண்டரிநாதன், பாஸ்கரன் முதலானோருக்கு

உங்கள் சார்பில் நன்றி தெரிவிக்கிறேன். அவர்களுடைய அரிய ஆராய்ச்சிக் கட்டுரைகளும், கதைகளும், கலை இலக்கிய விமர்சனங்களும், பிறமொழிக் கதைகளின் மொழி பெயர்ப்புக்களும் பிறநாட்டுக் கலைவேந்தர்கள் பற்றிய சொற்சித்திரங்களும் உங்களுக்கு மாதந்தோறும் கிடைத்து வரும் என்கிற செய்தி எல்லோருக்கும் மகிழ்வூட்டும்.

புதிய ஒளியிலே நமது இலக்கிய, சரித்திரப் பொக்கிஷங்களை அனுபவித்துப் பேணுவதோடு *சரஸ்வதி* நின்றுவிடவில்லை. நமது இலக்கியப் பரம்பரையுடன் பிரிக்க முடியாதபடி ஒன்றிவிட்ட அமரர்கள் திரு.வி.க., வ.ரா., வ.வே.சு.ஐயர், ரசிகமணி டி.கே.சி. முதலிய பல அறிஞர்கள் விட்டுச் சென்ற கலைச் செல்வத்தையும் அடிக்கடி சுவைத்து அனுபவிக்க *சரஸ்வதி* வாய்ப்பளிக்கின்றாள். தமிழ் இலக்கியம் எந்தப் பாதையில் வந்தது, எந்தப் பாதையிலே போய்க் கொண்டிருக்கிறது என்கிற கால-திசை உணர்வு *சரஸ்வதி* இதழ் ஒன்றை எடுத்துப் பார்ப்போருக்கு உடனே ஏற்படும்.

சுருங்கச் சொன்னால், ஒரு குறிக்கோளுடனும், அதைச் செயல் படுத்தக் கூடிய ஒரு திட்டத்துடனும் *சரஸ்வதி* இயங்குகிறாள்.

குறுகிய நோக்கோடு முற்போக்கு, பிற்போக்கு அம்சங்களைக் கணித்து ஒதுங்கிப் போகாமல், மனித வளர்ச்சிக்குப் பாடுபடும் சகல சக்திகளையும் அரவணைத்துப் பேணுவதே *சரஸ்வதியின்* இலட்சியம்.

இம்முயற்சிக்கு ஆக்கமும் ஊக்கமும் நீங்கள் அளிக்க வேண்டும். தைரியமாக, நிர்தாட்சணியமாக, *சரஸ்வதியை* விமர்சனம் செய்யுங்கள். வளரும் பருவத்தில் புகழுரைகளை விட விமர்சனச் சொற்களே பயன் தருவன. புகழ்ச்சியில் தலைக்கனம் என்ற பீடை வந்து சேரும். ஆகவே விமர்சனம் செய்க-காய்தல், உவத்தல் இன்றி.

கலை இலக்கியத் துறையில் இன்னும் என்ன அம்சங்களை என்ன வடிவங்களில், சேர்ப்பது நல்லது என்பதைக் குறித்து உங்களுடைய விருப்பங்களைத் தெரிவியுங்கள்.

அதோடு கற்பனையழகு மிகுந்த, உண்மையின் உயிர்ப்புடன் கூடிய நல்ல கதைகள், கவிதைகள், ஓரங்க நாடகங்கள் முதலியன அனுப்புங்கள். எத்தனையோ எழுத்தாளர்கள் இருக்கிறீர்கள், எங்கெங்கோ இருக்கிறீர்கள். உங்களுக்கு *சரஸ்வதி* சந்திக்குமிடமாக இருக்கட்டும். கூட்டு முயற்சியில் பயன் எவ்வளவோ உண்டு.

கடைசியாக, 48 பக்கங்கள் கொண்ட பத்திரிகையை எப்படி 2 அணாவுக்குத் தருகிறீர்கள் என்று அனைவரும்

கேட்கிறீர்கள். மாதா மாதம் பணத்தியாகம் செய்துதான்! பத்திரிகையின் விற்பனையை உயர்த்துவதில் ஒருவர் பாக்கியின்றி நீங்கள் அனைவரும் உதவினால் நஷ்டத்தைத் தவிர்த்து, இன்னும் சிறப்பாக முன்னேற முடியும். ஏஜென்ஸிக்கு ஒவ்வொரு ஊரிலும் ஏற்பாடு செய்யுங்கள் என்று வேண்டுகிறோம்.

பத்திரிகைக்குச் சந்தாதாரர்களாக உடனே சேருங்கள். பிரதிகள் கிடைப்பதில் உத்திரவாதம் தேடிக் கொண்ட மாதிரி இருக்கும். அதோடு இலக்கியப் பணியில் பங்குதாரர் களாகிய மாதிரியும் இருக்கும். சந்தாத் தொகை சரஸ்வதிக்கு மூலதனம் போல்.

ஆண்டு நிறைவு நெருங்கும் முன்னர் சரஸ்வதி தமிழ்நாட்டில் அசைக்கொணாத ஸ்தானத்தை பெற்றுவிட வேண்டும். வணக்கம்.

– ஆசிரியர்

இத்தலையங்கத்தில் குறிப்பிடப்பட்டுள்ள எழுத்தாளர்கள் அனைவரும் மார்க்சியக் கண்ணோட்டமும் கம்யூனிஸ்ட் கொள்கைகளும் கொண்ட முற்போக்கு இலக்கியவாதிகளேயாவர்.

‘கைவருந்தி உழைப்பவர் தெய்வம்; கவிஞர் தெய்வம், கடவுளர் தெய்வம்’ என்ற பாரதியின் வரிகளை மூலவாக்கியமாக முகப்பில் பொறித்துக்கொண்ட *சரஸ்வதி* முற்போக்கு இலக்கியவாதிகளின் பத்திரிகையாகத்தான் பிறந்தது; வளர்ந்தது.

முற்போக்கு இலக்கியவாதிகளின் இலக்கிய நோக்கையும், எழுத்தாளர் போக்குகள் பற்றிய அவர்களது கருத்தையும் விளக்குவதற்கு தி.க. சிவசங்கரன், ரகுநாதனின் *சாந்தியில்* (பிப்ரவரி 1955) எழுதிய விமர்சன வரிகள் நல்ல உதாரணமாக அமையும் என்பதனால் அவற்றை இங்கே தருகிறேன். ‘வல்லிக்கண்ணன் கதைகள்’, ஜெயகாந்தனின் ‘உதயம்’ என்ற இரு புத்தகங்களையும் விமர்சிக்கையில் எழுதப்பட்டுள்ள அபிப்பிராயம் இது:

“கதை எழுதுகிறவன் எதையும் எப்படியும் எழுதலாம்; ஆனால், சொல்கிற விஷயத்தை சுவையாகச் சொல்லக் கற்றிருக்க வேண்டும்; அதுதான் முக்கியம் இதுவே என் நோக்கம்” என்று தமது கதைகளைப் பற்றிய முகவுரையில் கூறுகிறார் ஆசிரியர் (வ.க.).

‘கதை எழுதுகிறவன் சொல்கிற விஷயத்தைச் சுவையாகச் சொல்லக் கற்றிருக்க வேண்டும்’ என்பது சரி. ‘எதையும் எப்படியும் எழுதலாம்’ என்ற கருத்து சரியல்ல. இது ‘கலை கலைக்காகவே!’ என்னும் செல்லரித்துப் போன கொள்கையின் மறு பதிப்பே யாகும்.

‘எதையும் எப்படியும் எழுதலாம்’ என்ற வாதம் நடைமுறையில் பத்தாம் பசலிக் கருத்துக்களையும், மூட நம்பிக்கைகளையும்,

தோல்வி மனப்பான்மையையும், அவநம்பிக்கையையும் மக்கள் மனதில் வேரூன்றச் செய்யவே உதவும். 'எழுத்தாளன் எதை எப்படி எழுத வேண்டும்?' என்ற கேள்வியுடன், 'யாருக்காக எழுத வேண்டும்?' என்ற கேள்வியும் இணைந்ததுதான். எழுத்தாளன் சிலருடைய நன்மைக்காக அல்ல; பலருடைய நன்மைக்காக எழுத வேண்டும். சிலருடைய எதிர்காலத்திற்காக அல்ல; பலருடைய எதிர்காலத்திற்காக எழுத வேண்டும். அஞ்ஞானத்தை வளர்ப்பதற் காக அல்ல; விஞ்ஞானத்தை வளர்ப்பதற்காக எழுத வேண்டும்.

"எழுத்தாளனுடைய பேனா, அவனுடைய வயிற்றை மட்டுமே நிரப்பவோ அல்லது காகிதத்தை நிரப்பி 'ஆத்ம சாந்தி' காணுவதற்கோ உரிய கருவி அல்ல. அது சமுதாய விரோதிகளுக்கு வாளாகவும், மக்களுக்குக் கேடயமாகவும் விளங்கவேண்டும்." அடுத்து, உதயம் தொகுதி பற்றிய விமர்சனத்தில், தி.க.சி. கூறிய கருத்து:

"சமுதாயத்திலுள்ள அநாகரிகச் சின்னங்களை, ஏழை பாழைகளை, புகலிடம் அற்றோரை, புறக்கணிக்கப்பட்டோரை ஜெயகாந்தன் கதாபாத்திரங்களாக்குவதை நாம் வரவேற்கிறோம். முழு மனதுடன் வரவேற்கிறோம். ஆனால் இவர்கள் ஏன் அநாகரிகச் சின்னம் ஆனார்கள்; யார் இவர்களை அப்படி ஆக்கியது என்பதையும் அவர் நமக்கு எடுத்துக்காட்ட வேண்டும்.

ஒரு ஏழையின் முதுகிலே சாட்டையடி விழுகிறது. அவன் சாட்டையால் துடிப்பதை நாம் காண்கிறோம்; நெஞ்சம் பதைக்கிறோம். இந்தக் காட்சியைப் படம் பிடிப்பதுடன் கதாசிரியர் நின்றுவிடக் கூடாது. சாட்டையை யார் சொடுக்குகிறார்கள். சாட்டை பிடிக்கும் கரத்திற்கு யார் பக்கபலமாக நிற்கிறார்கள் என்பதையும் நமக்குக் காட்டவேண்டியது அவர் கடமை. அப்படியானால்தான் நாம் அந்தக் கொடுங்கரத்திலிருந்து சாட்டையைப் பிடுங்க முடியும். இல்லாவிடில் பெருமூச்சு விட்டுக்கொண்டு நிற்கவேண்டியது தான்!..

கதாசிரியன் எதை எழுதினாலும் காரண காரியத்தோடு, வாசகர்களுக்கு நெஞ்சில் உரமூட்டும்படி, எதிர்காலத்தில் நம்பிக்கை தழைக்கும்படி எழுதவேண்டும். இல்லாவிடில் அவன் எழுத்துக்கள் அலங்கார சித்திரங்களாக ஒரு சிலருக்குத் திருப்தி அளிக்கலாமே தவிர, மிகப் பலருக்குப் பயனற்றதாய்ப் போய்விடும்."

~~

7

இலக்கியத்தின் சில போக்குகள்

மணிக்கொடி நடந்து கொண்டிருந்த காலத்தில், தமிழ்நாட்டில் எழுத்தாளர்கள் மத்தியிலும் பத்திரிகை உலகத்திலும் மூன்றுவித மனோபாவங்கள் நிலவின (மணிக்கொடி, ஆனந்த விகடன், கலைமகள்) என்று இத் தொடரின் ஆரம்பத்தில் குறிப்பிட்டிருக்கிறேன்.

இச்சந்தர்ப்பத்தில் அதை மீண்டும் நினைவு படுத்திக்கொள்ள வேண்டியது அவசியம் ஆகும். அதை ஒட்டி, அந்நாட்களில் (1940 முற்பகுதியில்) கு.ப. ராஜகோபாலன் எழுதிய விளக்கத்தின் முக்கியமான பகுதிகளை இங்கே எடுத்தெழுதுவது விஷயத்தை விட்டு விலகிச் செல்லல் ஆகிவிடாது.

கு.ப.ரா. எழுதியது

'எழுத்துக்காகத்தான் எழுத்து' அல்லது 'கலைக்காகத்தான் கலை' என்று எப்பொழுதும் ஒரு கட்சி உண்டு. இலக்கியத்திற்கு வேறொரு வேலையும் கிடையாது. வேறொரு இயக்கத்திற்கும் காரணமாகாது தன் நெகிழ்ச்சியிலேயே நிலை பெறுவது என்பது அந்தக் கட்சியின் சித்தாந்தம். அதாவது கலை என்பது கலைஞனின் ஆத்மா வெளியே விரிவு கொள்வது. அவ்வளவுதான். அஃது ஒரு நிகழ்ச்சி, அனுபவம். அதற்கு மேல் போன யாதொரு தத்துவமும் அதில் கிடையாது என்பது அதன் கொள்கை.

இலக்கியம் இதயத்தின் ஒலிபரப்புத்தான். சந்தேகமில்லை. ஆனால் அந்த ஒலி உள்ளே இருக்கும் வரையில் அது ஆத்மானுபவம்தான் – கலைஞனின் உள்ள நெகிழ்ச்சி, எந்த நிமிஷம் எழுத்து, வாத்தியம், வர்ணம், கல் முதலிய கருவிகள் மூலம் வெளியேறிப் பரவுகிறதோ, அதே நிமிஷம் அது வெளியுலகத்தை எந்த முறையிலாவது பாதிக்கும் தன்மை பெற்று விடுகிறது. அப்பொழுது அது வெறும் அனுபவம் என்ற கர்ப்ப நிலையைத் தாண்டி விடுகிறது. பிறந்த குழந்தையாகி விடுகிறது. பிறகு பிறர் சூட்டும் பெயரும் பிறர் சுமத்தும் சுமையும் தானே அதன் வாழ்க்கை?...

ஒவ்வொரு கலைஞனுடைய எழுத்துக்கும் கொள்கை என்ற பெயர் இருந்தே தீர வேண்டும். இந்த முறையில் தமிழ்நாட்டில் தற்காலம் எழுதிவரும் ஒவ்வொரு எழுத்தாளருக்கும் ஒரு கொள்கை இருப்பது தென்படுகிறது. பொதுவாக அவர்களுடைய எழுத்துக்களைச் சில முக்கியமான பிரிவுகளின் கீழ்க் கொண்டுவந்து விடலாம்.

ஆனந்த விகடன், கலைமகள், மணிக்கொடி – இந்த மூன்று பத்திரிகைகளும் இந்தப் புது எழுத்திற்கு முதல் ஆதாரமாக இருந்தன என்பது சென்ற பத்து வருஷ இலக்கிய நிகழ்ச்சிகளைக் கவனித்து வரும் எல்லோரும் அறிந்த விஷயம். புது எழுத்து முழுவதும் அநேகமாக அவற்றில் அடக்கமாகி இருக்கிறது என்றே சொல்லிவிடலாம்.

இந்த மூன்று பத்திரிகைகளுமே ஒரு விதத்தில் மூன்று மனப்பான்மைகளின் வாக்காக அமைந்து விட்டன.

ஆனந்த விகடன் நுனிப்புல் மேயும் மனப்பான்மை கொண்டது. ஆழ்ந்து எதையும் ஆராய அதற்கு விருப்பம் இல்லை. வாழ்க்கையின் கஷ்டங்களைக் கண்டு சகிக்க அதற்கு வெறுப்பு. எனவே வாழ்க்கையில் மேலெழுந்த வாரியாகத் தென்படும் சுக சௌகரியங்களை மட்டும்தான் அது வாழ்க்கையில் கண்டறிய வேண்டியவை என்று கொள்கிறது. ஹாஸ்யம், கிண்டல் – அதிலும் ஆழம் கிடையாது. சிக்கல்களை வெகுலேசாக ஒதுக்கி விட்டு முகம் கோணாதபடி வாழ்க்கையின் சௌகரியமான அம்சங்களை மிகைப்படுத்திச் சித்தரிப்பது. துக்கத்தையும் வீழ்ச்சியையும் மகத்தான சோகங்களையும் கண்டு கண் மூடிக்கொண்டு விடுவது.

கலைமகள் முக்கியமாகப் பெருவாழ்வின் மிதப்பைப் போற்றும் மனப்பான்மை கொண்டது, கற்பனையிலும் வாழ்க்கையிலும் பெருமையையும் பேற்றையும் அந்தஸ்தையும் கௌரவத்தையும் போற்றுவது இதன் இயற்கை. வாழ்க்கைப்

போர் அலட்சியம் செய்ய வேண்டிய விஷயம். அது நிரந்தரமல்ல. முக்கியமல்ல. சீரும் செல்வமும் தான் வாழ்க்கையின் லட்சியங்களை நிறைவேறச் செய்யும் கருவிகள். அவைதான் போற்றுதற்குரியவை. சுகம் வாழ்க்கையின் லட்சியம்–பெயர், பதவி, கலாரசனை, லட்சியத்திற்கொத்த கலை.

மணிக்கொடியின் மனப்பான்மை புரட்சி. வாழ்க்கையிலும், சமூகத்திலும், ரசனையிலும் புரட்சி. 'புராணமித்யேவ நசாது சர்வம்' (பழையது என்பதாலேயே எல்லாம் சிறந்தது அல்ல) என்று காளிதாசன் சொன்னது தான் அதன் கொள்கை. போராட்டத்தில்தான் அதன் உயிர். துக்கத்திலும், வீழ்ச்சியிலும் வறுமையிலும் தான் உணர்ச்சிகள் சிறந்து ஒளிகொண்டு ஜ்வாலிக்கின்றன என்பது அதன் கொள்கை. சோகம், ஏமாற்றம், துக்கம் தான் உண்மை என்பது அதன் தீர்மானம். சர்வஜன ஓட்டின் தீர்ப்புப்படி உலகத்தில் பெருவாரியான மக்கள் அனுபவிப்பது இன்பமா? செல்வமா? பதவியா? இல்லை. அதனால் மணிக்கொடி மனப்பான்மை, எங்கும் தென்படும் வறுமையையும் நோயையும்தான் ஆராய்ச்சி செய்கிறது. எதையும் அது புறக்கணிப்பதில்லை. எல்லாம் இயல்பு, எல்லாம் இயற்கை, எல்லாம் பலவீனம் என்று தெளிவு கொள்ளுகிறது. போராட்டம் தான் அதன் லட்சியம். போரின் முடிவு கூட அவ்வளவு இல்லை.

முதல் இரண்டு மனப்பான்மைகளும் கொஞ்சம் நிதானபுத்தி கொண்டவை. மூன்றாம் மனப்பான்மை தீவிரப்போக்கு உடையது. இதற்குள்ளேயே பல போக்குகள் இருக்கின்றன. உதாரணமாக வ.ரா. ஒரு போக்கு; பிச்சமூர்த்தி ஒரு போக்கு; 'புதுமைப்பித்தன்' என்ற விருத்தாசலம் ஒரு போக்கு…

ஆனால் இதெல்லாம் சௌகரியத்திற்காகச் செய்து கொள்ளும் பிரிவுகளே தவிர வெட்டி விட்டாற் போல் ஒன்றுமே நிர்ணயிக்க முடியாது. வளர்ச்சி எந்த இடத்தில் எந்த தருணத்தில் நடைபெறுகிறது என்று எங்காவது சொல்ல முடியுமா? பொதுப்படையாக அடையாளம் கண்டு கொள்ளும் பொருட்டுத்தான் பிரிவுகள் எல்லாமே…

இந்த மூன்றிலும் ஒன்று தாழ்ந்தது, மற்றொன்று உயர்ந்தது என்று நான் சொல்ல முன்வரவே முடியாது. எதுவும் குறைந்ததல்ல, இகழத்தக்கதல்ல. மனிதசுபாவத்தின் மூன்று போக்குகள் இவ்வாறு, யதேச்சையாக, வேண்டுமென்று யாரும் வகுக்காமல், பிரிவு கொண்டு பரிமளிக்கின்றன. ஒவ்வொரு மனப்பான்மைக்கும் நிச்சயம் தர்க்க ரீதியாகவே ஓரளவு சித்தாந்தமாக விளங்க இடமிருக்கிறது. எல்லாவற்றிலும் உண்மை இருக்கிறது. விகிதத்தில்

தான் வித்தியாசம், அதிலும் அபிப்பிராய பேதத்திற்கு ஏராளமாக ஆதரவு இருக்கிறது.

தமிழ்நாட்டில் சென்ற பத்து வருஷங்களுக்குள் உள்ளத்தின் ஒலிபரப்பு இவ்விதமாக இவ்வளவு தெளிவுடன் சிற்றலை, நீட்டலை, நடுத்தர அலை என்று ரேடியோவில் சொல்லுவது போலப் பாகுபாடு பெற்றதே ஒரு பெரிய நிகழ்ச்சியாகும்." (கு.ப.ரா.–'புது எழுத்து' என்ற கட்டுரையில்.)

மணிக்கொடி மனோபாவத்தினர் 'மறுமலர்ச்சி எழுத்தாளர்' என மதிக்கப்பட்டனர். அவர்களது படைப்புகள் 'மறுமலர்ச்சி இலக்கியம்' என்று கருதப்பட்டன.

மறுமலர்ச்சி என்று பெயர் வந்தது எதனால்? இதற்கும் கு.ப.ரா.வின் எழுத்திலேயே விளக்கம் கிடைக்கிறது.

'நமது பழைய எழுத்துக் காலம் சங்ககாலம். அப்பொழுது எழுத்து, வாழ்க்கையின் பிரதிபலிப்பாக அதன் லட்சியக் கருவியாகவும் இருந்தது. தலைவனும் தலைவியும் தமிழ்க்காதல் புரிந்த காலத்தில் உதித்தது அது. இடைக்காலத்தில் தமிழ் எழுத்து வாழ்க்கைக்குச் சம்பந்தமற்றுப் போயிற்று; ஏதோ ஒரு விபரீதமான கற்பனையாக மாறிற்று. அந்தக் காலத்துக்கு ஒவ்வாத கருத்துக்களும் வார்த்தைகளும் இலக்கியத்தில் புகுந்து அதை வாழ்க்கையிலிருந்து பிரித்து விட்டன. பிறகு ஆழ்வார்கள் முதலியவர்கள் தோன்றின பொழுதுதான் மன நிகழ்ச்சிகள் மூலமாவது இலக்கியம் வாழ்க்கையுடன் பிணைப்புக் கொண்டது.

சென்ற நூறு வருஷங்களாக தமிழ் எழுத்து அதற்கு முன் இருந்த விபரீதத்தைத் துறந்து நடைமுதலுக்கு வர ஆரம்பித்து விட்டது. வாழ்க்கையில் அடிபடாத செந்தமிழ் நீங்கித் தமிழன் பேசும் பாஷை இலக்கியத்தில் இடம் பெற்றுவிட்டது. அந்த ஆதிக்கத்தைப் பரப்பத்தான் இன்று புதுமை எழுத்தாளர்கள் எழுதுகிறார்கள். பேச்சு நடை இலக்கியத்தில் ஸ்தானம் பெறுவது அவர்கள் முதல் லட்சியம்.' (கு.ப.ரா.–'புது எழுத்து' கட்டுரையில்.)

சங்ககாலம் தமிழின் மலர்ச்சிக் காலம். இடைக் காலம் தமிழ் வாட்டமுற்றிருந்த நிலை. அதை மாற்றி, தமிழ் இலக்கியத்தில் புது வளர்ச்சி காண முயன்றவர்கள் மறுமலர்ச்சிக்காரர்கள்.

இந்த நூற்றாண்டின் முப்பதுகளிலும், நாற்பதுகளின் முதல் பாதியிலும் இருந்த நிலைமை அது. நாற்பதுகளின் பிற்பகுதியில் தமிழ் எழுத்தாளர்களிடையிலும் தமிழ்ப் பத்திரிகை உலகிலும் வேறு இரண்டு நோக்குகளும் போக்குகளும் தலைகாட்டின.

ஒன்று உலகளாவிய அரசியல் பொருளாதார தத்துவத்தின் தாக்கத்தினால் ஏற்பட்டது, மற்றது; தனிநபர் ஒருவரின் செல்வாக்கினால் விளைந்த பாதிப்பு.

முதலாவது – மார்க்ஸிய லெனினியக் கோட்பாடுகளை ஆதாரமாகக் கொண்ட கம்யூனிஸத்தையும், கம்யூனிஸ்ட் கட்சியின் கொள்கைகளையும் அஸ்திவாரமாகப் பெற்றது. முதலாளித்துவ எதிர்ப்பு, முதலாளிவர்க்க ஒழிப்பு, பட்டாளிவர்க்க உயர்வு, பொருளாதார சமத்துவம் முதலியவற்றை லட்சியமாகக் கொண்ட 'முற்போக்கு இலக்கிய' மனோபாவம்.

மற்றது, திரு ஸி.என். அண்ணாதுரை எம்.ஏ.யின் பேச்சாலும் எழுத்தாலும் ஏற்பட்ட 'திராவிட இயக்க' வளர்ச்சி, பார்ப்பனிய எதிர்ப்பு, பார்ப்பன ஆதிக்க ஒழிப்பு, வடவர் ஆதிக்க எதிர்ப்பு, கடவுள் மறுப்பு, மத ஒழிப்பு, மூட நம்பிக்கைகள், வறுமை, விபசாரம், பெண் அடிமைத்தனம் ஆகியவற்றின் ஒழிப்பு; இந்தி எதிர்ப்பு, தமிழ் – தமிழர் உயர்வு, சமூக சீர்திருத்தம் முதலியவற்றை அடிப்படைக் கொள்கைகளாகக் கொண்ட 'திராவிட இயக்க' மனோபாவம்.

முப்பதுகளிலும் நாற்பதுகளின் ஆரம்பத்திலும் பெரியார் ஈ.வே.ரா. அவர்களின் சிந்தனைகள் பேச்சு மூலமும் எழுத்து வடிவிலும் தமிழ்நாட்டில் பரவியிருந்த போதிலும் பத்திரிகை உலகத்தில் அவை பெரும் பாதிப்பை ஏற்படுத்தவில்லை.

அண்ணாதுரையின் எழுத்தாற்றலும் பேச்சாற்றலும் இளைஞர்களை வெகுவாகக் கவர்ந்தன. புதிய எழுத்தாளர்களைத் தோற்றுவித்தன. சுதந்திரத்துக்குப் பிறகு, இந்த இயக்கக் கொள்கைகளை அடிப்படையாகக் கொண்ட பத்திரிகைகள் அதிகம், அதிகமாகத் தோன்றின. 'இலக்கியப் பத்திரிகை' என்று சொல்லிக்கொண்டும் பல வெளிவந்தன.

அண்ணாதுரையின் புத்தகங்கள் பலவற்றையும் நான் படித்துப் பார்த்திருக்கிறேன். அவர் எழுதிய நாவல்கள், சிறுகதைகள் முதலியவற்றை நேர்மையான விமர்சனத்துக்கு உள்ளாக்குகிற போது, அவற்றில் எவ்வித இலக்கிய நயமும் இல்லை என்பது எளிதில் தெளிவாகிவிடும்.

மேடைப் பேச்சில் அவர் பாணியைப் பின்பற்றி அநேக பிரசங்கிகள் தோன்றியது போல, எழுத்துத் துறையிலும் அண்ணாதுரை போக்கை பின்பற்றி எழுத்தாளர்கள் ஆனவர்கள் அதிகம் பேர்தான். இவர்களில் சுய சிந்தனையும், சுய ஆற்றலும் காட்டியவர்கள் மிகச் சிலரேயாவர்.

திராவிட இயக்கக் கொள்கைகளைப் பரப்புவதற்காகவும், 'திராவிட இலக்கியம்' என்று ஒன்றை உருவாக்குவதற்காகவும் நடத்தப்பட்ட 'இலக்கியப் பத்திரிகை'களையும் நான் கவனித்திருக்கிறேன். 'கம்பீர ஜன்னியும்' 'இன்ஃபீரியாரிட்டி காம்பிளெக்ஸு'ம் தான் இப்பத்திரிகைகளில் அடிக்கடி குரல் எழுப்பிக்கொண்டிருந்தன. தமிழர் உயர்வு, தமிழர் பண்பாட்டுச் சிறப்பு பற்றி எல்லாம் எழுதப்பட்டனவற்றை நான் குறிப்பிட வில்லை.

தமிழில் இலக்கியம் படைப்பதும், இலக்கியப் பத்திரிகை நடத்துவதும் எங்களால் தான் முடியும், மற்றவர்களால் அப்படிச் செய்ய இயலாது என்று எந்த இனத்தவரோ பெருமையாக சொல்லிக்கொண்டிருந்தது போலவும், அதைப் பொய்ப்பித்து 'திராவிடர்களும்' உயரிய பத்திரிகைகள் நடத்திக் காட்ட முடியும், மலர்கள் தயாரிக்க முடியும் என்று உணர்த்தும் விதத்தில் அப்பத்திரிகைகள் வெளிவருவதாகவும் அவற்றின் ஆசிரியர்கள் சந்தர்ப்பங்களிலும் அசந்தர்ப்பங்களிலும் ஒலிபரப்பி வந்தார்கள். ஆனால் பத்திரிகைகள் விமர்சனப் பார்வைக்கு திருப்தி அளிப்பனவாக அமைந்ததில்லை.

அண்ணாதுரை 'மறுமலர்ச்சி' என்ற பதத்தையும் வேறு பொருளில் கையாளலானார். 'தமிழ் மறுமலர்ச்சி' என்று அவர் குறிப்பிட்டார். கம்பராமாயணம் போன்ற இலக்கியங்களை ஒதுக்குவது, திருக்குறளை உயர்த்துவது, தமிழ் மொழிக்கு சகல வகைகளிலும் உயர்ந்த அந்தஸ்து தேடித் தருவது, தமிழர் பண்பாட்டு உயர்வு பேசுவது முதலியவை 'இத்தமிழ் மறுமலர்ச்சி'யில் அடங்கியிருந்தது.

இந்த மனோபாவம் இயக்கரீதியில் வளர்ந்து வேகம் பெறக் காலம் துணைபுரிந்துள்ளது. எனினும், கால ஓட்டத்தில், இந்த இயக்க அடிப்படையில், கவனித்தே தீரவேண்டிய பத்திரிகைகளோ குறிப்பிடத் தகுந்த இலக்கியப் படைப்புகளோ தோன்றவில்லை என்பதே என் கணிப்பு.

'முற்போக்கு இலக்கியம்' மறுமலர்ச்சி இலக்கியத்தைவிடத் தீவிரமானது. மேலே எடுத்துச் சொன்ன மேற்கோளில் கு.ப.ரா. கூறியிருப்பது போல மறுமலர்ச்சி மனப்பான்மை எங்கும் தென்படும் வறுமையையும் நோயையும்தான் ஆராய்ச்சி செய்கிறது. எதையும் அது புறக்கணிப்பதில்லை. போராட்டம்தான் அதன் லட்சியம். போரின் முடிவு கூட அவ்வளவு இல்லை.

ஆனால் திட்டமான ஒரு முடிவுக்கு வழி வகுத்துக் காட்ட வேண்டும் என்பது 'முற்போக்கு இலக்கிய' மனோபாவம்.

வறுமையை, சிதைவை, சீர்குலைவை மட்டுமே உணர்ச்சியோடு சித்தரித்துக்கொண்டிருப்பதில் பொருளுமில்லை; பயனுமில்லை. அவற்றின் காரணத்தைச் சுட்டிக் காட்ட வேண்டும். அத்துடன் அவ்விழிநிலையிலிருந்து மீளுவதற்கு வழியையும், மீண்டும் புதுவாழ்வு காண முடியும் என்ற நம்பிக்கையையும் தரவேண்டியது இலக்கியத்தின் கடமை என வலியுறுத்துகிறது அது.'

இது எனக்கு முற்றிலும் உடன்பாடானது அல்ல. எதையும் எப்படியும் எழுதலாம்; எழுத்தாளன் எல்லாவற்றையும் சித்திரிக்க வேண்டியதுதான். ஆனால், சொல்வதை, சுவையாக, கலைநயத்தோடு சொல்ல வேண்டும். இதைத்தான் நான் அன்றும் இன்றும் சொல்லி வருகிறேன்.

'முற்போக்கு இலக்கியம்' பற்றி விரிவாக விளக்கம் கூற வந்த ரகுநாதன் எழுதியிருக்கும் முடிவுரை எனக்குப் பிடித்திருக்கிறது. அனைவரும் ஏற்றுக்கொள்ளக் கூடிய கருத்து அது. சரஸ்வதியில், 'ரகுநாதனைக் கேளுங்கள்' என்ற பகுதியில் அவர் கொடுத்துள்ள ஒரு விளக்கத்தின் கடைசிப் பகுதி இது:

"நல்ல கருத்தை மட்டும் பிரதிபலிப்பதால் ஒன்று நல்ல இலக்கியமாகி விடுவதில்லை. நல்ல கலையழகோடு பிரதிபலிப்பதுதான் நல்ல இலக்கியமாகும். மனிதனின் மகோன்னத உணர்ச்சிகள் அழிவதில்லை. எனவே அந்த உணர்ச்சிகளைச் சிறந்த சொல்லோவியமாக்கும் இலக்கியங்களும் அழிவதில்லை. இலக்கியத்தை வெறும் விளம்பரக் கருவியாக்க முனையும் போது அந்த இலக்கியம் கருவிலேயே செத்து விடுகிறது. விளம்பரம் மட்டுமே மிஞ்சுகிறது. கலை செத்து விடுகிறது. விளம்பரம் செய்வது மட்டும் கலையாகி விடாது. விளம்பரத்தையும் கலையழகோடு செய்யும் போது தான் இலக்கியமாகிறது. இது எல்லா இலக்கியங்களுக்கும் பொருந்தும். முற்போக்கு இலக்கியமும் இதற்கு விதிவிலக்கல்ல. மகோன்னதமான உணர்ச்சிகளை, மனித குலத்தை, மேலும் மேலும் வளர்த்து மனிதர்களாக்கும் உணர்ச்சிகளை, மனிதர்களாக்க வேண்டும் என்ற நல்லுரிமைப் போரில் எழும் உணர்ச்சிகளைச் சிறந்த கலையழகோடு வெளியிடும் சிறந்த இலக்கியங்கள் என்றும் சிரஞ்சீவியாக இருக்கும்; தனது காலத்தில் தலைசிறந்த இலக்கியமாகவும், தனது காலத்துக்குப் பின்னர் சிறந்த ஆதர்சமாகவும் வழிகாட்டியாகவும் நின்று நிலவும்."

~~

8

மூன்றாவது ஆண்டில்

சரஸ்வதி முற்போக்கு இலக்கிய ஏடாகத்தான் பிறந்து வளர்ந்தது. முற்போக்கு இலக்கியவாதிகள்தான் அதில் அதிகம் எழுதிக் கொண்டிருந்தார்கள், ஆரம்ப வருடங்களில்.

ஆயினும், *சரஸ்வதி* ஆசிரியர் விஜயபாஸ்கரன், அநேக முற்போக்கு இலக்கியவாதிகளைப் போல குறுகியநோக்கு கொண்டிருக்கவில்லை.

மார்க்ஸீயக் கண்ணோட்டத்துடன், லெனினியக் கோட்பாடுகளுக்கும் கம்யூனிஸ தத்துவத்துக்கும் ஏற்ப, எழுதப்படுகிற எழுத்துக்களே முற்போக்கு இலக்கியம் என்பது அவ்விலக்கியவாதிகளின் கருத்து. அவர்களது கருத்துக்கு ஒத்துவராத படைப்புகளைப் 'பிற்போக்கு இலக்கியம்' என்றும், 'நசிவு இலக்கியம்' என்றும் குறிப்பிடுவது அவர்கள் இயல்பு. அந்த இலக்கியக் கொள்கையிலும், கம்யூனிஸ தத்துவத்திலும், கட்சியிடமும் தீவிரமான பற்றுதல் உடையவர்கள், தங்கள் நோக்கின்படி எழுதப்படாதவற்றை இலக்கியம் என ஒப்புக் கொள்ளவே தயாராக இருப்பதில்லை. அவர்கள் அபிப்பிராயத்தில், முற்போக்கு இலக்கியம் மட்டுமே இலக்கியம் ஆகும்.

எனவேதான், "குறுகிய நோக்கோடு முற்போக்கு, பிற்போக்கு அம்சங்களைக் கணித்து ஒதுங்கிப் போகாமல், மனித வளர்ச்சிக்குப் பாடுபடும் சகல சக்திகளையும் அரவணைத்துப் பேணுவதே *சரஸ்வதியின்* லட்சியம் என்று வி.பா. அறிவிக்க நேர்ந்தது. இந்த விசாலநோக்கு *சரஸ்வதியின்*

இலக்கியத் தரமான வளர்ச்சிக்கு பலமான அஸ்திவாரமாக அமைந்தது.

வேப்பேரி, ராஜா அண்ணாமலை செட்டியார் ரோடில் இருந்த *சரஸ்வதி* காரியாலயம் 1956 ஜூலை மாதம், மவுண்ட் ரோடை அடுத்துள்ள லேங்ஸ் கார்டன் ரோடு (சித்ரா டாக்கீஸ் இருக்கிற ரஸ்தா) 19ஆம் எண் வீட்டுக்கு இடம் மாறியது.

அவ்வருஷம் நவம்பர் இதழ் 'தமிழக மலர்' ஆக வெளிவந்தது. பிரிட்டிஷ் ஆட்சியின் போது நடைமுறையிலிருந்த மாகாணப் பிரிவினையை மாற்றி, இந்தியாவில் மொழிவழி மாநிலம் அமைக்கப்பட்டது 1956 நவம்பரில்தான். அத்திட்டத்தின்படி தமிழ் மாநிலம் உருவாயிற்று. அப்போது அதற்கு சென்னை ராஜ்யம் என்ற பெயர்தான் இடப்பட்டிருந்தது. ஆயினும் வரலாற்றில் முக்கியத்துவம் பெற்ற இந்நிகழ்ச்சியைப் போற்றவும், தமிழ் மாநிலம் உதயமானதில் எழுந்த மகிழ்ச்சியை வெளிப்படுத்தவும், *சரஸ்வதி* விசேஷ மலர் தயாரித்தது.

வழக்கமாக வெளியிடப்படும் 40 பக்கங்களுக்குப் பதில், இம்மலர் 72 பக்கங்கள் கொண்டிருந்தது.

1957 ஜனவரி முதல் சரஸ்வதி மூன்றாவது ஆண்டில் அடி எடுத்து வைத்தது. அதன் வரலாற்றில் அந்த ஆண்டு விசேஷங்கள் நிறைந்தது ஆகும். இவ்வாண்டில் *சரஸ்வதியில்* பல புது அம்சங்கள் சேர்க்கப்பட்டன. சூடான விவாதங்களும் சுவையான விளக்கங்களும் இடம் பெற்றன.

'ரகுநாதனைக் கேளுங்கள்' என்ற பகுதி புதிதாக ஆரம்பிக்கப் பட்டது. வாசகர்களின் கேள்விகளுக்கு ரகுநாதன் விரிவான பதில்கள் எழுதி வந்தார்.

இந்திய சினிமாத் தொழிலில் உள்ள தலைசிறந்த ஒளிப்பதிவாளர்களில் ஒருவரான நிமாய்கோஷ் திரைப்படத் தொழில் பற்றி தொடர்ந்து கட்டுரைகள் எழுதினார். நா.வானமாமலை 'பள்ளுப்பாட்டு' பற்றி எழுதிய ஆராய்ச்சி கட்டுரையும், கே.சி.எஸ்.அருணாசலம் எழுதிய 'வீழ்ந்திலன் என்ற போதும்' என்ற கதையும் தொடர் விஷயங்களாகப் பிரசுரமாயின.

ஒவ்வொரு மாதத்திய முக்கிய நிகழ்ச்சிகளையும் அறிவிக்கும் 'வம்பு மடம்' ஆக 'ரிக்ரியேஷன் கிளப்' என்ற பகுதி தொடங்கப் பட்டது. 'திரை உலகம்' என்ற பகுதியில் சினிமா விமர்சனங்களும் பட உலகச் செய்திகளும், சிற்சில படங்களுடன் பிரசுரிக்கப்பட்டன. ஆரம்பத்தில் 'மாஜினி' திரைப்பட விமர்சனம் எழுதி வந்தார்.

சில இதழ்களுக்குப் பிறகு இந்தப் பொறுப்பை தி.க.சிவசங்கரன் ஏற்றுக்கொண்டார்.

மூன்றாவது ஆண்டிலிருந்துதான் சுந்தர ராமசாமி *சரஸ்வதியில்* தொடர்ந்து எழுதலானார். முதலில் அவரது சிறுகதைகள் வந்தன. பிறகு தகழி சிவசங்கரம் பிள்ளையின் 'தோட்டியின் மகன்' எனும் நாவல் அவரால் மொழி பெயர்க்கப்பட்டு தொடர் கதையாக வெளியாயிற்று. ஆர்.கே.கண்ணனும், ஆர்.கார்த்திகைவேலும் கட்டுரைகள் எழுதுவதுடன், 'புத்தக மதிப்புரை'யையும் கவனித்துக் கொண்டார்கள்.

இந்த ஆண்டு முதல்தான் *சரஸ்வதிக்கு* எனது எழுத்துப் பணியும் அதிகமாகியது. மாதம் தோறும் சிறுகதை எழுதியதோடு, பெரிய மனிதர்களைப் பற்றிய சுவையான விஷயங்கள், அயல் நாட்டுக்கதைகளின் மொழிபெயர்ப்பு போன்றவற்றையும் அடிக்கடி எழுதலானேன்.

சாமி சிதம்பரனாரும் இதழ் தோறும் கட்டுரை எழுதி உதவினார். ஜெயகாந்தன் எழுதி வந்த கதைகள் இந்த ஆண்டில் மிகுந்த பரபரப்பை உண்டாக்கின. பாராட்டுக்களையும் கண்டனங்களையும் அதிகமாகப் பெற்றுக்கொண்டிருந்தன.

சரஸ்வதியின் பக்கங்கள் 80 என அதிகரிக்கப்பட்டு, விலையும் 25 பைசாவாக உயர்த்தப்பட்டது.

அவ்வப்போது வேறு புதுமைகளும் சேர்க்கப்பட்டன. 'சதுரங்கம்' கற்றுக்கொள்வதற்கு ஏற்ற வகையில் அவ்விளையாட்டு பற்றி விளக்கக் கட்டுரைகள் பிரசுரிக்கப்பட்டன. 'போட்டோ பிடிக்கலாம் வாருங்கள்' என்று போட்டோ எடுக்கும் கலை பற்றி ஜே.எம்.கல்யாணம் எழுதலானார்.

ஆறாவது இதழ் 'புத்தகச் சுருக்கம்' இணைக்கப்பட்டது. இலியா எரன்பர்க்கின் 'இந்திய நினைவுகள்', ஆண்டன் செகாவின் 'கண்மணி', டால்ஸ்டாயின் 'மனிதனுக்கு எவ்வளவு நிலம் தேவை?', டிக்கன்ஸின் 'டேவிட் காப்பர் பீல்ட்', எமிலி ஸோலாவின் 'நிலம்' ஆகியவை இவ்வாண்டில் இடம் பெற்றன.

அ.நடராஜன் எழுதிய விஞ்ஞானக் கட்டுரைகளும் டி.செல்வராஜின் சிறுகதைகளும் அவ்வப்போது பிரசுரமாயின.

ஜுலை மாத இதழ் 'புதுமைப்பித்தன் மலர்' ஆக வெளிவந்தது. பு.பி. இறந்து எட்டு ஆண்டுகளுக்குப் பிறகு அவர் நினைவை கௌரவிக்கும் வகையிலும், அவரது எழுத்தாற்றலையும் படைப்புகளின் தன்மையையும் தமிழ்நாட்டினருக்கு எடுத்துச் சொல்லும் முறையிலும் இந்த மலர் தயாரிக்கப்பட்டிருந்தது.

சிந்தனையைத் தூண்டும் விதத்தில் அமைந்திருந்தது இம்மலரின் தலையங்கம்:

சிறுகதை சாம்ராட்

நேற்றைய தினம்தான் என்று தோன்றும், என்றாலும் எட்டாண்டுகள் கழிந்து விட்டன, புதுமைப்பித்தன் நம்மை விட்டுப் பிரிந்து.

உள்ளத்தை ஊடுருவி மனச்சாட்சியைக் குத்திக் கிளறும் அந்த விசாலமான, தீட்சண்யம் மிகுந்த கண்கள் மூடிப்போய் எட்டாண்டுகள் கழிந்துவிட்டன.

வாழ்வின் முலைக்காம்புகளை ஆத்திரத்துடன், பரபரப்புடன், அழுகுரலுடன், பசி ஏக்கத்துடன் சிசுவைப்போல் சுவைத்து உறிஞ்சிய அவரது துடிக்கும் உதடுகள் – ஜீவமதுவை மாந்தி விரிந்த மலர்ந்த அந்த உதடுகள் நித்ய நித்திரையிலே ஆழ்ந்து, இலேசாகச் சாம்பி வதங்கிப்போய் எட்டாண்டுகள் ஆகிவிட்டன.

வாழ்வின் அழகுகளை, குரூரங்களை, விகாரங்களை, வக்கிரங்களை மனித மனம் நிறைவாகக் காணும் பொருட்டு அற்புதமான வளைவுகளை அமைத்த அவரது கற்பனை எல்லாம் ஸ்தம்பித்துப் போய் எட்டாண்டுகளாய் விட்டன. என்றாலும் நேற்றைய தினம்தான் நடந்ததுபோல ஒரு மயக்கம் உண்டாகிறது. அவர் எழுத்தின் வசீகரமும், வேகமும்தான் இந்த மயக்கம் காட்டுகின்றன. அவரது எழுத்துக்கள் உள்ளத்தைக் கசக்கிப் பிழிந்தன; மனச்சாட்சியின் நெற்றியில் சூடு போட்டன; சூதுள்ள நெஞ்சுக்கு நஞ்சாய் இருந்தன.

அவரது எழுத்துக்கள் இருளில் மறைகிறவர்களை, இருளில் நடக்கிறவற்றை, விளக்குப் போட்டுக் காட்டின. மனிதன் செய்யும் பாதகங்களை மறைக்க உபயோகிக்கும் பண்புக் கவசங்களை உடைத்தெறிந்தன. பழமைத் திரைகளைக் கிழித்தெறிந்தன. அவர் எழுத்துக்களின் காலடியில் விழுந்து குவிந்த முகமூடிகளுக்குத்தான் கணக்கு வழக்கு உண்டா?

அவரது விளக்கைக் கண்டு அஞ்சி எத்தனையோ மனித ஆந்தைகள் அன்று இருளை நோக்கி ஓட்டம் பிடித்தன. பழமை அழுகலையே தேடிச் சுவைத்து வந்த எத்தனையோ கரப்பான்கள் அன்று ஓட்டம் பிடித்தன.

கையும் மெய்யுமாய்ப் பிடித்துக் கைது செய்து, குற்றப் பத்திரிகை வாசிக்கும் அவரது எழுத்துக்கள் எத்தனையோ விசிறி மடிப்புகளுக்கும், விபூதிப் பட்டைகளுக்கும் விஷமாயிருந்தன. காரணம் புதுமைப்பித்தன் ஒரு கலகக்காரர்; குருட்டுப்

பழமையின் தீராத விரோதி. புதுமைப்பித்தனின் இந்த ஆன்மீக சக்தியும் ஆன்மீகத் துணிவும் தான் அவரது இலக்கியத்துக்கு இந்த குண விசேஷங்களைத் தந்தன. கருத்தில் பிரதிபலித்த கலகம்தான் அவரது கதையுருவத்திலும் வெளிப்பட்டது. அவரது கதையுருவ அமைப்பை மட்டுமே மெச்சிப் பேசுகிறவர்கள், அவர் இலக்கியத்தின் உயிர் நாடியைத் தொட்டுப் பார்க்கத் தவறியவர்கள் ஆவர்.

அவரது எந்தக் கதையைப் படித்துப் பார்த்தாலும் சரி; அவரது சிந்தனையின் துணிவு நன்கு பிரதிபலிக்கக் கூடிய கலையுருவம் எங்கே எங்கே என்று தேடிச் சென்று பிடித்து வருவதைப் பார்க்க முடியும். அவரது சிருஷ்டிகளில் காணும் கற்பனை விநோதங்கள், சொற் செட்டு, கட்டுக் கோப்பு, வேகம் இவை யாவும் இதன் விளைவுகளே.

ஜீவகளை ததும்பும் இலக்கியம் எழுத விரும்பும் எழுத்தாளர்கள் புதுமைப்பித்தனின் இவ்வரிய குணங்களையும் கதைக்குக் கதை நன்கு பரிசீலிக்க வேண்டும். தமது பொழுது போகவும், பிறரது பொழுதைப் போக்கவும் எழுதுகிற எழுத்தாளர்கள் புதுமைப்பித்தனுக்கு சில சொற்களால் அர்ச்சனை செய்து விட்டு நின்று விடுகிறார்கள் என்றால், அதைப் பற்றி ஆச்சரியப்படுவதற்கென்ன இருக்கிறது?

புதுமைப்பித்தனின் இலக்கியத்தைப் புரிந்து கொள்ள வேண்டி, அவரது தத்துவ திருஷ்டியையும் பாத்திரப் பண்புகளையும் சமுதாயப் பின்னணியில் பரிசீலிக்கப் புகுவது வீண்வேலை. இலக்கிய சேவைக்குச் சம்பந்தமற்றது என்று இவர்கள் கருதுகிறார்கள் என்றால் ஆச்சரியப்படுவதற்கு ஒன்றுமில்லை.

அதெல்லாம் இல்லாமலே அவர்கள் பொழுது போகும். இவர்கள் பேனா பிடிப்பானேன்–பொழுது எப்படியும் போகும். நமக்கு அப்படியில்லை. அதனால் தான் புதுமைப்பித்தனின் சக்தியாற்றல்களைக் கூர்ந்து பார்க்க முயற்சிக்கும் நாம் அவரது பலவீனங்களையும் பார்க்க முயற்சிக்கிறோம். புதுமைப்பித்தன் கதைகளைப் படித்தவுடனே, ஒரு புதுமை செய்வோம் என்று வாசகர்கள் குதித்தெழுவார்கள். அந்த க்ஷணமே அவர்களை இழுத்துப் பிடித்துச் செயலறச் செய்பவரும் புதுமைப்பித்தனே தான்! அவரது இலக்கியத்தில் இந்தப் போக்கு நன்கு படிந்துள்ளது.

கலகக்காரர் தான்–ஆனால் புரட்சிக்காரரில்லை புதுமைப்பித்தன்.

நெஞ்சிலே கனலை மூட்டி விட்டு, பிறகு நிராசை நிரப்புகிற வரும் புதுமைப்பித்தனே தான்!

சமுதாயப் பிரச்னைகளை – அன்றைய இலக்கியச் சம்பிரதாயம் பாராமல் – தமிழிலக்கியத்தில் 'போட்டு உடைத்து' நாட்டைக் கலக்கியவர் புதுமைப்பித்தன், என்ற போதிலும் அந்தப் பிரச்னைகளை எழுப்பிய பாவனையிலேயே, அவரது திருஷ்டிகளும் முடிவுகளும் எதிரொலிக்கின்றன. அவற்றின் விளைவு? ஆம்; நம்பிக்கை வறட்சி! விரக்தி!

இந்த அம்சத்தையும் நமது எழுத்தாளர்கள் நன்கு பரிசீலிக்க வேண்டும். இதில் பல அபிப்பிராயங்கள் இருக்கலாம். பரவாயில்லை. விவாதங்கள் மிகவும் பயனளிக்கும். ஆனால் ஒன்று மட்டும் நிச்சயம். தமிழ்ச் சிறுகதையுலகின் சாம்ராட் புதுமைப்பித்தன்.

தழைத்துச் செழித்து நின்ற தமிழிலக்கிய மறுமலர்ச்சி சகாப்தத்தில் அவரது சிருஷ்டிகள் தன்னிகரற்று விளங்குகின்றன. அவற்றைப் படித்து ரசிப்பது மட்டுமல்ல, பிரமிக்கவும் செய்கிறோம்.

பழமை எனும் மையிருட்டிலும் கூட ஒரு மின்வெட்டுப் போல் புதுமையின் ஒளிச்சிதறல்களைக் காட்டி, நெஞ்சில் அறைந்து நிற்கச் செய்யும் திறமையை அவரிடம்தான் பார்க்கிறோம்.

அப்படிப்பட்ட உருவங்களுக்கு, உணர்ச்சிகளுக்கு முறைகளுக் கெல்லாம் முதல்வன் புதுமைப்பித்தன். இந்த நினைவுகளால் தான் அவரது நினைவு நமக்கு நிறைந்திருக்கிறது. இந்த நன்னாளில் அவரது நூல்களை மேலும் அதிகமாக, ஆழமாகப் பயின்று பயன்பெறுவோமாக! *(சரஸ்வதி)*

'காலத்தால் சாகாத கதை மன்னன்' – ரகுநாதன்; 'புதுமைப்பித்தன்' – எஸ்.வையாபுரிப் பிள்ளை; 'புதுமைப்பித்தனும் இலங்கையும்' – க.கைலாசபதி; 'புதுமைப்பித்தனின் பொன்னகரம்' – ஜெயகாந்தன்; 'இலக்கியமேதை' – வல்லிக்கண்ணன் 'வீரவணக்கம் வேண்டாம்' – தி.க.சிவசங்கரன்; 'புதுமைப்பித்தன் எழுதிய சாமியாரும் குழந்தையும் சீடையும்; அதில் என்ன இருக்கிறது?' – ஆர்.கே.கண்ணன் ஆகிய கட்டுரைகளும், பு.பி.யின் 'பொன்னகரம்', 'சாமியாரும் குழந்தையும் சீடையும்' கதைகளும் இம்மலரில் இடம் பெற்றிருந்தன.

மற்றும் இதர அம்சங்களும் வழக்கம் போல் வந்திருந்தன. தி.க.சி. விவாதத்துக்குரிய கருத்துக்களை தனது கட்டுரையில் எழுதியிருந்தார்.

~~

9
விவாதங்களும் விளக்கங்களும்

புதுமைப்பித்தன் மலரில் தி.க.சிவசங்கரன் 'வீரவணக்கம் வேண்டாம்' என்ற கட்டுரையில் பின்வருமாறு எழுதியிருந்தார்.

"புதுமைப்பித்தன் தமிழ்ச் சிறுகதை எழுத்தாளர்களிலேயே தலைசிறந்தவர் என்றும் ஆசிய எழுத்தாளர்களில் சீனத்து மாக்ஸிம் கார்க்கி எனப் போற்றப்படும் லூசூனுக்குச் சமமானவர் என்றும் சில அன்பர்கள் புதுமைப்பித்தனுக்கு வீரவணக்கம் செலுத்துகின்றனர்.

புதுமைப்பித்தனைப் புறக்கணிப்பது எவ்வளவு தவறோ அவ்வளவு தவறு புதுமைப்பித்தனுக்கு வீரவணக்கம் செலுத்துவதும். இரண்டும் உண்மையை மறந்து சாமியாட்டம்தான். வெறித்தனம்தான்.

'தமிழ்ச் சிறுகதை எழுத்தாளர்களிலேயே தலைசிறந்தவர்' என்று என்னால் புதுமைப்பித்தனை ஏற்க முடியவில்லை.

கு.ப.ராஜகோபாலன், ந.பிச்சமூர்த்தி, சிதம்பர சுப்ரமண்யன் ஆகியவர்களின் கதைகளைப் படித்து விட்டு, புதுமைப்பித்தன் கதைகளையும் மீண்டும் படித்த பிறகு, இவர்கள் எல்லாரும் பல அற்புதமான கதைகள் எழுதித் தமிழ்ச் சிறுகதைக்கு மாபெரும் சிறப்பை அளித்திருக்கிறார்கள் என்றே சொல்லத் தோன்றுகிறது.

புதுமைப்பித்தனின் சிறுகதைகளுக்கு உலக அந்தஸ்து உண்டென்றால், கு.ப.ரா., பிச்சமூர்த்தி, சிதம்பர சுப்ரமண்யன் முதலியோரின் கதைகளுக்கும்

நிச்சயமாக உலக அந்தஸ்து உண்டு. இவர்களும் இவர்களைப் போன்ற கலைஞர்களும் சேர்ந்தே தமிழ்ச் சிறுகதைத் துறையில் புதுமலர்ச்சியை உண்டாக்கினார்கள். எனவே, உரித்தானவர்க்கும் தகுதியானவர்க்கும் சேர வேண்டிய புகழை புதுமைப்பித்தன் ஒருவருக்கு மட்டுமே அளித்துத் தனிநபர் வழிபாடு செய்வது, வீரவணக்கம் செய்வது, நீதியோ நேர்மையோ ஆகாது அல்லவா?

'தலைசிறந்த தமிழ்ச் சிறுகதை எழுத்தாளர்களில் புதுமைப்பித்தனும் ஒருவர் என்பதை யாரும் மறுப்பாரில்லை; மறுக்க இயலாது.

'தமிழ்ச் சிறுகதை எழுத்தாளர்களிலேயே தலைசிறந்தவர் இவர்தான்' என்னும் போது, 'கு.ப.ரா., பிச்சமூர்த்தி, சிதம்பர சுப்ரமண்யன் முதலானோர் எழுத்துக்களிலே தனித்தன்மையும், கலைத்தன்மையும் இல்லையா, ஐயா?' என்று எனக்குத் திருப்பிக் கேட்கத் தோன்றுகிறது. புதுமைப்பித்தன் எழுத்துக்களிலே உருவமும், கலையம்சமும், உயிர்த்துடிப்பும் மிகச்சிறப்பாக இருக்கின்றன என்றால் கு.ப.ரா., பிச்சமூர்த்தி, சிதம்பர சுப்ரமண்யன் ஆகியோருடைய எழுத்துக்களிலும் இவை மிகச் சிறப்பாக இருக்கின்றன. புதுமைப்பித்தன் சாகாவரம் பெற்ற சில சிறுகதைகள் எழுதியிருக்கிறார் என்றால், ஏனையோரும் அவ்விதமே எழுதியிருக்கிறார்கள்.

இதில் சுவையான செய்தி என்னவென்றால் மேற்கூறிய உண்மையைப் புதுமைப்பித்தனே ஒப்புக் கொண்டிருக்கிறார்! ('சிறுகதை' என்னும் தலைப்பில் அவர் எழுதிய கட்டுரைகளைக் காண்க.) ஆனால், புதுமைப்பித்தன் மனமுவந்து ஒப்புக்கொண் டிருக்கும் இவ்வுண்மையை, புதுமைப்பித்தனுக்கு வீரவணக்கம் செலுத்துவோர் மறைத்து விடுகிறார்கள். 'புதுமைப்பித்தன் மீதுள்ள பற்று, வெறியாகி விடுவதன் விளைவு இது!'

உள்ளடக்கத்தைப் பொறுத்த மட்டில், கலையின் நோக்கத்தைப் பொறுத்தமட்டில் புதுமைப்பித்தன், கு.ப.ரா., பிச்சமூர்த்தி, சிதம்பர சுப்ரமண்யன் ஆகிய அனைவரும் ஒரே குழுவைச் சேர்ந்தவர்கள். 'கலை, கலைக்காகவே!' என்பதில் அழுத்தமான கொள்கை உடையவர்கள். இவர்களுடைய கற்பனையில், தமிழ் நடையில், பாத்திரப் படைப்பில், கதை பின்னும் திறமையில் தனித்தன்மை உண்டு; வேற்றுமைகள் உண்டு.

ஆனால். 'யாருக்காக இலக்கியம்?' என்னும் அடிப்படை கேள்வியைப் போட்டால், இவர்களுடைய தனித்தன்மை மறைந்துவிடும்; (உருவ) வேற்றுமைகள் பறந்துவிடும். 'கலை மக்களின் நல்வாழ்வுக்கு அல்ல, கலை கலைக்காகவே' என்னும் விடை இவர்களிடமிருந்து ஒருமித்துக் கிளம்பும்!

எனவே உள்ளடக்கத்தைப் பொறுத்தமட்டில், புதுமைப்பித்தன், கு.ப.ரா., பிச்சமூர்த்தி, சிதம்பர சுப்ரமண்யன் ஆகியோர் பழமைவாதிகள், காலத்துக்கு ஒவ்வாத கருத்தோட்டம் உடையவர்கள் என்பது தெளிவு. இவர்கள் எல்லோரிலும், புதுமைப்பித்தன் மிகப்பிடிவாதமான தனிநபர்வாதி, தீவிரவாதி என்பதில் ஐயமில்லை. 'கலை, கலைக்காகவே' என்னும் கொள்கைக் காகப் புதுமைப்பித்தன் வீரதீரமாகப் போராடினார் என்றால், அது தவறாகாது. [விளக்கம் வேண்டுவோர். 'புதுமைப்பித்தன் கட்டுரை'களையும், 'காஞ்சனை என்னும் தமது சிறுகதைத் தொகுதிக்கு அவர் எழுதியுள்ள முகவுரை'யையும் காண்க]

நவசீனப் புதுமை இலக்கியத்தின் தந்தையான லூசூனையும் புதுமைப்பித்தனையும் ஒரே தராசில் எடைபோடுவது முற்றிலும் தவறாகும்.

மகாகவி பாரதியோடு புதுமைப்பித்தனைச் சரிசமமாக ஒப்பிடுவது எவ்வளவு வேடிக்கையான விஷயமோ அவ்வளவு வினோதமான விஷயம் இது.

எந்த ஆசிரியனை உரைகல்லில் ஏற்றினாலும், உருவத்தையும் உள்ளடக்கத்தையும் சேர்த்துத்தான் மதிப்பிட வேண்டும். நமது வசதிக்காக, நமக்குப் பிடித்தமானவர் என்பதற்காக, நமது தமிழ் நாட்டுக்காரர் என்பதற்காக நாம் புதுமைப்பித்தனை ஏற்றிப் போற்றி விமர்சனம் செய்தால், வீரவணக்கம் செய்தால், தமிழ் இலக்கிய வளர்ச்சிக்கு மிகுந்த இன்னல் வரும் என்பதே என் கருத்து.

புதுமைப்பித்தனின் இந்த நினைவு நாளில் நாம் அவருக்குப் பணிவன்புடன், மனமார, வணக்கம் செய்வோம். ஆனால் வீர வணக்கம் வேண்டாம்!"

இந்த மலரைப் பாராட்டி வந்த கடிதங்களில் சில அடுத்த இதழில் 'உங்கள் குரல்' பகுதியில் பிரசுரிக்கப்பட்டன.

"தி.க.சி. தூங்கி எழுந்தவர் போல் – தமிழகம் புதுமைப்பித்தனுக்குக் கோயில் கட்டிக் கொண்டாடுவதைக் கண்டாற் போல –'வீரவணக்கம் வேண்டாம்' என்ற தலைப்பில் எழுதியிருப்பது வேதனை விளைவிக்கிறது. இவ்வாறு இவர் எழுதியிருப்பது தமிழகத்தை நோக்கியல்ல. புதுமைப்பித்தன் பிரியர்களைத்தான் குறிப்பிடுவதாக இருக்கிறது. தனிப்பட்ட காழ்ப்பாகவே தோன்றுகிறது" என்று ஒரு ரசிகர் குறிப்பிட்டிருந்தார்.

'நடு நிலையில் நின்று தீர்ப்பளிக்கிறார்' என்று ஒரு சிலர் கட்டுரையைப் பாராட்டியிருந்தனர்.

மலரைப் பாராட்டி எழுதிய எழுத்தாளர் ந.சிதம்பர சுப்ரமண்யன் இவ்வாறு குறித்திருந்தார்;–

"ஒரு இலக்கிய ஆசிரியனுக்கு ஒரு இதழ் ஒரு பத்திரிகை கொண்டு வருவது என்பது ஒரு சாதாரண நிகழ்ச்சியல்ல. சினிமா நட்சத்திரங்களையே தாங்கி வரும் அட்டைப் படங்களுக்குப் பதிலாக ஒரு நூலாசிரியன் படத்தைப் போட்டு பத்திரிகை வெளியிடுவது ஒரு அற்புத நிகழ்ச்சி என்றுதான் சொல்வேன். தங்கள் கோஷ்டியில் உள்ளவர்களின் உற்சாகமும் சுறுசுறுப்பும் எங்கள் பழைய மணிக்கொடி நாட்களை நினைவூட்டுகின்றது.

புகழுரைகளில் வார்த்தைகளின் பலன் மாத்திரம் இருப்பதில் பிரயோசனம் இல்லை. கருத்தில் ஆழமும் வேண்டும். உற்சாக வெறி மாத்திரம் போதாது. விருப்பு வெறுப்பற்ற மனப்பான்மையை வளர்க்க வேண்டும். அப்பொழுதுதான் இலக்கியத்தை நன்கு எடை போட முடியும். ஸ்ரீ.தி.க.சி. எழுதிய கட்டுரையைப் பார்த்தேன். ஓர் அளவு நான் ஆமோதிக்கிறேன். பலாப்பழம் பிடித்தவர்கள் பலாப்பழம்தான் சிறந்தது என்பார்கள். ஆரஞ்சுப்பழம் பிடித்தவர்கள் ஆரஞ்சைச் சொல்லுவார்கள். ஷெல்லி உயர்ந்தவரா, கீட்ஸ் உயர்ந்தவரா, வோர்ட்ஸ் வார்த் உயர்ந்தவரா, என்பதை எப்படி அடித்துச் சொல்ல முடியும்?"

சி.சு. செல்லப்பாவும் கருத்து தெரிவித்திருந்தார். "இலக்கியத்தை பொதுப்படையாக ரசித்து, இலக்கிய கர்த்தாக்களைப் பற்றி பொதுவாகவும் அவர்களது சிருஷ்டிகளைப் பற்றி மேலோட்டமாகவும் அபிமானத்துடன் பார்த்தால் போதும் என்ற பரவலான அபிப்பிராயம் தமிழ் இலக்கியத்தில் பரவியுள்ள காலம் இது. மேல் நாடுகளில் அரை நூற்றாண்டு, ஒரு நூற்றாண்டுகளுக்கு முன்பு எந்த நிலையில் இலக்கிய விமர்சனம் நிலவியதோ அந்த நிலையில் இன்று இருக்கிறது தமிழ் விமர்சனப் போக்கு. இலக்கிய சிருஷ்டிக்குள்ளும் இலக்கியாசிரியனின் கைத்திறனுக்குள்ளும் புகுந்து விண்டு பார்த்து ரசித்து நயத்தை எடுத்துக் காட்டும் தூண்டுதல் முயற்சிகள் இன்று நமக்குத் தேவை. சரஸ்வதி புதுமைப்பித்தன் மலர் தார்க்கோல் குத்தாக விழுந்திருக்கிறது. அதில் வெறும் அன்பு, முரட்டுத் துணிச்சலை மட்டும் நான் பார்க்கவில்லை. ஓரளவு விஷய ஞானத்துடன் கூடிய கருத்துக்கள் பல விழுந்திருக்கின்றன. இதுபோல வேறு எழுத்தாளர்களைப் பற்றியும் அவ்வப்போது சரஸ்வதி விண்டு பார்ப்பாள் என்று நம்புகிறேன்," என்று அவர் எழுதியிருந்தார்.

ஆகஸ்ட் இதழில் தி.க.சி. தனது கருத்துக்களை மேலும் தெளிவுபடுத்தும் விதத்தில், 'புதுமைப்பித்தனைப் பற்றி இன்னும் கொஞ்சம்...' என்ற கட்டுரையை எழுதினார். அதில் அவர் வலியுறுத்தியது –

"புதுமைப்பித்தன் நல்ல இலக்கியத்தையும் எழுதியிருக்கிறார்; நசிவு இலக்கியத்தையும் எழுதியிருக்கிறார்.

அவர் எழுத்துக்களில் விஞ்ஞானமும் இருக்கிறது; அஞ்ஞானமும் இருக்கிறது. அமுதமும் உண்டு; நஞ்சும் உண்டு. அவருடைய யதார்த்தவாத சிருஷ்டிகளை வரவேற்க வேண்டும். பழைமைவாதப் படைப்புகளை ஒதுக்கித் தள்ள வேண்டும்.

புதுமைப்பித்தனுடைய வெற்றிகளைக் கண்டு கும்மாளம் போட்டால் போதாது. அவருடைய தோல்விகளையும் மக்களுக்குத் துணிச்சலுடன் எடுத்துரைக்க வேண்டும். அவரைப் பற்றி ஒரு சமநிலையான விமர்சனத்தை—விஞ்ஞான ரீதியான விமர்சனத்தை விருப்பு வெறுப்பு அற்ற விமர்சனத்தை மக்களுக்கு நாம் வழங்க வேண்டும்.

நம்முடைய எழுத்துக்களிலும் பேச்சுக்களிலும் புதுமைப்பித்தனுக்குப் புகழ்பாடும் பண்பு—வீரவணக்கம் செய்யும் பண்பு—வளர்ந்து கொண்டே செல்கிறது. புதுமைப்பித்தனின் எழுத்துக்களிலுள்ள குறைபாடுகளைச் சுட்டிக் காண்பிக்கும் பண்பு வளரவில்லை. இந்தப் போக்கு முற்போக்கு இலக்கிய வளர்ச்சிக்குக் கேடு விளைவிக்கும்.

துன்பக்கேணி, நாசகாரக் கும்பல், பக்த குசேலா, கவந்தனும் காமனும், இது மிஷின் யுகம், மனித யந்திரம், சங்குத்தேவனின் தர்மம், காலனும் கிழவியும், பொன்னகரம், கடவுளும் கந்தசாமிப் பிள்ளையும், நியாயம்தான் ஆகிய கதைகளை எழுதிய முற்போக்குப் புதுமைப்பித்தனைப் பற்றி நாம் நிரம்பப் பேசுகிறோம்.

விபரீத ஆசை, கயிற்றரவு, இலக்கிய மம்ம நாயனார் புராணம், கட்டிலை விட்டிறங்காக்கதை, புரட்சி மனப்பான்மை, கோபாலபுரம் ஆகிய கதைகளை எழுதிய பிற்போக்குப் புதுமைப்பித்தனைப் பற்றிப் பேச அஞ்சுகிறோம். மக்களுக்கு அவர்மீது இருக்கும் மதிப்பு குறைந்து விடுமோ என்று பயப்படுகிறோம். காஞ்சனை, கபாடபுரம், பிரம்ம ராக்ஷஸ், வேதாளம் சொன்ன கதை, ஞானக் குகை ஆகிய கதைகளை எழுதியவர் மாயாவாதியான புதுமைப்பித்தன். இவரைப் பற்றியும் நாம் வாய்திறக்கக் கூசுகிறோம்.

சாப விமோசனம், அன்று இரவு, அகல்யா ஆகிய புராணக் கதைகளைப் புது மெருகிட்டு எழுதிய புதுமைப்பித்தனைப் பற்றியும் நாம் வெளியே பேசுவதில்லை.

செல்லம்மாள், நினைவுப்பாதை, சித்தி, சிவ சிதம்பர சேவுகம் ஆகிய விரக்தி செறிந்த கதைகளை எழுதிய 'துறவி' புதுமைப்பித்தனைப் பற்றியும் நாம் மக்களுக்குத் துல்லியமாக எடுத்துரைப்பதில்லை.

அவர் ஒரு முரண்பாட்டுக் குவியல். அதாவது, ஒரு புதுமைப்பித்தனுக்குள் எத்தனையோ புதுமைப்பித்தர்கள்

இருக்கிறார்கள். நம்பிக்கை வறட்சியைத் தமது கதைகளின் ஆதார சுருதியாகக் கொண்ட அவர் சிறந்த இலக்கியத்தையும் படைத்திருக்கிறார்; சீர்கெட்ட இலக்கியத்தையும் படைத்திருக் கிறார். இந்த முழு உண்மையை மக்களுக்கு நாம் எப்பொழுதும் எடுத்துச்சொல்லிக் கொண்டேயிருக்க வேண்டும். அவருடைய எழுத்துக்களில் பழமையும் இருக்கிறது. புதுமையும் இருக்கிறது. காலத்திற்கு ஒத்த கருத்தோட்டம் இருக்கிறது. காலத்திற்கு ஒவ்வாத கருத்தோட்டமும் இருக்கிறது.

அவருடைய 'கலை கலைக்காகவே' என்னும் கருத்தோட்டம், காலத்திற்கு ஒவ்வாத கருத்தோட்டம்; பழமைவாதக் கருத்தோட்டம் – பித்துப் பிடித்த கருத்தோட்டம், இதன் விளைவாக, விபரீத ஆசை, கயிற்றரவு ஆகிய பிற்போக்கு கதைகளை அவர் எழுதியிருக்கிறார்.

கலைஞனுக்குப் பிடித்தமான பொருளைப் பற்றி, பிடித்தமான வகையில் எழுத உரிமை உண்டு. அது கலைஞரின் சுதந்திரம் ஆகும். அந்த சுதந்திரத்தை யாரும் கட்டுப்படுத்தக் கூடாது என்பதே 'கலை கலைக்காகவே' என்னும் சித்தாந்தத்தின் அடிப்படைக் கருத்து. இந்தக் கருத்திலிருந்து புதுமைப்பித்தன் இறுதி வரை மாறவில்லை.

ஆனால், புதுமைப்பித்தன் 'கலை கலைக்காகவே' என்ற முகாமில் இருந்த போதிலும், இலக்கியத் துறையில் புதிய பரிசோதனைகளைச் செய்தார். ஐரோப்பிய இலக்கியங்களுக்கு இணையாக தமிழ் இலக்கியம் செழிக்க வேண்டும் என்னும் கருத்தினால் தமிழ்ச் சிறுகதையின் பரப்பையும் ஆழத்தையும் அதிகப்படுத்தினார்; புதிய புதிய விஷயங்களைக் கையாண்டார்; புதிய புதிய பாத்திரங்களை நமக்கு அறிமுகம் செய்து வைத்தார். இதனால், 1930க்குப் பிறகு தமிழ்ச் சிறுகதை உலகில், ஒரு உயிர்ப்பும் உணர்வும் உண்டாயிற்று.

தமிழ்ச் சிறுகதை உலகில், இந்த உயிர்ப்பையும் உணர்வையும் புதுமைப்பித்தன் மட்டும் தோற்றுவித்து விடவில்லை. அவருடைய சகாக்களான கு.ப.ராஜகோபாலன், ந.பிச்சமூர்த்தி, சிதம்பர சுப்ரமண்யன், பி.எஸ்.ராமையா, த.நா.குமாரஸ்வாமி முதலியோருக்கும் இதில் முக்கியப் பங்கு உண்டு. இந்த உண்மையை கு.ப.ரா., ந.பி., சிதம்பர சுப்ரமண்யன் ஆகியோரின் சிறுகதைகளை விருப்பு வெறுப்பு இன்றிப் படிப்பவர்கள் மட்டுமே உணர முடியும்."

தி.க.சி.யின் கருத்துக்களுக்கு எதிரான விவாதக் கட்டுரை எதுவும் வரவில்லை. செப்டம்பர் இதழில் ஆர்.கே.கண்ணன் எழுதிய கடிதம் பிரசுரமாயிற்று.

சரஸ்வதி காலம்

“தமிழ்ச் சிறுகதை மறுமலர்ச்சி முழுவதையும் புதுமைப்பித்தனுக்கு ஏகபோகமாக்கியோ அப்படித் தொனிக்கும்படியோ யார் சொன்னார்கள் அல்லது எழுதினார்கள்? அப்படி யாராவது சொல்லியிருந்தால் தி.க.சி. தெரிவிப்பது நல்லது. ‘புதுமைப்பித்தன் : சிறுகதை சாம்ராட்’ என்று சொன்னால் அப்படி அர்த்தமாகி விடமுடியாது. தமிழ் மறுமலர்ச்சியின் ‘சாம்ராட் பாரதி’ என்று சொன்னவுடனே நாமக்கல் கவிஞரும், தேசிய விநாயகம் பிள்ளையும், பாரதிதாசனும் பிறரும் நாட்டின் நினைவிலிருந்து நழுவி விடுகிறார்களா? இல்லை.

சிறுகதை மறுமலர்ச்சிக்கு தி.க.சி. குறிப்பிட்டுள்ள மணிக்கொடி இலக்கிய கர்த்தாக்கள் அனைவரும் அரும் பணியாற்றியுள்ளனர். அது இருக்கட்டும். புதுமைப்பித்தனுக்குச் சமதையாக மற்றவர்கள் சிலர் இலக்கியங்களை சிருஷ்டித்திருக்கிறார்கள். எனவே புதுமைப்பித்தனுக்கு வீரவணக்கம் செலுத்தாதீர்கள் என்கிறார் தி.க.சி. இது ரசமான விஷயம்தான். ஆனால் விவாதிக்க இப்படிச் சொல்லி நிறுத்திவிட்டால் போதுமா? சமதையாகக் கருதுவதற்கு கு.ப.ரா., பி.எஸ்.ராமையா இன்னும் மற்றவர்களைப் பற்றி சுருக்கமாகவாவது தி.க.சி. தமது அபிப்பிராயத்தைக் கூறவேண்டாமா? அப்பொழுதுதானே விவாதமிருக்கும். விஷயச் சுவையுமிருக்கும்! இல்லாவிட்டால் பிறவிக் குருடன் கும்மிருட்டு அறையில் கறுப்புப் பூனையைத் தேடப் புறப்பட்ட மாதிரிதான் ஆகிவிடும். விஷயம் குறியில்லாமல் சுற்றிச் சுற்றி வந்து கொண்டேயிருப்போம். அதுமட்டுமா? இன்னொரு ஆபத்தும் இருக்கிறது. மற்ற எழுத்தாளர்களுக்கும் எதிராக புதுமைப்பித்தனை நிறுத்தி மோதவிட்டு வேடிக்கை பார்க்கும் அநாகரிகமும் ஏற்பட்டு விடலாம்” என்று அவர் எழுதியிருந்தார். அத்துடன் சரி. இதற்கு மேல் அந்த விவகாரம் வளரவில்லை.

மூன்றாவது ஆண்டில், சரஸ்வதியில் ஜெயகாந்தன் எழுதிய கதைகள் ‘ஆபாசம்’ என்ற கூச்சலை அதிகம் எழுப்பின. பலப்பல ஊர்களிலிருந்தும் ரசிகர்கள் – ஆண்களும் பெண்களும் – அவர் கதைகளில் எடுத்தாண்ட விஷயங்களையும் எழுத்தில் சித்திரித்த முறைகளையும் குறை கூறியும், கண்டித்தும், மாதம்தோறும் கடிதங்கள் எழுதி வந்தார்கள்.

பிளாட்பார வாசிகளான மருதமுத்துவும் ரஞ்சிதமும் நேசித்து, திருமணம் புரிந்துகொண்டு புதுமண இன்பத்தை இரவில் அமைதியாக ஆனந்தத்தோடு அனுபவிக்க வசதியும் இடமும் இல்லாமல் அவதிப்படுவதை, பூங்காவில் படுத்து இன்புற எண்ணிய அவர்கள் அனுபவிக்க நேர்ந்த சிறுமைகளை உணர்ச்சிகரமாக விவரித்தது ‘தாம்பத்யம்’ (பிப்ரவரி 1957). இளமையில், பணச்செருக்கில், தூய அன்பு காட்டித் தன்னை

நெருங்கிய ஏழைப்பெண் ஒருத்தியின் காதலை விபசார நோக்கில் கருதி விலைக்குப் பெற விரும்பிய தணிகாசலத்தை, காதல் அவரது வாழ்வு முழுவதும் திரஸ்கரித்து விட்டது. காதலின் மாண்பை உணர்ந்து கொள்ள முடியாமல் போன அவர் தனது முதுமையில் ஒருநாள் அந்தப் பெண்ணைப்பற்றி எண்ணிக் கழிவிரக்கம் கொள்வதைச் சித்திரித்தது 'திரஸ்காரம்' (மார்ச் 1957).

தனக்குத் தாலி கட்டிய கணவனைப் பற்றி உயர்வாக எண்ணியவாறு கிராமத்தில் வாழ்ந்த ரங்கம், அவளை மனப்பூர்வமாக விரும்பிய பாவாடைசாமியை அறிவுரை கூறி விலக்கி விடுகிறாள். முன்பு அவனை உயிருக்குயிராய் நேசித்தவள்தான். முறைக்காரன் சபாபதி குறுக்கிட்டுவிட்டான். பட்டணத்தில் ரிக்ஷா இழுத்துப் பிழைத்த அவன் ரங்கத்துக்குத் தாலி கட்டி அவளைத் தன்னோடு அழைத்துச் செல்கிறான். பட்டணத்து வாழ்க்கை முறைகளும் மக்களின் பண்பாடுகளும், கணவனின் போக்கும் அவளுக்கு வெறுப்பு அளிக்கின்றன. ஒருநாள், பணம் சம்பாதிப்பதற்காக கணவனே ஒரு அந்நியனை ரிக்ஷாவில் கூட்டி வந்து, மனைவியை விபசாரத்தில் ஈடுபடுத்த முனைகிறான். அவள் கோபித்துக் கொதிப்புற்று அவனை அறைந்துவிட்டு ஊருக்குத் திரும்புகிறாள். பாவாடை மறுபடியும் அவளைச் சந்திக்கிறான்.

அண்ணைக்கு அந்த ரிக்ஷாவிலே குந்தியிருந்தவன் நான்தான் ரங்கம். என்னை மன்னிச்சுடு என்று கதறி அழுதான். அவளும் அவனும் சேர்ந்து வாழத் தொடங்கினார்கள். சபாபதி பேரைக் கேட்டதும், 'அவனும் ஒரு ஆம்பிள்ளையா? அவன் ஆம்பிள்ளையா இருந்தா இல்லே அவனுக்கு நான் பெண்டாட்டியா இருக்க?' என்று காறித் துப்பினாள் ரங்கம். இதை சுவாரஸ்யமாகக் கூறியது 'பௌருஷம்' (மே 1957).

இக்கதைகளுக்காக 'வாழ்த்துவதும் வசை பாடுவதும்' அதிகமாய் போகவே, ஜெயகாந்தன் ஜூன் இதழில் இந்தச் சிறு விளக்கத்தைப் பிரசுரித்தார்:

"கடிதங்கள் மூலமாய், சரஸ்வதியில் வெளியாகும் எனது கதைகளை விமர்சித்து வரும் வாசக அன்பர்களுக்கும், நேரடியாகவும், நண்பர்கள் மூலமாயும் வாழ்த்தியும் வைதும் என்னை இலக்கியத்தை, வளர்க்கும் இலக்கிய அபிமானிகளுக்கும் எனது நன்றி."

எனது சிருஷ்டிகளைச் சிலர் 'ஆபாசம்' என்கின்றனர். சிலர் 'தரக்குறைவு' என்கின்றனர். இன்னும் சிலர் 'இது என்ன கதையா?' என்கின்றனர்.

சரஸ்வதி காலம்

சென்ற இதழில் வெளியான 'பௌருஷம்' என்ற கதையைப் படித்துப் பல நண்பர்கள் முகம் சுளித்தனராம். ஆம்; நானும் கூட அந்தக் கதையை எழுதிவிட்டு முகம் சுளித்துக்கொண்டேன்! மனிதராசியின் வாழ்க்கை வக்கிரங்களைப் பார்த்தால் சிலசமயம் நம் முகம் சுருங்கத்தான் செய்கிறது. அதனால் நாம் வாழ்க்கையை வெறுத்துவிடுகிறோமா என்ன?

இலக்கியமும் அப்படித்தான். அந்தக் கதையைப் படித்துவிட்டு நீங்கள் முகம் சுளித்திருப்பீர்களானால் அதுதான் எனது வெற்றி! என் கதையின் வெற்றி. ஆனால் அதில் வரும் ரங்கத்தைப் பார்க்கும்போது என் முகம் சுருங்கவில்லை. நெஞ்சு உயர்ந்தது பெருமிதத்தால். சற்று நீங்களும் அதைப் பாருங்களேன்.

கதையை எப்படியெப்படியோ சொல்கிறேன். ஏன் அப்படியெல்லாம் சொல்ல வேண்டும் என்று கேட்பதை விட, எதற்காக அப்படியெல்லாம் சொல்கிறேன்; அப்படியெல்லாம் சொல்லி, கடைசியாக அதில் நிமிர்ந்து நிற்கும் உண்மை என்ன என்று பார்த்தால் நீங்கள் முகம் சுளிக்க மாட்டீர்கள் என்று நான் நம்புகிறேன்.

கடைசியாக எனது நண்பர்களையும் வாசகர்களையும் நான் வேண்டிக்கொள்வது இதுதான். இலக்கிய விஷயத்தில் அவசரப்பட்டு எதையும் முடிவு செய்து விடாதீர்கள். உங்கள் 'முசுடு'த் தனத்தைச் சற்றே விலக்கி வைத்து விட்டுப் பரந்த நோக்கோடு இலக்கியத்தை அணுகுங்கள். காலத்தின் மீது, வரப்போகும் சரித்திரத்தின் மீது நம்பிக்கை வையுங்கள். உண்மை இலக்கியங்கள் நிற்கும்; மற்றவை நசிக்கும்.

அந்த நம்பிக்கை எனக்கு இருக்கிறது. ஆதலால், தொடர்ந்து கடிதங்கள் மூலமாயும், நேரடியாகவும், நண்பர்கள் மூலமாகவும் வாழ்த்தியோ, வைதோ இலக்கியத்தை வளர்க்க வேணுமாய்க் கேட்டுக்கொள்கிறேன்.

– ஜெயகாந்தன்

ஆகஸ்ட் இதழில் அவர் 'பால்பேதம்' என்ற கதையை எழுதினார்.

தொழுவத்தில் ஒரு பசுவும் கன்றும் அவற்றையே கவனித்துக் கொண்டிருக்கும் வேலம்மாள் கன்றின் குரலைக் கேட்டு தன் ஆறுமாதக் குழந்தையின் 'குவா குவா'வைக் கேட்டதும், தாய்ப் பாசத்துடன் ஓடிச் சென்று அதை எடுத்து வருகிறாள். குழந்தைக்குப் பால் கொடுக்கிறாள். அந்தச் சுகானுபவத்தில் லயித்து விடுகிறாள். அவ்வேளையில், கன்றுக்குட்டி அவிழ்த்துக்

கொண்டு ஓடி, தாயிடம் பால் குடிக்கிறது. (இதற்கு மேல் கதை வளர்ந்து கொண்டே போகிறது. அது வேறு விஷயம்.)

குழந்தை தாயிடம் பால் குடிப்பதையும், கன்று பசுவிடம் பால் குடிப்பதையும் ரொம்பவும் ரசித்து, விரிவாக ஜெயகாந்தன் எழுதியிருந்தார். அந்த விவரிப்பு பலத்த கண்டனங்களைக் கொண்டு தந்தது.

'கண்ணமநாயக்கனூர் ஏ.எஸ்.கண்ணம்மாள்' என்ற ரசிகை எழுதிய கடிதம் 'உங்கள் குரல்' பகுதியில் வெளியிடப்பட்டது:

"ஜெயகாந்தன் எழுதும் கதைகள் எதை எடுத்தாலும் சிற்றின்பத்தைத் தூண்டி விடுவதாக உள்ளது. என் போன்ற இளம்பெண்கள், இளம் வாலிபர்கள், நல்ல அரசியல்வாதிகள், முற்போக்கு எண்ணம் கொண்டோருக்கு, அவர் எழுதும் ஒவ்வொரு கதையும் படித்தால் கோபம்தான் வருகிறது. உதாரணத்துக்கு இம்மாத இதழில் வந்த 'பால் பேதம்'. 'அவளை அறியாமலே அவளது கை ரவிக்கை முடிச்சை அவிழ்த்தது/ பால் நரம்புகள் புடைத்துப் பருத்த முலைக்காம்புகளில் வெண்முத்துப்போல் ஈரம் சிந்தியிருந்தது. தன்னை மறந்து ரவிக்கை அவிழ்கிறது. ஆஹா என்ன சுகம் ஒவ்வொரு முட்டிக்கும் ஒவ்வொரு உணர்ச்சி உண்டாகிறது' இதுபோன்ற ஆபாச வார்த்தைகளை ஆசிரியர் களைந்தெறிய வேண்டும் என்பதே என் அவா."

இதற்கு ஜெயகாந்தன் எழுதிய பதில் அதே இதழில் (செப்டம்பர் 1957) பிரசுரமாயிற்று. 'கூடு விட்டுக் கூடு' என்ற தலைப்பில் ஒரு கட்டுரையே எழுதியிருந்தார் அவர். அது இது தான்:

"எனது கதைகளைப் பற்றி விமர்சிக்கும் வாசக அன்பர்களைப் பற்றி எனக்கு ஒரு குறைபாடு எப்பொழுதும் இருந்து வந்திருக்கிறது.

சில சமயங்களில் அவர்கள் பாராட்டுகிறார்கள், ஏன் என்று எனக்கு விளங்குவதில்லை. கதை பிடித்திருக்கிறது என்று மட்டும் புரிந்துகொள்கிறேன். சிலசமயம் அவர்கள் கண்டிக்கிறார்கள், ஏன் என்று எனக்கு விளங்குவதில்லை. கதை பிடிக்கவில்லை என்று மட்டும் புரிந்துகொள்கிறேன்.

எங்கே குறை இருக்கிறது. எந்த வரியில் ஆபாசம் இருக்கிறது, என்றெல்லாம் அவர்கள் விளக்கி எழுதுவதில்லை. அவ்விதம் எழுதாவிட்டால், அது உபயோகரமான விமர்சனம் ஆகுமா?

இந்தக் குறையைப் புரிந்து கொண்டுதான் ஆபாசம் என்று கருதும் பகுதியைக் குறிப்பிட்டு சகோதரி கண்ணம்மாள் கண்டித்து எழுதியிருக்கிறார்கள். வரவேற்கத்தக்க விமர்சனம்.

திருமதி கண்ணம்மாள் ஆபாசம் என்று கூறும் அந்தப் பகுதியைப் பார்க்கலாமா? சென்ற இதழில் நான் எழுதியிருந்த 'பால்பேதம்' என்ற கதையில் ஒருதாய் தன் குழந்தைக்குப் பாலூட்டுவதாக ஒரு நிகழ்ச்சி.

அந்தப் பகுதியைப் படித்து விட்டு முகம் சுளிக்கும் சகோதரி தன்னைப் போன்ற இளம் பெண்களும் இளைஞர்களும் இதைப் படித்துக் கெட்டுப் போக மாட்டார்களா என்ற பொருள்பட எழுதியிருந்தார்.

எனக்கு அப்படித் தோன்றவில்லை. ஏனெனில் நான் தாயாக மாறிவிட்டபின், தாய்மை உணர்ச்சியை விழுங்கி, அந்த உணர்ச்சித் தவிப்பில் திக்கு முக்காடித்தான் அதை எழுதிவிட்டேன்.

தாயின் மார்பைக் கவ்விக் கொண்டிருக்கிறது குழந்தை. அந்தக் காட்சியை நினைத்தவுடன் தாயின் உணர்ச்சியை நான் வருணிக்கவில்லை. நானே தாயாக மாறி 'ஆஹா என்ன சுகம். என்ன சுகம்' என்று பிதற்றத் தொடங்கினேன். 'நான் என்ற உணர்ச்சியில் அல்ல; தாய் என்ற உணர்ச்சியில்.'

ஆம். இந்தக் 'கூடுவிட்டுக் கூடுபாயும்' கலையில் வல்லவனே சிறந்த இலக்கிய கர்த்தா.

சிறந்த கவிஞர்கள் எல்லாம், கலைஞர்கள் எல்லாம், கிரந்த கர்த்தர்கள் எல்லாம், இந்தக் கலையில் கைதேர்ந்த மேதைகளாய்த் திகழ்கின்றனர். அவர்களின் சிருஷ்டிகள் காலம் உள்ளளவும் நிலைத்து நிற்கும்.

தாய்மை உணர்ச்சி! குழந்தைக்குப் பால் கொடுக்கும் காட்சி... அந்தக் காட்சி என் மனசில் வந்ததும் நான் கூடுவிட்டுக் கூடுபாய்ந்து விட்டேன். நான் பெண்ணாகி விட்டேன். தாயாகிவிட்டேன்.

'ஐயோ!' அதை எப்படி எப்படித்தான் சொல்லலாம். எப்படி எப்படிச் சொன்ன போதிலும் தாய்மை உணர்ச்சி பிரவகிக்கிறதே அல்லாமல் குறைவதில்லையே. திருப்தி ஏற்படவில்லையே, அது ஒன்றை மட்டும் வருணித்துப் பக்கம் பக்கமாக, தன்னை மறந்த லயத்தில் எழுதிக்கொண்டே செல்லலாம் என்று தோன்றுகிறதே!

திவ்யப் பிரபந்தம் படித்திருக்கிறீர்களா?

பெரியாழ்வார் திருமொழியில் ஒரு பாட்டு. முலைப்பால் உண்ண, குழந்தையை அழைக்கிறாள் தாய். அதில் வரும் சில உணர்ச்சிகரமான வரிகளை இங்கே அப்படியே கொடுப்பது ஆபாசமாகாது என்று கருதுகிறேன்.

வயிற சைந்தாய்
　　வனமுலைகள் சோர்ந்து பாயத்
திருவுடைய வாய் மடுத்து
　　திளைத் துதைத்துப் பருகிடாயே

முத்தனைய முறுவல் செய்து
　　மூக்குறிஞ்சி முலை உணாயே

இவ்வளவு சொல்லியும் ஆழ்வாரின் தாய்மை உணர்ச்சி, முலையில் ஏற்படும் கிளு கிளுப்பின் உணர்வால் பொங்கிப் பிரவகிக்கும் அமுத உணர்ச்சி அடங்கியபாடில்லை – ஒரு சித்திரமே தந்துவிடுகிறார்:

திருமலிந்து திகழு மார்பு
　　தேக்க வந்தென் அல்குலேறி
ஒரு முலையை வாய் மடுத்து
　　ஒரு முலையை நெருடிக்கொண்டு
இருமுலையும் முறை முறையாய்
　　ஏங்கி யேங்கி இருந்துணாயே

இதைப் படித்ததும், 'ஐயோ நான் ஒரு பெண்ணாக இல்லையே' என்ற ஆதங்கம் ஏற்படுகிறது எனக்கு.

ஆழ்வாருக்கும் ஏற்பட்டிருக்கும். படித்தவர்கள் எல்லாரும் புத்திர பாசத்தால் தவிக்க நேரிடும்.

பிள்ளைப் பேறற்ற மலடியாய் இருந்தால் 'கோ'வென்று கதறியே விடுவாள்!

நிச்சயம் யாருக்கும் சிற்றின்பக் கிளர்ச்சி ஏற்படாது.

இப்படிப் பாத்திரத்தோடு, எழுதுபவரின் மனோ தர்மத்தோடு இழைந்து மிதந்து லயித்துச் செல்லும் ரசனைதான், உயர்ந்தது, சிறந்தது.

முலை என்ற வார்த்தையைப் படித்ததுமே நாம் கதை படிக்கிறோம் என்பதையே மறந்து சம்பந்தமில்லாத உணர்ச்சிக் கிறக்கத்துக்குப் படிப்பவர் ஏன் ஆளாக வேண்டும்? அப்படிப்பட்ட ஆபாசங்களைத் தன் மனசில் சுமந்து கொண்டிருப்பவர்கள் கதை படித்துத்தான் கெட்டுப்போக வேண்டுமா என்ன? எழுதும் நான் என் இதயத்துக்குத் திரை போட்டு எழுத முடியாது. இதயத்தை வஞ்சிக்காமல் எழுதும் தெம்பு, அந்த திராணியும் எனக்கு இருந்தால்தான், எந்த விஷயத்தைப் பற்றியும் எழுத முடியும்.

அப்படி எழுத முடியாத, விரும்பாத சிலர் எதையும் உணர்ச்சிபூர்வமாக எழுத மாட்டார்கள். உண்மைகளை, தீமைகளை, நன்மைகளை எதையும் திரையிட்டு மறைத்துப்

பேர் பண்ணிக் கொள்ளும் காளான் இலக்கியங்களும்தான் நாட்டில் பெருத்து விடும்.

எனக்குத் தெரிந்த உண்மைகளையும், எனக்கு ஏற்படும் உணர்ச்சிகளையும், என்னுடைய இதயத்தையும், என்னுடைய ரசனையையும் கொன்றுவிட்டு நான் என்னத்தை எழுதிக் கொட்ட வேண்டியிருக்கிறது?

'பெண்' என்று சொன்னதும் ஆண்களும், 'ஆண்' என்று சொன்னதும் பெண்களும் தம் மனத்தில் அவர்களை நிர்வாணமாக்கி ரசிக்கும் ஆபாசமனம் படைத்து விட்டால், அப்புறம் உலகத்தில் 'ஆண் பெண்' என்ற வார்த்தைகளே ஆபாசமாகத்தான் மாறிவிடும்.

ஆபாசம் வார்த்தையிலா இருக்கிறது? அப்படியானால், 'வலிமை சேர்ப்பது தாய் முலைப்பாலடா', 'உண்ண உண்ணத் தெவிட்டாதே அம்மை உயிரெனும் முலையினில் உணர்வெனும் பால்' என்ற பாரதியின் கவிதையிலுள்ள முலை என்ற பதத்திற்கு நாம் முகம் சுளிக்க வேண்டுமா?

தன் சொந்தக் குழந்தை இறந்த சோகத்தில் கவிஞன் பாடுகிறான்; 'பம்புமலைக் காட்டில் பாயாமல் என் மனைவி கும்ப முலைக்காட்டில் குதித்தோடும் மான்குட்டி' என்று கூறும் போது யோகியார் தனது மனைவியைப் பற்றி ஆபாசத்தை வெளியிடுகிறார் என்று கொள்வது விவேகமா? ஆகையினால் எந்தக் கதையையும் முழுக்க முழுக்க அமைதியாகப் படித்து அதன் முழுத் தன்மையையும் கிரகித்துச் சுவைக்க வேண்டும் என்று என் மதிப்பிற்குரிய வாசக சகோதரியைக் கேட்டுக் கொள்கிறேன்.

நான் கதை எழுதிய பின் 'நான் எழுதினேன்' என்ற நினைப்பை ஒதுக்கி வைத்து விட்டுக் கதையை மனம் விட்டுப் படித்து ரசிக்கும் முதல் வாசகன் நான்தான்.

அதில் குறை இருந்தால் கனன்று சீறி விழுந்து அதை ஒதுக்கி விட்டு வேறு கதை எழுதத் தூண்டும் முதல் விமர்சகனும் நான்தான்.

என் இதயத்திற்குத் துரோகம் செய்து விட்டு உங்களிடம் நான் பாராட்டுப் பெற முடியுமா? முடிந்தால், அது சரியா? ஜெயகாந்தனின் இக்கட்டுரையும் விதம் விதமான எதிரொலி களைக் கிளப்பின.

~~

10

எதிரொலிகள்

ஜெயகாந்தன் கதைகள் எழுதுகிற போது, 'கூடு விட்டுக் கூடு பாய்ந்து' அக் கதாபாத்திரங்களாகவே தான் ஆகிவிடுவதாகவும், தான் அனுபவிக்கும் உணர்ச்சிகளை அப்படியே எழுத்தாக்கி விடுவதாகவும் விளக்கம் கூறியதை ஏற்றுக் கொண்டும், எதிர்த்தும் ஏகப்பட்ட கடிதங்கள் வந்தன. அவற்றில் சில சரஸ்வதியில் பிரசுரிக்கப்பட்டன அக்டோபர் 1957 இதழில்.

பிரசுரம் பெற்றவற்றில் இரண்டு அபிப்பிராயங்கள் முக்கியமாக எடுத்துச் சொல்லப்படவேண்டியவை. ஒன்று தூத்துக்குடி எஸ்.ஏ. முருகானந்தம் எழுதியது. மற்றது பேராசிரியர் நா.வானமாமலை தெரிவித்தது.

'கூடுவிட்டுக் கூடுபாய முடியுமா?' என்று கேட்டிருந்தார் முருகானந்தம். எழுத்தாளன் ஒரு சம்பவத்தை எழுதும்போது அந்தப் பாத்திரமாக மாறிவிட்டால்தான் சரியாக எழுத முடியும் என்பதில் ஆட்சேபணை இல்லை. ஆனால் அந்தப் பாத்திரமாக பரிபூரணமாக மாறிவிட்டேன் என்பது சாத்தியமில்லை. ஒரு பெண்ணுக்கு ஏற்படுகிற உணர்ச்சிகளை ஆசாபாசங்களை ஆணாக உள்ள பெரியாழ்வாரோ பாரதியோ ஜெயகாந்தனோ அப்படியே கூறிவிட முடியும் என்பதை என்னால் ஏற்கமுடியவில்லை. கழைக் கூத்தாடியின் கஷ்டத்தைப் பார்க்கிறவன் அப்படியே அவனுக்கு ஏற்படுகிற உணர்ச்சிகளை எழுதிவிட முடியுமா? இவரே கூத்தாடியாக இருந்தால்தான்

உண்மையை அணுவளவும் குறைக்காமல் கூற முடியும். பெண்ணாக இல்லாத – அதுவும் தாயாக இல்லாத – ஒருவரால் கூறவே முடியாது, தாயாகவே மாறிவிட்டேன் எனக் கூறுவது தன்னை அதிகப்படுத்திக் கூறுவதாகும்.

பெரியாழ்வார் பாட்டும், பாரதி பாட்டும் படிப்பவர்களுக்கு தாய்ப் பாசத்தையும், குழந்தைக்குப் பால் ஊட்டுவதின் மூலம் ஏற்படும் இன்பக் கிளர்ச்சிகளையும், வீரனுக்கு வலிமை தருவது தாய்ப்பால்தான் என்பதையுமே காட்டுகிறது.

ஜெயகாந்தனின் பச்சையான கொச்சை எழுத்துக்களான 'பருத்த முலைக்காம்புகள் – ஒவ்வொரு முட்டுக்கும் ஒவ்வொரு உணர்ச்சி' என்பவைகள் அம்மாதிரி எண்ணத்தைக் காட்டவில்லை. ஒவ்வொரு முட்டுக்கும் என்பது சப்புகிற குழந்தையைக் காட்டுவதற்கு பதில் காம வெறி கொண்ட முரடனையே காட்டுகிறது. 'முலை' என்ற வார்த்தையோ, ஆண், பெண் என்றாலோ, ஆபாசப்படுத்தி நிர்வாணமாக்கிப் பார்க்கக்கூடாது என்று அவர் கூறுவது சரிதான்.

மக்களிடம் விஷயங்களை விளக்க வேண்டும். உண்மையையும் கூற வேண்டும். அதற்காகப் பண்பாட்டுக்கு விரோதமாகச் சொல்வது மக்களை நல்வழிப்படுத்தாது. இதயத்தை வஞ்சிக்காமல் எழுதும் தெம்பும் திராணியும் வேண்டும் தான். ஆனால் அந்தத் தெம்பும் திராணியும் மக்களுக்குப் பயன்படும் முறையில் இருக்க வேண்டுமல்லவா?

காளான் எழுத்தாளர்களும் இலக்கியங்களும் நாட்டில் பெருகக்கூடாது என்று அவர் வாதமிடுவது சரியே. ஆனால் அதைக் காட்டி 'எழுத்தாளனாக இருக்கும் நான் என்னுடைய இதயத்தையும் ரசனையையும் கொல்லமுடியாது. அப்படிக் கொன்று விட்டு நான் என்னத்தை எழுதிக் கொட்ட வேண்டியிருக்கிறது' என்று தன்னகங்காரத்தின் உச்சி மீதிருந்து எரிந்து விழுகிறார்.

எழுத்தாளன் எதையும் தன் மனம் கூறுவது போல் எழுதிக் குவிக்கலாம். சுருக்கமாகக் கூறினால் 'எழுத்து என் கீர்த்தி மிகுந்த மூளையிலிருந்து வெளி வருகிறது. எனக்காகத்தான் எழுத்து' என்று கூறுவது போல் உள்ளது.

'மக்களின் வாழ்வுக்கு வழிகாட்ட, அவர்களுக்குச் சரியான பண்புக்குத் திசைவழி காட்ட, எழுத்து உதவியாக இருக்க வேண்டும்' என்று அவர் கருத்து தெரிவித்தார்.

நா.வானமாமலை, ஜெயகாந்தன் கதைகள் பற்றி 'உங்கள் குரலில்' வெளிவந்த மதிப்புரைகளை, முக்கியமாக சகோதரி

கண்ணம்மாள் எழுதியதை குறிப்பிட்டு விட்டுத் தனது எண்ணத்தை விரிவாகக் கூறியிருந்தார்.

'இலக்கியத்தில் சிற்றின்ப உணர்ச்சிக்கு இடம் உண்டா என்ற கேள்வியை யாரும் கேட்க மாட்டார்கள். ஏனென்றால் உலக இலக்கியமனைத்தும் அதனை அடிப்படையாகக் கொண்டது. இணைவிழைச்சு என்று தொல்காப்பியர் பெயரிட்டு அழைக்கும் ஆண் பெண் கவர்ச்சி சங்க கால அக இலக்கியங்கள் முதல் பாரதி வரை இலக்கியத்துக்கு உயிரூட்டும் உயிர் மூச்சாக இருந்து வருகிறது. இவ்வுணர்ச்சி பல சமூகக் கட்டுப்பாடுகளிடையே வெளிப்படும் விதங்களைத்தான் மிகப்பெரும் காவியங்கள் முதல் சிறுகதைகள் வரை சித்திரிக்கின்றன.

இவ்வுணர்ச்சி களைந்தெறிய முடியாத மனப்பண்பு. களைந்தெறிய முயன்ற சமண முனிவர்கள் தங்கள் தோல்வியை காமநூல்கள் எழுதியதன் மூலம் ஒப்புக் கொண்டார்கள். உதாரணங்கள் சிலப்பதிகாரம், சீவகசிந்தாமணி.

உலகப் புகழ்பெற்ற இலக்கிய மேதைகளான விக்டர் ஹியூகோ, எமிலி ஸோலா, டாஸ்டாவ்ஸ்கி, டிக்கன்ஸ், டால்ஸ்டாய், தாகூர் போன்றவர்கள் ஆண் பெண் உணர்ச்சியைச் சித்திரிக்கிறார்கள். அதிலும் எமிலி ஸோலாவும் டாஸ்டாவ்ஸ்கியும் கெட்டுச் சீரழிந்தவர்களாக கருதப்படும் வேசிகளைத் தான் தங்கள் கதாநாயகிகளாகத் தேர்ந்தெடுத்துக் கொண்டார்கள். அவர்களை சமூகத்தால் புறக்கணிக்கப்பட்டவர்களாகக் காட்டி, அவர்கள் மீது நம்மை அனுதாபம் கொள்ளச் செய்கிறார்கள். சமூகத்தின் பழமை எண்ணங்களை இச்சித்திரங்களின் மூலம் தகர்த்தெறிந்தார்கள். சமூகத்தின் மனச்சாட்சி என்னும் அணையும் சுடரைத் தூண்டி விட்டார்கள்.

'அன்னா கரீனா' என்னும் நாவல் உலகப் புகழ் பெற்றது. அதில் வரும் அன்னா யார்? பொருத்தமற்ற விவாகத்தினால் நல்ல பண்புடைய கணவனைப் பெற்றும் அவனைக் காதலிக்க முடியாமல் ஒரு இளைஞனோடு நட்பை நாடியவள். இளமை மோகம் கசந்து விடவே வாழ்க்கையில் வெறுப்பு கொண்டு தற்கொலை செய்து கொண்டவள். வாழ்க்கையின் 'சமூக விதிகளை மதியாமல், சமூகத்தால் தண்டனை பெற்றவள்.' அவள்தான் டால்ஸ்டாயின் குணச்சித்திரங்களில் சிறப்பானவள் என்று உலகமே போற்றுகிறது.

இனி கேள்விக்கு வருவோம். சிற்றின்ப உணர்ச்சிக்கு இலக்கியத்தில் இடமுண்டா? மற்றெல்லா மனிதப் பண்புகளைப் போல் அதற்கும் இடமுண்டு. பின் ஆபாச இலக்கியம் என்று ஒன்றுமே இல்லையா? இருக்கிறது.

ஆண் பெண் உணர்ச்சியைக் கீழ்த்தரமாக்கி கேலி செய்து குறும்புக்கார சிறுவர்கள் மறைவாக கரியால் சித்திரம் தீட்டுகிறார்களே அது போல் ஆண் பெண் உணர்ச்சியையும் உறவையும் மாசுபடுத்திச் சித்திரிப்பது ஆபாசம். இவ்வாறு எழுதும் எழுத்தாளர்கள் உள்ளத்தில் இந்த ஆபாசம் இருக்கிறது. அவர்கள் கற்பின் பாதுகாவலர் என்று நினைத்துக் கொள்கிறார்கள். அவர்களுக்கு கற்பென்பது சமூகம் விதிக்கும் முறையில் உணர்ச்சியை ஒடுக்கும் மக்கள் 'மரியாதையாக' வாழ்வது. உண்மையை மறக்க வேண்டும். பொய்மையைப் போற்ற வேண்டும். சமூகத்திலிருந்து பிரித்து, மனிதப் பண்புகளை ஒழுக்கமுடையதென்றும், ஒழுக்கமற்றதென்றும் காட்டி அவற்றின் சமூக அடிப்படைகளை மறைப்பது அவர்களுடைய நோக்கம்...

ஜெயகாந்தன் கதைகள் அனைத்தையும் நான் படித்ததில்லை. படித்த கதைகளிலிருந்து அவர் தீரமிக்க எழுத்தாளர் என்றுதான் எனக்குத் தோன்றுகிறது. வீடு வாசலற்ற அனாதைகளுக்கும் இணைவிழைச்சு உண்டு; அவர்களுக்கும் மானம் மரியாதையுண்டு; அவர்களும் 'சிற்றின்ப'த்தை விழைபவர்கள்; அவர்களுக்கும் இன்பமாக வாழ ஒரு சிறு வீடாவது வேண்டும் என்ற கருத்தை மிக அழகாக ஒரு கதையில் சித்திரித்துள்ளார். பூங்காவில் ஆபாசமான காட்சியைக் காணும் கனவான்களுக்கு, அதன் காரணத்தை ஒரு சவுக்கடியின் மூலம் உணர்த்துகிறார். அவருடைய கதைகளில் புலனுணர்வு சரியாகப் பயன்படுத்தப்படுகிறது. 'சிற்றின்பத்தைத் தூண்டிவிடுகிறது' என்றால், அது அவருடைய தவறல்ல. நம்முடைய மனத்தில் ஒழுக்கத்தைப் பற்றிய எண்ணங்களை சமூகத்தின் பாதுகாவலர்கள் உருவாக்கியிருப்பதே இவ்வாறு இணைவிழைச்சின் உண்மைகளை நாம் காண மறுப்பதற்குக் காரணம்.

அவருடைய கதையில் டாஸ்டாவ்ஸ்கியின் சாயலை நான் காண்கிறேன். அதோடு நின்று விடாமல் எல்லாச் சமூக உண்மைகளையும் அச்சமின்றி, எதிர்ப்புக்குப் பணிந்து விடாமல் தன் கதைகளில் அவர் மேலும் பறையறைந்து கூறுவார் என்று எதிர்பார்க்கிறேன்' என்று வானமாமலை எழுதினார்.

'ஜெயகாந்தன் கதைகளைப் பற்றிய விவாதம் இத்துடன் முடிவடைகிறது' என்று ஆசிரியர் அறிவிப்பும் வெளியிடப்பட்டது. என்றாலும், இந்த விவகாரம் இத்துடன் முடிந்துவிடவில்லை.

அந்தச் சந்தர்ப்பத்தில், எமிலி ஸோலாவின் 'எர்த்' நாவலை நான் படித்து முடித்திருந்தேன். அதன் கதையையும் நயங்களையும் நண்பர்கள் ஜெயகாந்தன், விஜயபாஸ்கரன் இருவரிடமும்

விவரித்த போது, 'இதை எழுதிக் கொடுங்கள். சரஸ்வதியில் புத்தகச் சுருக்கமாக வெளியிடலாம்' என்றார்கள். அவ்விதமே எழுதினேன். நிலம் என்ற நாவலின் சுருக்கம் டிசம்பர் இதழில் பிரசுரமாயிற்று. சரஸ்வதியில் 25 பக்கங்கள். அதன் முன்னுரை இது:

"எமிலி ஸோலா எழுதியுள்ள நாவல்களில் சிறந்தது 'ஜெர்மினல்' என்பர் பலர். 'எர்த்' (நிலம்) சிறப்புடையது என்பது சிலர் கருத்து. எடுத்துக்கொண்ட விஷயத்தை நாவலாக உருவாக்கியுள்ள முறையாலும், குணச்சித்திரங்களைப் படைத்திருக்கிற திறமையாலும், சோகம், குரூரம், கருணை, நகைச்சுவை, காமம் என்கிற மனித குணங்களைக் கலந்து கொடுத்துள்ள வகையிலும் இது எமிலி ஸோலாவின் இதர நாவல்களைவிடச் சிறந்து திகழ்கிறது என்பதே என் அபிப்பிராயம்.

அனுபவத்திற்கு ஒவ்வாத கற்பனாலங்காரத்தையும் (ரொமான்டிஸிசம்) சமுதாய யதார்த்த வாதத்தையும் (சோஷியல் ரியலிசம்) கலந்து அற்புத நாவல்களைச் சிருஷ்டித்த பத்தொன்பதாம் நூற்றாண்டுப் பேராசிரியர்களில் முக்கியமானவர்களில் ஸோலாவும் ஒருவர். மத்தியதர வர்க்கத்தினரிடையே மலிந்துள்ள சிறுமைகளையும் குணக்கேடுகளையும் வக்கிரப்பண்புகளையும் அவர் அளவுக்கு அதிகமான தன்மையில், பூதாகர வடிவில், மிகுந்த உற்சாகத்தோடு வர்ணித்திருக்கிறார் என்று அநேகர் குறை கூறுவது உண்டு. ஆயினும் அவர் காட்டும் சித்திரங்களில் உண்மை இல்லை என்று எவரும் கூறத் துணிவதில்லை.

மண் மீது மனிதர் கொள்ளும் மோகம் அவர்களை எப்படி எப்படி ஆட்டிப் படைக்கிறது; 'நிலம்' என்னும் நல்லாள் எத்தகைய வேசியாக விளங்குறாள் என்பதை எல்லாம் அழகாக உணர்ச்சிகரமாக, வர்ணிக்கிறது 'நிலம்' எனும் நாவல். அதன் பூரண சௌந்தர்யத்தையும் சிறு சுருக்கத்தின் மூலம் எடுத்துக் காட்டிவிட முடியாதுதான். ஆனாலும் அதன் வனப்பை உணருவதற்கு ஓரளவாவது துணைபுரியும் சாளரம் ஆகும்-வ.க."

அந்த இதழில் 'ஊருக்கு நல்லது சொல்வேன்' என்ற பகுதியில், விஜயபாஸ்கரன் 'புத்தகச் சுருக்கத்தைப் படிக்கும் முன்' என்று ஒரு கட்டுரை எழுதினார்.

இப்படி ஒரு பகுதியை அவர் நவம்பர் இதழ் முதல் எழுத ஆரம்பித்தார். 'தமிழில் பிற மொழி நூல்கள்' என்ற தலைப்பில் தமிழ்நாட்டில் நடைபெற்ற மொழிபெயர்ப்பு வேலைகள் பற்றியும், மொழி பெயர்ப்பாளர்களின் திறமைக்குறை பற்றியும் விரிவாக எழுதியிருந்தார்.

டிசம்பர் இதழில் வந்த வி.பா. கட்டுரையை அப்படியே எடுத்து எழுத வேண்டியது அவசியம் என்று கருதுகிறேன்.

"சில மாதங்களாக சரஸ்வதியில் வெளியான நண்பர் ஜெயகாந்தனின் சில கதைகளைப் பற்றிப் பலவிதமான விமர்சனங்களை எழுதி வந்தனர். அந்த விமர்சனங்களுக்கெல்லாம் அவரே ஒருமுறை பதில் எழுதினார். மற்றும் பல முகம் அறிந்த, அறியாத அன்பர்கள் 'உங்கள் குரல்' மூலம் பதிலளித்தனர். அந்த விமர்சனப் பகுதியை, பலவிதமான வாதப் பிரதிவாதங்களுக்குப் பின் முடிவுற்று விட்டதாக அறிவித்தேன்.

எனினும் தொடர்ந்து எனக்கும், 'உங்கள் குரல்' பகுதிக்கும் பல நண்பர்கள் கடிதம் எழுதுகிறார்கள். அவற்றில் சில ஆபாசத்தைக் கண்டிக்கப் புகுவதாகக் கூறிக் கொண்ட போதிலும் ஆபாச விமர்சனமாக இருப்பது குறித்து வருந்தினேன்.

ஜெயகாந்தன் கதை ஆபாசமா, அவர்களின் இந்தக் கடிதங்கள் ஆபாசமா என்பதை அவற்றை எழுதிய அந்த அன்பர்களின் இலக்கிய மனச்சாட்சிக்கே விட்டுவிடுகின்றேன்.

இன்னும் சிலர், எனக்குத் தனிப்பட்ட முறையில் எழுதிய கடிதத்திலும், நேரிலும், 'மெத்த வளரும் மேற்கத்திய இலக்கிய சிருஷ்டிகளைப் பாருங்கள். கார்க்கி என்ன, டால்ஸ்டாய் என்ன, செக்காவ் என்ன, மாபஸான் என்ன, ஹ்யூகோ என்ன, எமிலி ஸோலா என்ன இன்னும் நமது நாட்டின் முற்போக்கு எழுத்தாளர்களான முல்க்ராஜ் ஆனந்த், அப்பாஸ், கிருஷ்ண சந்தர் முதலியவர்கள் என்ன ... அவர்களின் எழுத்தையெல்லாம் படித்துப் பார்த்தீர்களா? மனித உணர்ச்சிகளும், மனித வாழ்வும், எதார்த்த நோக்கும் எப்படிப் பரிமளிக்கின்றன! அவர்களைப் போல் எழுத வேண்டாமா? அந்த முயற்சிகளை எல்லாம் நாமும் கைக்கொள்ள வேண்டாமா? ஜெயகாந்தனைப்போல, அபத்த, ஆபாசக் களஞ்சியங்களை சிருஷ்டிக்க இடம் தரலாமா' என்றெல்லாம் எழுதினார்கள்; பேசினார்கள்.

நான் மௌனமாய் இருந்தேன். ஜெயகாந்தனின் கதைகளைப் பற்றி நடந்த வாதப் பிரதிவாதங்களின் போது நான் எப்படி மௌனம் சாதித்தேனோ அதே மௌனத்தைச் சாதித்தேன். என் மௌனத்தைக் கலைக்கும் சந்தர்ப்பத்தை இம்மாதப் புத்தகச் சுருக்கம் எனக்கு அளித்தது குறித்து நண்பர் வல்லிக்கண்ணனுக்கு என் நன்றி!

இலக்கியத்தில் ஆபாசம்! ஆபாசம் எது என்பதைப் பற்றிப் பிறகு வைத்துக் கொள்வோம். இலக்கியத்தில் ஆபாசம் இருக்கலாமா; கூடாதா? ஆபாசம் இல்லாத 'சந்நியாசி இலக்கியம்'

உண்டா இல்லையா? சந்நியாசி இலக்கியத்திலாவது ஆபாசம் இல்லாமலிருந்ததா?

இதற்குப் பதிலளிக்க முயற்சிப்போம். இலக்கியத்தில் ஆபாசம் இருக்கலாம் (ஆம்; முற்போக்கு இலக்கியத்திலும் கூட). ஆபாசம் இல்லாதது 'காற்றடைத்த பையடா' இலக்கியந்தான். அதிலும் கூட ஆபாசத்தை வெறுக்கும் முறையில் எத்தனையோ ஆபாசங்கள் இருப்பதைக் காணமுடியும்.

அப்படியென்றால் 'ஆபாச இலக்கியம்' என்று ஒன்று கிடையாதா என்று சிலர் கேட்கலாம். நிச்சயம் உண்டு! அது – அந்த ஆபாச இலக்கியம் – முழுக்க முழுக்க ஆபாசத்தையே நாடி, ஆபாசத்தையே உணர்த்தி, படிப்பவரை ஆபாச உணர்ச்சியிலேயே கிறங்க வைப்பதற்காகவே பிறக்கிறது.

ஆகையால் ஆபாசத்திற்காக இலக்கியம் பிறக்கக் கூடாது; இலக்கியத்தில் 'ஆபாசம்' இருக்கலாம் என்றாகிறது அல்லவா? சரி. இப்பொழுது, ஆபாசம் எது என்ற கேள்விக்கு வருவோம்.

தோட்டியின் வாழ்வைச் சித்திரிக்க புகும் கதையில் மலத்தின் நாற்றம் வீசத்தான் செய்யும்; அது ஆபாசமல்ல. தாய்மையின் தவிப்பை உருவகப்படுத்தும் போது முலைமீது முகம் புதைத்துக் கிடக்கும் குழந்தையின் தோற்றம் தெரியத்தான் தெரியும்; அது ஆபாசமல்ல. யாருமில்லாத தனிமையில் வாய்க்கால் கரையில் புல்லுக்கட்டைப் போட்டுவிட்டு, தாலிச் சரட்டை கண்ணில் ஒற்றிக் கொள்ளும் கிராமத்துப் பறைச்சியின் பதிவிரதத் தன்மையைக் காட்டும் போது, கணவனின் நினைவால் பொங்கிப் பூரிக்கும் அவள் மார்பகம் தோன்றத்தான் தோன்றும். இதுவும் ஆபாசம் அல்ல.

அப்படியானால் ஆபாசம் எது என்பது ஒரு கதையை முழுக்கப் படித்தபின் அது உணர்த்தும் மூல உணர்வு என்ன என்பதைப் பொறுத்ததாகும். அந்த மூல உணர்வு நேர்மையின் பாற்பட்டதாய், வளர்ந்து வரும் லட்சியங்களின் பாற்பட்டதாய் இருக்குமானால், அவற்றின் நடுவில் வரும் ஆபாசம் போன்ற யதார்த்த சித்திரங்கள் ஆபாசமாக மாட்டா. மாறாக, வாழ்வின் யதார்த்த நிகழ்ச்சிகளை ஊன்றி நோக்கி உற்று அறிந்த ஆசிரியரின் திறமைக்கு அவை சான்றுகளாகும்.

அல்லாமல், அவை ஆபாசமே என்று எனது நண்பர்கள் வாதிப்பார்களேயானால் அவர்களை நான் ஒன்று கேட்க விரும்புகிறேன்.

தர்மத்தின் வெற்றியையும், அதர்மத்தின் வீழ்ச்சியையும் சித்திரிக்கும் மகாபாரதத்தில் சிலர் சில ஆபாசங்களைக்

கண்டுபிடிப்பதில் தவறென்ன இருக்க முடியும்? புருஷோத்தமனான ராமரையும், பெண் திலகமான சீதையையும் பாத்திரமாகக் கொண்ட ராமாயணத்தில் சிலர் சில ஆபாசங்களைக் கண்டுபிடிப்பதில் தவறு என்ன இருக்க முடியும்? இவற்றின் மூல உணர்வு ஆபாசத்தில் திளைத்ததல்ல; சந்தர்ப்ப சூழ்நிலைகளின் வர்ணனைகளோ, நிகழ்ச்சிகளோ ஒரு இலக்கியத்தின் தரத்தை ஆபாசமாக்கிவிட முடியாது என்றாகி விடுகிறது அல்லவா?

அப்படியிருக்க, ஒரு சில வார்த்தைகளுக்காக ஒருவரின் எழுத்தையே அபத்தமென்றும் ஆபாசமென்றும் முடிவுகட்டி விட்டு, பிற நூல்களைப் படிக்காமலேயே 'அதைப் படித்துப் பார், இதைப் படித்துப் பார், அவரைப்போல எழுது' என்று சிலர் எழுதியதனாலேயே, எமிலி ஸோலாவின் இந்த 'நிலம்' (Earth) புத்தகச் சுருக்கமாக வெளிவருகிறது.

இந்த நூலில் பல இடங்களில் நீங்கள் எதை 'ஆபாச' மென்று கருதுகிறீர்களோ அவை வருகின்றன. அவை ஆபாசமா? இல்லை என்பதே என் அபிப்பிராயம். இந்த நவீனம் பிறந்த சூழ்நிலையை மனதில் கொண்டால்தான் இந்த உண்மையை அறிய முடியும்.

ஆம்; அன்றைய பிரெஞ்சு நாட்டு விவசாயியின் வாழ்க்கை அப்படியெல்லாம் இருந்திருக்கிறது. அதில் திளைத்து நிற்கும் மண்ணாசை... அதையும் கவனியுங்கள். முகத்தைச் சுளிக்கவேண்டாம். இது எமிலி ஸோலாவின் உலகப் புகழ்பெற்ற நாவல். தொழிலாளிகளை வைத்து எழுதப்பட்டது 'ஜெர்மினல்.' விவசாயிகளின் வாழ்வை அடிப்படையாகக் கொண்டது இந்த 'நிலம்'. உலகம் இதை ஆபாச இலக்கியம் என்று கூறவில்லை என்பது கவனத்திற்குரியது.

இந்தப் புத்தகச் சுருக்கத்தில் நாங்கள் வேண்டுமென்றே வெறும் ஆபாசமான பகுதிகளை மட்டும் அடுக்கித் தரவில்லை. கதைத் தொடர்புக்கு வேண்டிய சம்பவக் கோவைகள் மட்டும்தான் இவை. கதையின் விஸ்தாரத்தில் புகுந்தால் இம்மாதிரியான காட்சிகள் அனந்தம்.

ஜெயகாந்தனின் கதைகளை ஆபாசமென்று கூறிய அன்பர்கள் இந்தப் புத்தகச் சுருக்கத்தைப் படித்துவிட்டு மீண்டுமொரு முறை அவருடைய கதைகளைப் பரிசீலிக்கவும்.

தேங்கி நசித்து வரும் இன்றைய சிறுகதை உலகிலே சரஸ்வதி தன்னாலியன்ற அளவுக்கு நவநவமான இலக்கியச் சாதனைகளைச் சாதித்து வருகிறது. இது நமது கோஷ்டி என்று கும்மாளமிடும் நண்பர்களின் கருத்துமட்டுமல்ல; நமது லட்சியமும் போக்கும்

நடைமுறைக்கு ஒத்து வராது என்று கூறிவரும் அன்பர்கள் கூட ஒப்புக்கொண்டு பாராட்டி எழுதிய உண்மையாகும்.

இந்நிலையில் புதுமைகளைக் கண்டு நாமே, நம்மில் சிலரே, ஒதுங்கி அதன் நிழலைக்கூடக் காண விரும்பாத மனப்போக்குடன் 'அங்கே பார் இங்கே பார்' என்பதெல்லாம் நமது 'சனாதன'ப் போக்கைத்தான் புலப்படுத்துகிறதே அல்லாமல் புதுமையை வளப்படுத்தும் போக்காகாது.

எமிலி ஸோலாவின் கதையில் மட்டும்தான் இந்த 'ஆபாசம்' இருக்கிறதா? இந்த ஆபாசத்தைத்தான் நாங்கள் முதன்மைப்படுத்தி மூர்த்தண்யமாய் தாக்குவோம் என்பீர்களேயானால் அந்தத் தாக்குதலிலிருந்து முற்போக்கு இலக்கியத்தின் தந்தையான கார்க்கியும் தப்ப முடியாது; உலக இலக்கிய மேதைகள் எவருமே தப்ப முடியாது. ஏன், நமது நாட்டின் பழம்பெரும் இலக்கியங்கள், புராணங்கள், இதிகாசங்கள் எவையுமே தப்ப முடியாது."

இந்த டிசம்பர் இதழ் ஒருவகையில் எனது விஷேச இதழாக அமைந்துவிட்டது! புத்தகச் சுருக்கம் தவிர, புத்தக விமர்சனம், புத்தகங்களைப் பற்றி (துணுக்குகள்), வேடிக்கை உலகம் (சுவையான செய்திகள்), நையாண்டி பாரதியின் 'இரண்டு கதைகள்' ஆகியனவும் இதில் வெளிவந்துள்ளன. இவ்விதழில் குறிப்பிடப்பட வேண்டிய மற்றொரு விசேஷம்.

அதுவரை 'முற்போக்கு அம்சங்களை'க் கொண்ட கவிதை களை மட்டுமே எழுதிவந்த சுந்தர ராமசாமி இதர ரகமான, சுவாரஸ்யம் நிறைந்த, சிறுகதைகளைப் படைப்பதில் ஆர்வம் காட்டலானார். அத்தன்மையில் அவரது முதல் கதை என்று சொல்லப்பட வேண்டிய 'கைக்குழந்தை' இந்த இதழில் பிரசுரமாயிற்று.

~ ~

11

நான்காவது ஆண்டு மலர்

ஆசிரியர் விஜயபாஸ்கரன் முன்கூட்டியே திட்டமிட்டது போல் நடக்கவில்லை. பத்திரிகையில் நஷ்டம்தான் ஏற்பட்டுக் கொண்டிருந்தது.

மூன்றாவது ஆண்டிலேயே அதைப் பற்றி அவர் அவ்வப்போது குறிப்பிடலானார். சரஸ்வதிக்கு உதவ வேண்டும் என்ற ஆர்வத்தில் சில நண்பர்கள் சந்தாக்கள் சேகரித்து அனுப்பினார்கள். அதுபோல் இலக்கிய அபிமானிகள் பலரும் உதவி புரிய வேண்டும் என்ற கோரிக்கைகள் அடிக்கடி பத்திரிகையில் இடம்பெற வேண்டிய அவசியம் ஏற்பட்டது.

'பத்திரிகையை நிறுத்திவிட வேண்டிய நிலைமை தோன்றிவிடுமோ?' என்று கூட நண்பர் சஞ்சலப்பட்ட சமயங்கள் உண்டு. ஆயினும், மன உறுதியோடு, சிறப்பான ஆண்டு மலர் ஒன்று கொண்டு வந்து விடவேண்டும் என்று ஆசைப்பட்டார்.

"நம்மிடையே எழுத்துப் பரிச்சயம் ஏற்பட்டு மூன்று ஆண்டுகள் முடிந்து நான்காம் ஆண்டு பிறந்துவிட்டது. என்பதை நினைக்கும் போது எத்தனை பெருமிதம் உண்டாகிறது!"

அந்தப் பெருமித உணர்வை நமக்கு நல்கிய அன்பர்களுக்குக் 'கனகாபிஷேகம் செய்வது போல்' ஒரு மலர் கொண்டு வந்து காணிக்கை அளிக்க எண்ணினோம் என்று மலரில் 'ஆசிரியர் குறிப்'பில் அறிவித்து, அது நிறைவேறாமல் போய் விட்டதன் காரணங்களையும் எழுதவே காலம் துணை செய்தது.

"பத்திரிகைகள் நிற்கத்தான் வேண்டும் என்று

நிர்ப்பந்திப்பது போல் காகித விலை ஏறிக்கொண்டே போகிறது ஒன்றுக்கு இரண்டு மடங்காய். இரண்டு மடங்கா? அதற்கும் அதிகமாக விலை ஏறிக்கொண்டே போகிற இந்நிலையில், ஏற்கெனவே நிலைத்து நிமிர்ந்துவிட்ட பெரிய பத்திரிகைகள் கூட விலையைக் கூட்டுகின்றன, சில பத்திரிகைகள் கணிசமான அளவுக்குப் பக்கங்களைக் குறைத்திருக்கின்றன.

ஆனால் அதே சமயத்தில் நமது பத்திரிகையின் பக்கங்கள் குறையவில்லை, கூடியிருக்கின்றன. பக்கங்கள் மட்டுமா நஷ்டமும் கூடத்தான்.”

சரஸ்வதி மூன்றாவது ஆண்டில் ஜூலை முடிய ஒரு இதழ் *25* நயா பைசா விலையில் *80* பக்கங்கள் என்று தயாராகி வந்தது. ஆகஸ்ட் முதல் *96* பக்கங்கள் என அளவு அதிகரிக்கப்பட்டிருந்த போதிலும், விலையில் எந்தவித மாறுதலும் ஏற்படவில்லை.

ஆண்டு மலரை நல்ல கிளேஸ் காகிதத்தில், *சரஸ்வதியின்* வழக்கமான அளவிலேயே *144* பக்கங்களில், உள்ளும் புறமும் வண்ண ஓவியங்களோடு தயாரிக்க வேண்டும் என்று விஜயபாஸ்கரன் ஆசைப்பட்டார். அது சாத்தியப்படவில்லை. போட்டோ தொழிற் பொருட்களின் திடீர் விலை உயர்வு, பிளாக் சார்ஜ் ஏற்றம், காகித விலை ஏற்றம் எல்லாம் யுத்தகாலம் போன்ற நெருக்கடியை உண்டாக்கி இருந்தன.

ஆகவே, *75* நயா பைசா விலையில் ஒரு மலர் உருவாக்கு வதற்குப் பதில் *60* நயா பைசாவுக்கு, *144* பக்கங்களில் மலர் வெளியிட்டு, ‘பொன்னை வைக்கும் இடத்தில் பூவை வைத்து’ திருப்திப்பட வேண்டிய அவசியம் ஏற்பட்டது.

வண்ணப் படங்களுக்குப் பதிலாக, நான்கு பக்கங்களில், நடராஜர் சிலை, கன்னியாகுமரி, மதுரை மீனாட்சி கோயில், மாமல்லபுரம் கோயில், மயிலை கபாலீஸ்வரர் கோயில் ஆகியவற்றை கறுப்பு மையில் அச்சிட்டு அகம் மகிழ வேண்டிய தாயிற்று. ஆகாய நீலத்தைப் பின்னணியாகக் கொண்டு எடுப்பாக நிற்கும் மாமல்லபுரம் கற்கோயிலின் தோற்றம் வசீகரமான அட்டைப்படமாக அமைந்தது. உள்ளடக்கத்தில் மலர் தரமும் சுவையும் மிகுந்ததாகவே இருந்தது.

நல்ல பத்திரிகை – தி.ஜ.ர., தமிழகத்தில் திருமண முறை – எஸ்.ராமகிருஷ்ணன், பழங்காலக் கதைகள் – வை.கோவிந்தன், முதுவார்களும் முருக வழிபாடும் – டி.செல்வராஜ், மறவா நாளே – கே. ராமநாதன், எழுத்தாளரின் சுவர்க்கம் – எச்.எம்.பி.முஹிதீன் (சோவியத் ரஷ்யா பற்றியது), சாண் ஏற, முழம் வழுக்க – தி.க.சிவசங்கரன் (தமிழ் சினிமா பற்றியது),

திருமணத்திற்குப் பின் – இஸ்மத்பாஷா (ஈ.வெ.ரா. பெரியார் திருமணமும் தி.மு.க. தோற்றமும் பற்றியது), ஆங்கிலம் நீடிக்க வேண்டுமா? – ஸி.எஸ். சுப்ரமணியம், தமிழில் அறிவியல் நூல்கள் – கண.முத்தையா, வில்பாட்டுக் கதைகள் – நா. வானமாமலை, ஆறுமுக நாவலர் – க. கைலாசபதி, புரட்சிப்புலவர் வடலூரார் – சாமி சிதம்பரனார் ஆகிய கட்டுரைகள்; முச்சந்தி – ஜெயகாந்தன், அகம் – சுந்தர ராமசாமி, குக்கலும் சிக்கலும் – விந்தன், உரிமை – வல்லிக்கண்ணன் ஆகிய கதைகள்; ரகுநாதனின் 'காவியப்பரிசு' என்னும் கவிதை நாடகம் இவை இம்மலரில் இடம் பெற்றிருந்தன.

நல்ல பத்திரிகை எது என்று சிந்தித்து, முடிவு கட்டியிருந்த தி.ஜ.ர.வின் மணியான எண்ணங்களில் சிலவற்றை இத்தொடரில் எடுத்தெழுதுவது பொருத்தமாக இருக்கும் என்று கருதுகிறேன்.

"அச்சு, தபால், தந்தி, ரெயில், விமானம், போட்டோ ப்ளாக் செய்தல், கல்வி, அரசியல் சூழ்நிலை எல்லாம் சேர்ந்து பத்திரிகைத் தொழிலை இன்று வெகுதூரம் வளர்த்திருக்கின்றன. வளர்த்தனவோ, அமுக்கினவோ; வெகுதூரம் வீங்கச் செய்து விட்டன. பலவிதமான பத்திரிகைகள் தோன்றியிருக்கின்றன. பலதரமான நிலைகளில் நடக்கின்றன. செய்திப் பத்திரிகைகள், இலக்கியப் பத்திரிகைகள், பொழுதுபோக்கான பத்திரிகைகள், தொழில் பத்திரிகைகள், அபிப்பிராய விமர்சனப் பத்திரிகைகள், 'ப்ளாக் மெயில்' பத்திரிகைகள் – இப்படி எல்லாம் எத்தனை எத்தனையோ ரகமான தரமான பத்திரிகைகள் நடக்கின்றன. இப்படிப்பட்ட எண்ணற்ற வகையான பத்திரிகைகளில் எது நல்லது, எது கெட்டது என்று எப்படிச் சொல்ல முடியும்?...

பத்திரிகைத் தொழில் முறையிலும் நிலையிலுமோ பிரமாதமான – பிரம்மாண்டமான – மாறுதல்கள் ஏற்பட்டு விட்டன. ஒரு புறம் குடிசைத்தொழில் மாதிரி பல பத்திரிகைகள் நடக்கின்றன. மறுபுறம் ராட்சச ஆலைத்தொழில் மாதிரி பல பத்திரிகைகள் நடக்கின்றன. குடிசைத்தொழில் ரகப் பத்திரிகைகளில் அசோகா பாக்கையும் நஞ்சன்கூடு பல்பொடியையும் போல் பேரளவில் வளர்ந்துவிட்டவை உண்டு. பெருந்தொழிலாய்த் தொடங்கி நடக்கும் பத்திரிகைகளில் உள்ளுக்குள்ளே உளுத்துப்போய் ஆட்டம் எடுத்தவை உண்டு.

பத்திரிகை என்றால், கலைத் திருப்பணி, இலக்கியத் திருப்பணி, சினிமாத் திருப்பணி, புனிதமான இலக்கியங்களை நடத்தும் திருப்பணி, அறிவைப் பரப்பும் திருப்பணி, பண்பாட்டை வளர்க்கும் திருப்பணி என்றெல்லாம் நம்மில் பலர் நினைத்துக்

கொண்டிருக்கிறோம். இந்தத் திருப்பணிகளையெல்லாம் நடத்துவதற்கென்றே தோன்றியிருக்கும் அவதாரபுருஷர்களாகப் பத்திரிகை முதலாளிகளைப் பாவிப்பவரும் உண்டு. அவர்களுடைய பத்திரிகையில் கூட 'சேவையே நமது குறிக்கோள் – லட்சியம் – மூச்சுக் காற்று – உயிர்த் துடிப்பு' என்றெல்லாம் வரைந்திருப்பார்கள்.

பத்திரிகை நடத்தக் காகிதம் வேண்டும் என்பது மற்றவர்கள் கருத்து. காகிதம் விற்கப் பத்திரிகை வேண்டும் என்பது பெரிய முதலாளி கருத்து. வெள்ளைக் காகிதமாக 'நியூஸ் பிரிண்டை' ஆயிரமாயிரம் டன் விகிதம் நாள்தோறும் தொடர்ச்சியாக வாங்கி விற்க முடியாது. அந்தக் காகிதத்தை வாங்கி, அதிலே கொஞ்சம் மசியைத் தடவிக் கறுப்பாக்கி, ஊருக்குள்ளே – நாட்டுக்குள்ளே – நாலு திசையிலும் விட்டால், ஜனங்கள் 'எனக்கு, உனக்கு என்று அள்ளிக் கொண்டு போகிறார்கள். இந்த வியாபாரத்தை நாள் தவறாமல் முடிந்தால் காலையிலும் மாலையிலும் ஒரே சீராக – ஏறி இறங்காதபடி – நிர்ப்பயமாக – நிச்சயமாக நடத்தலாம். அசுர அச்சுக்கூடமும் 'எழுத்துக் கூலி'களான ஆசிரியர்களும் இதற்குத் தேவையான 'அவசியத் தீமைகள்'. இவ்வளவுதான் விஷயம். மிகப்பெரும் பத்திரிகைகளின் இன்றைய நிலை – மர்மம் எல்லாம் இதுவே.

அந்தப் பத்திரிகைகளிலே அரசியல், கலை, சமூக, இலக்கிய, விஞ்ஞான, பொருளாதார, சமய விஷயங்களும் அபிப்பிராயங்களும் வருவது – விறுவிறுப்பாகக் கூட வருவது – 'இன்ஸிடெண்டல்' சங்கதி. அதாவது அகஸ்மாத்தாக வந்து ஒட்டிக் கொண்ட அம்சம். சரித்திரபூர்வீகம், காலப்போக்கு, அரசியல் பேரம், வியாபாரத் தேவை, கூடிய ஆட்கட்டுப்பாடு இவையெல்லாம் அதற்குக் காரணங்கள் ஆகின்றன... குடிசைத்தொழில் மாதிரி பத்திரிகைகள் நடத்த வருகிறவர்கள் எழுத்துப் பலமும், தெளிவான அச்சுமே தங்கள் உயிர்நாடி என்று கொள்ள வேண்டும்.

சிறு முதலை வைத்துக் கொண்டு ஆரம்பித்து நடத்தக்கூடிய பத்திரிகையே குடிசைத்தொழில் போன்றது. சரஸ்வதி போன்ற பத்திரிகையை இதற்கு உதாரணமாகச் சொல்லலாம். இந்த மாதிரி பத்திரிகைகள் நிச்சயமாக அபிப்பிராய சுதந்திரத்தைக் காப்பாற்ற முடியும்; என்னைப் போன்ற எழுத்தாளர்களின் ஊன்றுகோலாக இருக்க முடியும்; எழுதுகிற ஒவ்வொருவருடைய தனித் தன்மையையும் வளர்க்க முடியும்; புதுப் புது எழுத்தாளர்களைக் கண்டுபிடிக்க முடியும்; புதுமையான எழுத்துப் பரீட்சைகளுக்கு உரிய சூழ்நிலை ஏற்படுத்த முடியும்.

இதற்காக இவை லாபமே அடையக் கூடாது என்றோ இவற்றின் பிரதி விற்பனை அதிகரிக்கவே கூடாது என்றோ நான் சொல்லவில்லை. குடிசைத் தொழில் பொருளும் வியாபாரமாகத்தான் வேண்டும். ஆனால் அது, மனித சுதந்திரத்துக்கு ஊறு செய்யாத வியாபாரம்: மனிதனை ஒரு ஜீவனாக எண்ணாமல் பெரிய யந்திரம் ஒன்றின் உறுப்பாகச் செய்யும் பெருந் தொழில் போலல்லாது, மனிதத் தன்மையைப் பாதுகாப்பது குடிசைத்தொழில். இலக்கியமோ விஞ்ஞானமோ, வேறு துறையோ, எதிலும் இந்த மாதிரிக் குடிசைத்தொழில் பத்திரிகைகளுக்கு இடம் உண்டு...

எது எழுத்தாளர்களின் உரிமையைக் காப்பாற்றுகிறதோ, எழுத்துக் கலையைக் கட்டுத்திட்டமின்றி வளர்க்கிறதோ, மக்களிடம், அறிவைப் பரப்புகிறதோ, பண்பாட்டை உயர்த்துகிறதோ, தூய முறையில் உற்சாகம் கொடுக்கிறதோ, என்ன நல்லது செய்யாவிட்டாலும் சமூகத்துக்குக் கேடு செய்யாதிருக்கிறதோ, அதுவே நல்ல பத்திரிகை. குடிசைத்தொழில் ரீதியான பத்திரிகையே நல்ல பத்திரிகையாக இருக்க முடியும்."

~ ~

12

வாசகர்கள்

மூன்றாவது வருடத்தில் தமிழ்நாட்டில் சிறந்த இலக்கியப் பத்திரிகை என்ற பெருமையை சரஸ்வதி அடைந்து விட்டது. இலக்கிய ஆர்வம் கொண்ட எழுத்தாளர்கள், ரசிகர்கள், புத்தக வெளியீட்டாளர்கள் முதலியோர் *சரஸ்வதியின்* இதழ்களை எதிர்பார்த்து, வரவேற்று, படித்துப் பாராட்டிக் கொண்டிருந்தார்கள்.

என்றாலும் ஒவ்வொரு இதழும் ஆசிரியர் விஜயபாஸ்கரனுக்கு ரூ.150 'கைப்பிடித்தம்' ஏற்படுத்தி வந்தது. இந்த நஷ்டம் பற்றி அவர் நண்பர்கள் பலரிடமும் சொல்லிக் கொண்டிருந்தார். பத்திரிகை வளர்ச்சியில் அக்கறை காட்டிய அன்பர்களும் இதை உணரத் தவறவில்லை.

தி.க.சிவசங்கரன் மூலம் உண்மை நிலைமையை அறிய நேர்ந்த தூத்துக்குடி எஸ்.ஏ.முருகானந்தம் ஒருவழி வகுத்துக் கொடுத்தார். அவர் எழுதிய கடிதம் 1957 டிசம்பர் இதழில் பிரசுரிக்கப்பட்டது.

"சரஸ்வதி தமிழ்நாட்டில் வெளிவரும் ஒரு சில சிறந்த பத்திரிகைகளில் ஒன்று. அதிலும் தன்னலமற்ற முறையில் நல்ல கருத்துக்களை, காலத்திற்கு ஏற்றபடி தரும் மக்களுக்குத் தேவையான இலக்கியப் பத்திரிகையாக வெளிவருகிறது *சரஸ்வதி*.

சிறந்த நல்ல பத்திரிகைகள் தொடர்ந்து மேலும் மேலும் அபிவிருத்தி அடையும் முறையில் அப்பத்திரிகையின் பொருளாதார பலம் வளர வேண்டும். *சரஸ்வதியின்* பொருளாதார நிலையை நண்பர் தி.க.சி. என்னிடம் கூறும்போது நான் ஒரு திட்டம் போட்டேன்.

பிரதிபலனை எதிர்பாராது பாடுபடும் ஆசிரியருக்குப் புதிதாக எதுவும் தராவிட்டாலும், அவரிடமுள்ள பணத்தையும் எடுக்கக் கூடாதே. *சரஸ்வதி ஆசிரியரின் பணம் மாதம் ரூ.150 போகிறது* என்றார் தி.க.சி. ஆசிரியரின் உழைப்பிற்கும், சரஸ்வதியின் சிறந்த எழுத்தாளர்களுக்கும் தமிழகம் பொன்னாடை போர்த்தி பாராட்ட வேண்டும். அதைத்தான் செய்ய முடியாவிட்டாலும் அவர்கள் முயற்சியை உற்சாகப்படுத்தும் முறையில், *சரஸ்வதியினால்* அவர்களுக்குக் கடன் ஏற்பட்டுவிடக் கூடாது என்ற நிலையை உண்டாக்க தமிழ் மக்கள் முன்வரவேண்டும் என்பது என் அவா.

இக்காலகட்டத்தில் பத்திரிகையால் நஷ்டம் ஏற்படத்தான் செய்யும், அதிக விளம்பரங்கள், 25 ஆயிரத்துக்கு மேல் காப்பிகள் விற்பது என்று *சரஸ்வதி* வளரும் வரை.

அதுவரை '*சரஸ்வதி வளர்ச்சி நிதி*' எனத் தமிழ் மக்கள், குறிப்பாக *சரஸ்வதியின்* வாசகப் பெருமக்கள், மாதந்தோறும் தர முன்வர வேண்டுகிறேன்.

நானும் ஒரு நண்பரும் ரூ.1 நன்கொடை மாதம் தோறும் அனுப்புவதென முடிவு செய்து அனுப்பியுள்ளோம். அதோடு விளம்பரம் வாங்கிக் கொடுப்பது, சந்தா சேர்த்துக்கொடுப்பது என்றும் முடிவு செய்துள்ளோம். இதே போல் *சரஸ்வதியின்* வாசகர்களில் 300 பேர்கள் முன் வந்தால்... வருவீர்களென்று நம்புவதோடு, என் இந்தச் சிறு உதவியை ஆசிரியர் ஏற்பதோடு எனது ஆசையான இவ்வேண்டுகோளைத் தமிழ்மக்களுக்குத் தெரிவிக்க இதை வெளியிடவும் வேண்டுகிறேன்" என்று முருகானந்தம் எழுதியிருந்தார்.

சரஸ்வதியின் வளர்ச்சியில் அக்கறை கொண்டிருந்த வாசகர்களில் சென்னை 21, சோலையப்பன் தெருவைச் சேர்ந்த மு.ரா. சீனிவாசனும் ஒருவர். அவர் அவ்வப்போது சந்தாக்கள் சேர்த்து உதவி, உற்சாகமூட்டும் கடிதங்களும் எழுதி வந்தார். இந்தச் சந்தர்ப்பத்தில் (இது வரை அவர் சரஸ்வதிக்கு 11 சந்தாதாரர்களைச் சேர்த்திருந்தார்) வளர்ச்சி நிதிக்கு ரூ.9 வசூல் செய்து அனுப்பியதோடு, ஒரு நீண்ட கடிதமும் எழுதியிருந்தார்.

"மிக உயர்ந்தரகக் காகிதத்தில் அச்சடிக்கப்பெறுவதோ, கண்கவர் அரை நிர்வாண கலர் சித்திரங்கள் தாங்குவதோ, சுய விளம்பர மாமேதைகளின் விஷயதானம் பெறுவது மட்டுமோ ஒரு பத்திரிகையின் குறிக்கோளாக முடியாது...

சரஸ்வதியின் வளர்ச்சிக்கான அவசியத்தை ஆராயும் முன், கடந்த கால முற்போக்கு இதழ்கள் சிலவற்றைப் பற்றி சிந்திக்க வேண்டியது அவசியம். ஸ்ரீ வை.கோ.வின் சக்தி,

கே.ஸி.எஸ்ஸின் *மாதமணி, நீதி,* குயிலனின் *முன்னணி, வாரம், மாஜினியின் தமிழன்,* ரகுநாதனின் *சாந்தி* இவையாவும் தொடர்ந்து நடைபெறாமற் போனதின் காரணம் என்ன? பத்திரிகை நடத்தும் திறமையற்றதாலா? தகுந்த விஷயதானம் செய்பவரில்லாமலா? அல்லவே அல்ல. வாசகர்களின் அசிரத்தை என்பதே என் துணிவு. இனியும் நாம் சென்றகால நடைமுறையிலே சென்று கொண்டிருப்போமானால் நம் வாழ்நாளிலே பெரியதொரு தவறிழைத்தவர்களாவோம். கால மாற்றத்திற்கேற்ப நம் செயல்முறைகளையும் மாற்றியாக வேண்டும். மிகத்தொன்மையான நாகரீகம் படைத்தது நம் பாரதம் என்றோ தமிழ் உலக மொழிகளில் சிறந்தது என்ற ஆராய்ச்சியிலோ மட்டும் கவனம் செலுத்திக்கொண்டிருப்பதில் பயன் ஏதும் காண முடியாது. வளரும் இலக்கியத்தை ஊக்குவிப்பதில் செயல்பட வேண்டும்.

பல இன்னல்களுக்கிடையேயும் *சரஸ்வதி* முன்னேற்றப் பாதையில் ஏறுநடை போடுகிறதென்றால் ஆசிரியரின் அமைதி யான விடாமுயற்சியும் சுய விளம்பரம் வேண்டாத அன்பர்களின் விஷயதானமும், சில பல நிதானமான வாசகர்களின் ஆதரவும்தான் என்பதை மறைப்பதற்கில்லை... ஒவ்வொருவரும் பெருமுயற்சி எடுத்து அவ்வப்போது நடைமுறைக்குகந்த யோசனைகள் கூறுவதோடு, சிரத்தையெடுத்து விற்பனையையும், சந்தாதாரரையும் பெருமளவுக்கு சேகரித்தாக வேண்டும். வாசகர்கள் ஒரு மாதத்தில் ஒரே நாள், ஒரு நாளில் ஒரே மணி நேரம், உறவினரில் ஒருவரை அல்லது நண்பர்களில் ஒருவரை சந்தித்து, *சரஸ்வதிக்காக* மண்டியிடாமல், சண்டையிடாமல், *சரஸ்வதியின்* தரத்தை, அவசியத்தை, நிலையைக் கூறி முயற்சித்தால் வளர்ச்சி நிச்சயமுண்டு. முயற்சி திருவினையாக்கும்”—இவை அவர் கடிதத்தின் முக்கிய பகுதிகள்.

சரஸ்வதியின் வளர்ச்சிக்கு உதவக்கூடிய ஆலோசனைகள் என்று தாங்கள் தங்கள் ‘மேலான யோசனை’களைக் கூறக் கூடியவர்கள் அதிகமாகவே எதிர்ப்பட்டார்கள். ‘யோசனை வள்ளல்’களுக்கு எப்போதுதான், எங்கேதான் பஞ்சம்?

செக்கோஸ்லோவேகிய நாட்டிலிருந்து தமிழ் மொழியைக் கற்று, தமிழ் இலக்கியத்தில் தேர்ச்சி பெற்று, தமிழ்ப்படைப்புகள் பலவற்றை செக் மொழியில் மொழிபெயர்த்து அரிய சாதனைகள் புரிந்திருந்த அறிஞர் கமில் ஸ்வெலபில் சென்னைக்கு வந்திருந்தார். தெற்கு கடற்கரை ரோடு, ‘பரீட்சை மண்ட’பத்தை ஒட்டிய வசதியான தனி அறையில் தங்கியிருந்தார். ஒரு மாலை விஜயபாஸ்கரன், ஜெயகாந்தன், நான் மூவரும் அவரைக் கண்டு பேசப்போயிருந்தோம். அப்போது, முற்போக்கு இலக்கிய

ஆர்வம் உடைய வக்கீல் ஒருவரும் எழுத்தாளர் ஒருவரும் அங்கே வந்து சேர்ந்தார்கள். கமிலுடன் பேசி முடித்த பிறகு நாங்கள் எல்லோரும் கடற்கரை மணலில் அமர்ந்து உரையாடி மகிழ்ந்தோம்.

சரஸ்வதி பத்திரிகையின் வளர்ச்சிக்கான யோசனைகள் என்று வழக்கறிஞர் தனது எண்ணங்களைத் தெரிவித்தார். நம் பத்திரிகை நிறைய விற்பனையாகாமல் இருப்பது நம்முடைய தவறினால் தான். நாம் நமது பத்திரிகையை மக்கள் மத்தியில் அறிமுகப்படுத்தவில்லை. படிப்பவர்களை நாம்தான் தயார்ப்படுத்த வேண்டும் என்று அவர் சொன்னார்.

'ஜனங்கள் பொழுது போக்கையே விரும்புகிறார்கள். சிந்தித்து உயர்வு அடையவோ, தங்கள் குறைகள் சுட்டிக் காட்டப்படுவதை உணர்ந்து தங்களைத் தாங்களே திருத்திக் கொள்ளவோ பெரும்பாலானவர்கள் பத்திரிகைகளை வாங்க வில்லை. பொழுதுபோக்கு அம்சம்தான் முக்கியமாக இருக்க வேண்டும். அத்துடன் நமது கருத்துக்களையும் கலந்து கொடுக்க வேண்டும். பொழுதுபோக்கும் வழியையும், அதன் மூலம் மனசுக்குக் கொஞ்சம் இனிமையையும் ஜனங்கள் அடைய ஆசைப்பட்டால், அதைத் தவறு என்று சொல்ல முடியுமா? பெரும்பாலானவர்கள் சினிமாவை நாடுவது ஏன்? அழகான உருவங்களைப் பார்க்க முடியும்; தமாஷ்களை அனுபவிக்க முடியும். பத்மினி முகம் பார்ப்பதற்கு இனிமையாக இருக்கிறது; ஆசை தீரப் பார்க்கலாம்-இப்படி எல்லாம் நினைத்துத்தான் போகிறார்கள். பார்க்கப்போனால் இது தவறே இல்லை. நாம் கூட அழகான பெண்களைப் பார்க்க ஆசைப்படாமலா இருக்கிறோம்? கடற்கரைக்கு வருகிறோம்? எதிரே கவர்ச்சிகரமாக ட்ரெஸ் செய்துகொண்டு பெண்கள் வருகிறார்கள். அவர்களை கள்ளத்தனமாக நாம் கவனிக்க ஆசைப்படுகிறோம். பெண்களும் நம்மைப் பார்க்க ஆசைப்படுகிறார்கள். இது இயல்பு. இப்படிச் செய்யாதே என்று போதிக்க முடியுமா?' என்று அந்த வக்கீல் கேட்டார்.

'அப்படி நாங்கள் போதிப்பது கிடையாது. பார்ப்பது தப்பு என்றும் நாங்கள் சொல்லவில்லை. அழகிகளையும் அலங்காரிகளையும் நன்றாகப் பார்த்து ரசியுங்கள்; பார்க்கவும் பார்க்கப்படவும் அவர்களும் தயாராக இருக்கிறார்கள் என்று எடுத்துச் சொல்லவும் நாங்கள் தயங்கவில்லை. பார்ப்பதனால், பார்க்கிறவர்களுக்கும் பார்க்கப்படுகிறவர்களுக்கும் சந்தோஷமே கிடைக்கிறது என்று பல தடவைகள் எழுதியும் இருக்கிறோம்' என்று நான் சொன்னேன்.

அவர், 'செச்சே! எழுதுவது சரியல்ல. அது குட் மேனர்ஸ் ஆகாது அல்லவா!' என்றார்.

மக்களின் உண்மையான ரசனையை நன்கு புரிந்து கொண்டு வெற்றிகரமான முறையில் பத்திரிகைக்குத் துரித வளர்ச்சி உண்டாக்கிய பெருமை லட்சுமிகாந்தனுக்கு உண்டு. 1944-45இல் *சினிமா தூது* என்ற பத்திரிகை மூலம் பெரும் பரபரப்பு உண்டாக்கியவர் இவர். அன்று பிரபலமாக இருந்த நடிகர்கள் நடிகைகளின் அந்தரங்க வாழ்க்கை ரகசியங்களை அம்பலப்படுத்தி, மக்களின் 'அறியும் அவா'வுக்கு இனிய தீனி கொடுத்தவர். பின்னர் கொலை செய்யப்பட்டார். மக்களின் மனோபாவத்தை நன்றாக 'ஸ்டடி' பண்ணி, பத்திரிகையை 'மக்களின் முற்போக்கு இதழ்' ஆகவும் வியாபார வெற்றியாகவும் வளர்த்து விட்ட பெருமை ஆதித்தனுக்கு உண்டு. மக்களின் ருசிகளை சரியாகப் புரிந்து கொண்டு தாழ்ந்து போகாமலும், உயர்ந்து விடாமலும் எல்லைக்கோட்டிலே நின்றபடி வெற்றி மிடுக்கோடு வளர்ந்து வரும் பெருமை *குமுதம்* பத்திரிகைக்கு உண்டு. ஆதித்தன் பத்திரிகைகளும் *குமுதம்* ஏடும் வெற்றிகரமாக வளர்ந்துள்ளதற்கும் பணபலமும் முக்கியமாக இருந்திருக்கிறது. அமெரிக்க முறைப் பிரச்சார உத்திகளை அவற்றின் அதிபர்கள் கையாண்டு வருவதும் ஒரு காரணம் தான். இலக்கியப் பத்திரிகைகள் தோல்வியாக முடிந்திருப்பதற்கு, போதுமான பணபலம் இல்லாமல் போனதே அடிப்படைக் காரணமாகும் என்று நான் கூறினேன்.

'இதனால் எல்லாம் நாம் சோர்வு அடைய வேண்டியதில்லை. நம் எண்ணங்களை மக்களிடம் எடுத்துச் செல்ல வேண்டும். நமது பத்திரிகையை மக்கள் மத்தியில் பரப்பத் தீவிர முயற்சிகள் மேற்கொள்ள வேண்டும்' என்று வக்கீல் நண்பர் குறிப்பிட்டார்.

இலக்கியத்தையும் ஒரு இயக்கமாக வளர்த்துப் பரப்ப வேண்டும். இந்தக் கருத்து அடிக்கடி எடுத்துச் சொல்லப்பட்டுள்ளது. 1964இல் க.நா.சுப்பிரமணியம் 'இலக்கிய வட்டம்' என்ற மாதம் இருமுறை நடத்திய போது 'இலக்கியத்துக்கு என்று ஒரு இயக்கம் தேவை' என்று அவர் திரும்பத் திரும்ப எழுதினார். அந்த கருத்தை ஆதரித்து *இலக்கிய வட்டம்* இதழ்களில் கட்டுரையை எழுதிய நான் அப்போதே குறிப்பிட்டிருந்தேன்; இலக்கியம் இயக்க ரீதியில் பரப்பப்பட வேண்டும் என்று 1940களிலும் 1950களிலும் நான் அநேக நண்பர்களுக்குக் கடிதங்கள் எழுதியது உண்டு.

1969இல் கண்ணதாசன் என்ற இலக்கிய மாசிகை அருமையான மலர் ஒன்று தயாரித்திருந்தது. அவ்வருடம் இறந்துபோன இந்தியக் கவிஞர் மக்தூம் பற்றி கிஷன் சந்தர் எழுதிய உணர்ச்சி மயமான

நல்ல கட்டுரை ஒன்றும் அதில் இடம் பெற்றிருந்தது. 'முன்னதாக' இந்த நாட்டை வேரோடு குலுக்க வேண்டும் என்று மக்தூம் சொன்னார். அவரும் அவரைப் போலவே ஊக்கம், உற்சாகம், ஆற்றல், உழைப்பு கொண்ட முப்பது படைப்பாளிகளும் ஒன்று கூடி வட இந்தியாவில் இலக்கிய வளர்ச்சிக்குப் பாடுபட்டது பற்றி கிஷன் சந்தர் சுருக்கமாகக் குறிப்பிட்டிருந்தார். அவர்கள் நாடு நெடுகிலும் உற்சாகத்தோடு சுற்றித் திரிந்து முக்கிய நகரங்களிலும் பலப்பல ஊர்களிலும் முகாமிட்டு, ரசிகர்களைக் கூட்டி, தங்கள் படைப்புகளை அறிமுகப்படுத்துவதில் ஆர்வம் காட்டினார்கள். இதைப் படித்த போதும் நண்பர்கள் சிலருக்கு, தமிழ்நாட்டிலும் அத்தகைய இலக்கிய இயக்கம் நடத்தியாக வேண்டியதன் அவசியம் குறித்துக் கடிதங்கள் எழுதினேன்.

'காகிதத்தால் செய்யப்பட்ட இலைகளில் வாயை வைத்து கடித்த பின்பே காகிதம் என்று கண்டு கொண்ட ஆட்டுக்குட்டியைப் போல், அனுபவங்களின் மூலமே நான் அறிவைச் சேகரித்திருக்கிறேன்' என்றும், இன்னும் உணர்ச்சி யோடும் உருக்கமாகவும் 'நினைத்துப் பார்த்தேன்' என்றொரு சொற்சித்திரம் தீட்டியிருந்தார் கவிஞர் கண்ணதாசன் அம்மலரில். அவருக்கும் விரிவான ஒரு கடிதம் நான் எழுதியது உண்டு. கவி மக்தூம் கூறியது போல 'இந்த நாடு வேரோடு குலுக்கப்பட வேண்டும்; அதற்கான இலக்கிய இயக்கம் தேவை' என்பது குறித்துத்தான்.

உயர்ந்த இலக்கியங்களையும், தரமுள்ள படைப்புகளையும் வரவேற்று, ரசித்து, நினைத்து நினைத்துப் பேசி மகிழும் இயல்புடைய ரசிகர்கள் நாடு நெடுகிலும் இருக்கிறார்கள். ஆங்காங்கே சிதறிக் கிடக்கிறார்கள். எதிர்பார்க்க முடியாத இடத்தில் எல்லாம், போக்குவரத்து வசதியாக அமையாத சிறுசிறு கிராமங்களில் கூட, இருக்கிறார்கள். அவர்களோடு தொடர்பு கொள்வதற்கு இத்தகைய இயக்கம் உதவிபுரியும்.

முன்காலத்தில், நாவலாசிரியன் சார்லஸ் டிக்கன்ஸ் தனது படைப்புகளைப் பரப்புவதற்காக ஊர் ஊராகச் சுற்றி, தன் நாவல்களிலிருந்து சுவையான பகுதிகளை, நாடகத் தன்மையோடு, வாசித்துக் காட்டினான் என்பது வரலாறு. வேறு சில படைப்பாளி களும் அவ்விதமே செய்திருக்கிறார்கள். ஐரோப்பிய நாடுகளிலும் சோவியத் ரஷ்யாவிலும் ரொம்ப காலமாக இப்படி நடந்து வருகிறது. கலைஞர்களும் படைப்பாளிகளும் நகரங்களின் பொது மண்டபங்களிலும், சிற்றூர்களின் தெருக்களிலும் நின்று கவிதை, நாவல், நாடகங்களை வாசித்துக்காட்டி ரசிகர்களைத் திரட்டும் பணியில் ஈடுபடுவது குறித்துச் செய்திகளும் கட்டுரைகளும் மிகுதியாகவே வந்துள்ளன.

தமிழ்நாட்டில் 1960களிலும் பின்னரும் வாசகர்களிடையே நல்ல விழிப்பு ஏற்பட்டுள்ளது. பல நகரங்களில் ‘வாசகர் வட்டம்’, ‘ரசிகர் மன்றம்’ போன்ற அமைப்புக்கள் ஏற்படுத்தப்பட்டு, இலக்கியப் பிரியர்கள் கூடிப் பேசி விவாதங்கள் நடத்திப் பயன் பெறுகிறார்கள். இவ்வாறு கூடிப்பேச வாய்ப்புகள் இல்லாத விதத்தில் பலப்பல ஊர்களில், தரமான இலக்கியங்களைத் தேடிப் பிடித்துப் படிக்கும் ரசிக வாசகர்கள் இருக்கத்தான் செய்கிறார்கள். அவர்கள் அனைவரையும் கண்டு கொண்டு, இலக்கிய வளர்ச்சிக்கு ஊக்கமும் ஊட்டமும் சேர்ப்பதற்கு இலக்கிய இயக்கம் நல்ல வாய்ப்பு அளிக்க முடியும்.

1958இல் சரஸ்வதி (ஆகஸ்ட்) இதழில் நா.பார்த்தசாரதி ‘தரமுள்ள இலக்கியம்’ என்ற கட்டுரையை எழுதியிருக்கிறார். அதில் காணப்படும் வரிகள் இவை:

“தரம் குறைந்த இலக்கியத்தைத்தான் வாசகர்கள் விரும்புகிறார்கள்; அதனால்தான் வெளியிடுகிறோம் என்று சிலர் நொண்டிச் சான்று கூறுகிறார்கள். வாசகர்களை நல்வழியில் உருவாக்குவதும், தரமுள்ளதைப் படிக்கத் தூண்டுவதும்தான் பத்திரிகை தர்மம். தன் வழியில் தனது வாசகர்களை உடனழைக்க முயல வேண்டும் பத்திரிகையாசிரியன். வாசகர்களின் வழியில், தான் சென்று அவர்கள் ஆதரவைப் பெறமுயல்வது அறமன்று. பத்திரிகைகளைப் படிப்பவர்களை விட அதை வெளியிடுபவனுக்கும் அதற்கு எழுதிக் கொடுக்கும் எழுத்தாளர்களுக்கும்தான் பொறுப்பு அதிகம். ஒரு மனிதன் குடும்பப் பொறுப்பும் ஏழ்மையும் தெரியாமல் தொடர்ந்து குழந்தை களைப் பெற்றுக் கொண்டு போவதைக் கூட மன்னிக்கலாம். பொறுப்பில்லாமல் கருத்துகளைப் பெற்றுக் கொண்டே போவதை மட்டும் ஒரு போதும் மன்னிக்க முடியாது.” ...

“மொழியின் ஒவ்வொரு பிரிவிலும், ஒவ்வொரு துறையிலும் புதிய இலக்கியங்களும், அவற்றுக்கான சூழ்நிலைகளும் உருவாகி வருகிற இந்தச் சமயத்தில் தரமுள்ளதை உண்டாக்கவும், வரவேற்கவும், அழுத்தமான நம்பிக்கை நமக்கு ஏற்படட்டும். வாசகர்கள் சார்பில் மட்டுமல்ல, வாசகர்களை வளர்த்து உருவாக்கும் இலட்சிய எழுத்தாளர்கள் சார்பிலும் இந்த நம்பிக்கையை உண்டாக்கிக் கொள்வோம். உண்மையின் ஒளி, உழைப்பின் அழுத்தம், எங்கெங்கெல்லாம் இருக்கின்றனவோ அங்கெல்லாம் நம்முடைய கைகள் வணங்கட்டும்.”

~~

13

வளர்ச்சிப் பாதையில்

முதல் மூன்று வருடங்களிலும் சரஸ்வதி உருவத்தில் சிறிதாக, 'கிரவுன் சைஸில்' தான் வெளி வந்தது. நான்காவது ஆண்டில் முதல் இதழாக வந்த மலரும் அதே அளவில்தான் இருந்தது. அதற்கு அடுத்து வரவேண்டிய இதழிலிருந்து, பத்திரிகையின் அளவைப் பெரிதுபடுத்த, டெம்மி சைஸாக அதாவது ஆனந்த விகடன் மாதிரி மாற்றுவதற்கு விஜயபாஸ்கரன் திட்டமிட்டிருந்தார்.

இதில் அவர் எதிர்பாராத சங்கடங்கள் குறுக்கிட்டு விட்டன. அதனால் இதழ் காலதாமதமாகவே வெளிவந்தது. அவருடைய லட்சிய முயற்சியில் மற்றுமொரு சோதனையாகக் குறுக்கிட்ட இடைஞ்சல்தான் என்ன? அது பற்றி அவரே 1958 மார்ச் இதழில் குறிப்பிட்டிருக்கிறார்.

"நான்காம் ஆண்டு மலரைத் தொடர்ந்து இந்த இதழையே பெரிய அளவில் வெளியிடுவதென முடிவு செய்தோம். திடீரென்று பத்திரிகைக் காகிதம் சந்தையிலிருந்து பதுங்கிவிடும் என்று நாம் அன்று எதிர்பார்க்கவில்லை. இந்த இதழுக்குக் காகிதம் வாங்குவதற்குப் பகீரதப் பிரயத்தனம் செய்யவேண்டி ஏற்பட்டுவிட்டது. யுத்த காலத்தில் காகிதத்துக்குத் தட்டுப்பாடு ஏற்பட்டது போல இன்று ஏற்பட்டிருக்கிறது. கடைகளில் காகிதம் கிடைப்பது அரிதாக இருக்கிறது. தப்பித்தவறி எங்கேயாவது கிடைத்தாலும் விலை பயங்கரமாக இருக்கிறது.

சென்ற மாத இறுதியில் ரீம் ஒன்று 20 ரூபாய்க்கு விற்ற காகிதம் இன்று 26 ரூபாய்க்கு விற்கிறது. 26 ரூபாய் கொடுத்தே காகிதம் வாங்கியிருக்கிறோம். இந்த விலை ஏற்றத்தால் மட்டும் நமக்கு இந்த இதழுக்கு அதிகப்படியாக ரூபாய் 200 நஷ்டம் ஏற்பட்டிருக்கிறது.

காகிதத்தின் விலை மட்டுமா ஏறியிருக்கிறது? போட்டோ சாமான்கள் கிடைக்காததால் பிளாக் செய்யும் செலவும் சென்ற மாதத்தை விட 1½ மடங்கு ஏறியிருக்கிறது."

நிலைமை இவ்வாறு இருந்த போதிலும், வி.பா. மனம் தளரவில்லை. சரஸ்வதி பெரிய அளவில் மாதம்தோறும் வரத்தான் செய்தது.

மார்ச் இதழில்தான் மு.ரா. சீனிவாசன் கடிதமும் 'சரஸ்வதி வளர்ச்சி நிதி' பற்றிய அறிவிப்பும், நிதி உதவியவர்களின் பட்டியலும் பிரசுரமாயின. அப்போது வசூலாகியிருந்த தொகை ரூ.34. 'இதுநீளும்' என அறிவிக்கப்பட்டிருந்த போதிலும் பின்னர் நிதி பற்றிய செய்தி எதுவும் பத்திரிகையில் வரவில்லை. ஆகவே நிதி உதவி உற்சாகம் ஊட்டும் அளவில் வந்து சேர்ந்திருக்காது என்று கொள்ள வேண்டியது தான்.

"நஷ்டம் ஓரளவு சரிப்படும் என்று நினைத்த காலத்தில் இருமடங்காய் 200 ரூபாயிலிருந்து 400 ரூபாயாக ஏறிவிட்டதே" என்று அறிக்கையில் குறிப்பிட்டிருந்த வி.பா. அதற்காக பத்திரிகை யின் பக்கங்களைக் குறைத்து விடவில்லை. விகடன் அளவில் 80 பக்கங்கள் 40 நயாபைசா விலை என்று *சரஸ்வதி* விஷயச் செறிவுடன் வளர்ந்து வந்தது.

வழக்கமான தொடர் அம்சங்கள் இருந்தன. எஸ். ராமகிருஷ்ணன் எழுதிய 'தமிழகத்தில் திருமணம்'; 'தோட்டியின் மகன்' தகழி சிவசங்கரம் பிள்ளையின் மலையாள நாவலை சுந்தர ராமசாமி (என்.எஸ்.ஆர்.) தமிழாக்கியது; ஆர். கார்த்திகேயன் எழுதிய 'சதுரங்கம்' (விளையாட்டுப் பயிற்சி); நா.வானமாமலை எம்.ஏ.,எல்.டியின் 'வில்பாட்டுக் கதைகள்'; ஜே.எம். கல்யாணம் எழுதிய 'போட்டோ எடுக்கலாம் வாருங்கள்' இவை இதழ்கள்தோறும் வந்து கொண்டிருந்த 'தொடர்'கள்.

நிமாய் கோஷ் எழுதிய 'சினிமாவின் கதையும்', அ. நடராசன் எழுதிய 'விஞ்ஞான உலகம்' கட்டுரைகளும் அவ்வப்போது பிரசுரமாயின.

ஒவ்வொரு இதழிலும் சாமி சிதம்பரனார் கட்டுரையும், ஜெயகாந்தன், வல்லிக்கண்ணன் கதைகளும் இடம்பெற்றன.

டி.செல்வராஜ், வேந்தன், கு. சின்னப்ப பாரதி முதலியோரின் கதைகள் அடிக்கடி வெளிவந்தன. 'திருச்சிற்றம்பலக்கவிராயர்' அதிகம் கவிதைகள் அருளினார். 'புத்தக விமர்சனம்' இதழ் தோறும் இருந்தது. பெரும்பாலான புத்தகங்களுக்கு நான்தான் மதிப்புரை எழுதிக் கொண்டிருந்தேன். இலக்கிய உலகப் பெரியவர்களைப் பற்றிய சுவையான வரலாற்றுச் செய்திகள், ரசமான துணுக்குகள், ஒரு பக்கக் கதைகள் போன்றவற்றையும் நான் எழுதி வந்தேன்.

இவை போக, நாலாவது ஆண்டில் புதுமைகள் எனக் குறிப்பிடப்பெற வேண்டியவை:

டாக்டர் கமில் ஸ்வெலபிலை ரகுநாதன் பேட்டி கண்டு ஏப்ரல் இதழில் 'கமிலைச் சந்தித்தோம்' என்று ஒரு விசேஷக் கட்டுரை எழுதியிருந்தார். அந்த இதழின் அட்டையில் கமில் ஸ்வெலபில் படம் இடம் பெற்றிருந்தது.

மே இதழ்முதல் அட்டையில் எழுத்தாளர் படம் பிரசுரிக்கும் வழக்கம் நடைமுறைக்கு வந்தது. 'நமது எழுத்தாளர் வரிசை' என்று அந்தந்த எழுத்தாளர் பற்றி ஒரு பக்கம் ஆசிரியர் எழுதலானார். இந்த வரிசையில் 1. சாமி சிதம்பரனார் 2. எஸ்.ராமகிருஷ்ணன் 3. சிதம்பர ரகுநாதன் 4. வல்லிக்கண்ணன். (இது ஆகஸ்ட் முடிய. அதற்குப் பிறகு, *சரஸ்வதி* மாதம் இருமுறை ஆக்கப்பட்டுவிட்டது. அது பற்றி எழுதுகையில், இவ்விவரம் தொடரப்படும்.)

அரசியல் குறிப்புகள் எழுதும் முயற்சி மேற்கொள்ளப்பட்டது. எஸ்.ஆர்.கே. 'தராசு' என்ற தலைப்பில் எழுத முன்வந்தார். ஒன்றிரு இதழ்களில்தான் இது இடம்பெற்றது. மகாகவி வள்ளத்தோல், சக்கரைச் செட்டியார், ஆனந்த குமாரசாமி போன்ற பிரபலஸ்தர் வாழ்க்கை வரலாறுக் கட்டுரைகளை கே.இராமநாதன் எழுதி வந்தார்.

பால் ரோட்ஸன், தகழியின் 'செம்மீன்', லெபனான் போன்ற அவ்வப்போது செய்தி முக்கியத்துவம் பெறுகிற விஷயங்கள் பற்றி வி.ராதாகிருஷ்ணன் கட்டுரைகள் எழுதினார்.

மாஸ்கோ சென்று சில தினங்கள் தங்கி வந்திருந்த இலங்கை எழுத்தாளர் எச்.எம்.பி.முஹிதீன் 'கார்க்கியைக் கண்டேன்' என்றொரு நீண்ட கட்டுரையை எழுதினார். இது தொடர்ந்து பிரசுரமாயிற்று. அவ்வப்போது 'இலங்கைக் கடிதம்' வெளிவந்தது. இதை எழுதிக் கொண்டிருந்தவர் 'எச்செம்பி'.

டொமினிக் ஜீவா, கே.டானியல், தில்லையூர் செல்வராஜன் முதலிய இலங்கை எழுத்தாளர்கள் ஆகஸ்ட் முதல் *சரஸ்வதி*க்குக்

கதைகள் எழுதத் தொடங்கினர். 'மெய் கண்டான்' இதழ்தோறும் 'புதுக்குறள்' எழுதி வந்தார்.

சரஸ்வதியின் வரலாற்றில் முதல் தடவையாக சி.சு.செல்லப்பா கட்டுரை எழுதினார். 'தமிழ் நாவலும் பண்பாடும்' எனும் கட்டுரை மே இதழில் வெளியாயிற்று.

க.நா.சுப்பிரமணியம் 'சரஸ்வதி'க்குத் தனது ஒத்துழைப்பைத் தர முன்வந்தார். அவருடைய 'ரெட்டைப் பிள்ளையார்' கதை ஜூன் இதழில் வந்தது. 'எது இலக்கியம்?' என்ற கட்டுரை ஜூலையில் வந்தது. 'திருக்குறள் இலக்கியம் இல்லை. அது 'பாராயண நூல்' மேடைப் பிரசங்கிகளுக்கு நன்றாக எடுத்துக் கையாளுவதற்கு உபயோகமாகும். ஒரு *Book of Quotations.* பிறர் எப்படி நடந்து கொள்ள வேண்டும் என்று உபதேசிக்க விரும்புகிறவர்களுக்கு ஒரு சுரங்கம்... இலக்கியம் என்கிற பெயரால் குறளைப் பெருமைப்படுத்துவதற்கு அர்த்தமேயில்லை என்றுதான் தோன்றுகிறது' என்று தனது கருத்தை அழுத்தமாக விளக்கியிருந்தார் க.நா.சு. இக்கட்டுரையில் "இலக்கியத்துக்குப் பதில் 'பற்றி இலக்கியங்கள்' வளர்ந்து தழைத்துக்" கொண்டிருப்பது பற்றியும் குறிப்பிட்டிருந்தார்.

சரஸ்வதி பிறமொழிச் சிறுகதை மொழி பெயர்ப்புகளுக்கும் நாடகங்களுக்கும் அவ்வப்போது இடம் அளித்து வந்தது. மார்ச் முதல் ஆகஸ்ட் முடிய உள்ள ஆறு மாதங்களில் வந்தவை இவை:

'முதல் திருட்டு' தகழியின் மலையாளக்கதை கோடங்கால் கிருஷ்ணசாமி தமிழாக்கம்; 'பெண்' கிருஷ்ணசந்தரின் இந்திக்கதை அசோகன மொழிபெயர்த்தது; சீன எழுத்தாளர் லூசுன் கதை 'அறிஞன், முட்டாள், அடிமை' தமிழில் ரா.சு.கி.

நாடகம்: நரக வாழ்க்கை – டி. செல்வராஜ்; பசிராஜா – கொடுமுடி ராஜகோபாலன்; மேலான யோசனை – கெண்டையன் பிள்ளை (வ.க.).

ஆகஸ்ட் இதழில், 'நீங்கள் தரும் துணிச்சல்!' என்று 'ஆசிரியர் குறிப்பு' எழுதினார் விஜயபாஸ்கரன். அது நினைவு கூரப்பட வேண்டிய ஒன்றுதான்.

"சென்ற இதழில், அடுத்த மாதம் முதல் சரஸ்வதி மாதம் இருமுறை வெளிவரும் என்று அறிவித்திருந்தோம். அந்த அறிவிப்பு சிலருக்கு ஆச்சர்யத்தை உண்டு பண்ணியிருக்கும். ஆனாலும் பல காரணங்களை உத்தேசித்து அப்படியே அது மாதம் இருமுறையாக வரவேண்டியது அவசியந்தானே என்று முடிவு செய்துவிட்டோம்.

தூரத்தில் இருக்கும் நண்பரொருவர் சென்னையில் இருக்கும் நண்பர் ஒருவருக்குக் கடிதம் எழுதி இருந்தார். அதில் அவர் *சரஸ்வதி* மாதம் இருமுறையாக வருவது குறித்துத் 'துணிச்சல்! அநியாயத் துணிச்சல்' என்று குறிப்பிட்டிருந்தார். நண்பரின் கூற்று தவறல்ல! ஆனால் *சரஸ்வதி* மாதம் இருமுறையாக வருவதுதான் அநியாயத் துணிச்சலா? அல்ல. *சரஸ்வதி* என்ற பெயரில் பத்திரிகையை ஆரம்பித்ததே ஒரு துணிச்சலான செயல் தான்.

இரண்டாவதாக அந்தப் பத்திரிகையில் இடம் பெற்ற கதைகளும் இலக்கிய விமர்சனங்களும் கட்டுரைகளும் மிக மிகத் துணிச்சலானவை.

மூன்றாவதாக பக்கங்களைக் கூட்டி எப்பொழுதும் இருக்கும் விலைக்கே கொடுத்ததும், பெரிய அளவில் பத்திரிகை கொண்டுவந்ததும், எல்லாவற்றுக்கும் மேலாய், கடந்த நான்கு ஆண்டுகளாய் (உங்கள் எல்லோருடைய ஒத்துழைப்புடன்) இடையறாது பத்திரிகையைக் கொண்டு வருகிறோமே இதுதான் அநியாய அநியாயத் துணிச்சல்!

'அந்தத் துணிச்சல் வாழ்க!' என்று ஆசிர்வதியுங்கள்."

~ ~

14

சோதனைகள்

வளர்ச்சிப் பாதையில் *சரஸ்வதி* மேற்கொண்ட சோதனைகளையும் அதன் லட்சியப் பாதையில் *சரஸ்வதி*க்கு ஏற்பட்ட சோதனைகளையும் இப்போது விவரிக்கலாம்.

நான்கு வருடங்களுக்குப் பிறகு, *சரஸ்வதி* மாதம் இருமுறைப் பத்திரிகையாக மாற்றப்பட்டது. மலர் ஐந்தின் முதலாவது இதழ் 20.01.1958 அன்று வெளியாயிற்று. அதன் 'ஆசிரியர் குறிப்பு' முக்கியமானதாகும்.

'வாழ்வோம்; வளர்வோம்!' என்ற தலைப்பில் விஜயபாஸ்கரன் இவ்வாறு எழுதியிருந்தார்.

"இந்த இதழ்தொட்டு *சரஸ்வதி* மாதம் இருமுறையாகிவிட்டது. நமது நெடுநாளைய ஆசை இன்று நிறைவேறுகிறது. ஆமாம். கடந்த நான்கு ஆண்டுகளாக நாம் பத்திரிகையைத் தவறாது கொண்டு வந்து விட்டோம். விளம்பர பலம், விற்பனை பலம் எதுவும் போதுமான அளவுக்கு இல்லாமல், நாளுக்குநாள் கார்க்கோடக விஷம் போல் ஏறிக்கொண்டு செல்லும் காகித விலைக்கு மத்தியில், *சரஸ்வதி* போன்ற ஒரு லட்சியப் பத்திரிகை தொடர்ந்து தடைமுடையின்றி வெளிவந்ததோடு மட்டுமல்லாமல், இன்று மாதம் இருமுறையாகவும் வளர்கிறது என்றால், அது மகிழ்ச்சிக்குரிய செய்தி தானே. *சரஸ்வதி* இன்று நின்றுவிடும், நாளை நின்றுவிடும் என்றெல்லாம் அந்தரங்கமாகவும் மனப்பால் குடித்து வந்தவர்களின் வாயடைத்துப் போகும் விதத்தில் வாழ்ந்தே விட்டது. இன்று வளர்ந்தே விட்டது. வளர்ந்து உங்கள் இதயக் கழனியிலே வேரூன்றி நிலைத்தும் விட்டது.

மாதமிருமுறையாகும் இதே நேரத்தில் உங்களுக்கு மகிழ்ச்சிக்குரிய மற்றொரு செய்தியும் காத்திருக்கிறது. இந்த இதழிலிருந்து *சரஸ்வதியின்* இலக்கிய வளர்ச்சிப் பணியை மேலும் மேம்படுத்த சிறந்த எழுத்தாளர்களைக் கொண்ட ஒரு ஆசிரியர் குழுவும் அமைக்கப்பட்டிருக்கிறது. இந்தக் குழுவில் திருவாளர்கள் எஸ்.ராமகிருஷ்ணன், ரகுநாதன், சுந்தர ராமசாமி, ஆர்.கே.கண்ணன் முதலிய நால்வரும், நானும் இருக்கிறோம். இவர்கள் எல்லோருமே உங்கள் அபிமான எழுத்தாளர்கள். உங்களுக்கோ தமிழ் இலக்கிய உலகுக்கோ இவர்கள் புதியவர்கள் அல்ல. எனவே இவர்களை நான் உங்களுக்கு அறிமுகப்படுத்தி வைக்கத் தேவையே இல்லை. இந்த ஆசிரியர் குழுவையும் நீங்கள் எல்லோரும் வரவேற்று வாழ்த்துவீர்கள் என்ற நம்பிக்கை நமக்கு உண்டு.

பொழுது போக்குக்காகவோ, பொருள் நோக்குக்காகவோ நடைபெறும் பத்திரிகைகளின் ரகத்தையோ, தரத்தையோ சேர்ந்ததல்ல *சரஸ்வதி*. நல்ல தரமுள்ள இலக்கியத்தையும், மனிதப் பண்புகளின் மேம்பாட்டுக்கான கருத்துக்களையும் வளர்க்க வேண்டுமென்பதே நமது கருத்து. ஜனநாயகத் தன்மை கொண்ட மனிதாபிமானத்தை வளர்க்கும் இலக்கியமே இன்றைய தமிழ்நாட்டுக்குத் தேவை. இத்தகைய இலக்கியத்தை ஊட்டி வளர்த்து ஊக்குவிப்பதும், உண்டாக்குவதுமான முயற்சிகளையே நாம் மேற்கொள்ள வேண்டும். இவைதான் *சரஸ்வதி* ஆசிரியர் குழுவின் அடிப்படை நோக்கமாகும்.

இத்தகைய இலக்கியத்தை வளர்ப்பதற்குப் பரந்த விசாலமான மனப்பான்மையும், சுதந்திரமான, சுயமான சிந்தனையும், சிருஷ்டி ஆர்வமும் தேவை என்பதையும் நாம் உணர்கிறோம். எனவே *சரஸ்வதி* இந்த நோக்கத்தோடு பல்வேறு இலக்கியப் பரிசோதனைகளுக்கும் இடம் தந்து வளர்க்கும்; அத்துடன் இதே நோக்கையே அடிச்சரடாகக் கொண்ட இலக்கிய ஆராய்ச்சி களிலும், விமர்சனத்திலும் ஈடுபடும். சரஸ்வதியில் வெளிவரும் விமர்சனம், ஆராய்ச்சி முதலியவற்றில் வேறுபாடுகள் கொண்ட பல்வேறு கருத்துக்கள் காணப்படும் என்றாலும், அவையனைத்தும் அவரவருடைய சொந்த அபிப்பிராயமாகவும், அதே நேரத்தில் 'பல்பெரும் சமயம் சொல்லும் பொருளும் போல் பரந்ததன்றே' என்று கம்பன் பாடியுள்ளானே, அதே போன்று ஒத்த நோக்கத்தை அடிப்படையாகக் கொண்ட சத்திய சோதனையாகவும், வேறுபட்ட சிந்தனைகளின் சுதந்திரமான வெளியீடாகவும்தான் விளங்கும். சுருங்கச் சொன்னால் *சரஸ்வதி* ஒரு பகிரங்கமான பட்டி மண்டபமாக, விவாத மேடையாகப் பணியாற்றும். நமது இலக்கிய லட்சியத்தை வளர்ப்பதற்கு இத்தகையதொரு

நோக்கும் போக்கும் தேவை என்று நாம் கருதுகிறோம். ஏனெனில் இன்று நாம் உண்மையாகவே குருடாகிப்போன திருதராஷ்டிரப் பிறவிகளைப் பற்றிக் கூடக் கவலை கொள்ள வேண்டியதில்லை; ஆனால் பதிபக்தி என்ற பெயரால் அசட்டுத்தனமாகக் கண்களை மூடிக் கட்டிக் கொண்டாளே காந்தாரி–அவளைப் போன்ற விழி கண் குருட்டு விமர்சன கர்த்தாக்களைப் பற்றித்தான் கவலை கொள்ள வேண்டியிருக்கிறது. இதனாலேயே நாம் இத்தகைய சுதந்திரமான, சுயமான, சிந்தனைகளையும், சிருஷ்டிகளையும் ஊக்குவிக்க வேண்டும் என்று கருதுகிறோம். இந்த நோக்கத்தை வாசகப் பெருமக்கள் வரவேற்பார்கள் என்றே நம்புகிறோம்."

புதிதாக 'ஆசிரியர் குழு' என்று சில பெயர்களை விளம்பரப்படுத்தியதை, 'இலக்கிய வளர்ச்சிப் பணியின் மேம்பாட்டுக்கான முயற்சி' என்பதைவிட, ஒரு 'அரசியல் தந்திரம்' என்று குறிப்பிடுவதே பொருத்தமாக இருக்கும்.

'சரஸ்வதியின் இலக்கிய வளர்ச்சிப் பணியை மேலும் மேம்படுத்த' ஆசிரியர் குழு ஒன்று தேவை என்று வி.பா. உண்மையாகவே கருதியிருந்திருப்பாரானால், சரஸ்வதியின் தரமும் நயமும் பணியும் சிறப்பாக விளங்க வேண்டும் என்று இதழ்தோறும் அக்கறையும் ஆர்வமும் காட்டி, சென்னையில் இருந்து கொண்டே ஒத்துழைப்பு நல்கி வந்த வல்லிக்கண்ணன், ஜெயகாந்தன், சாமி சிதம்பரனார் ஆகியோரின் பெயர்களை அவர் இணைத்திருப்பார். மதுரையிலும் திருநெல்வேலியிலும், நாகர்கோவிலிலும் இருந்த எழுத்தாளர்களின் பெயர்களை விளம்பரப்படுத்தியிருக்க மாட்டார். நண்பர் அவ்விதம் ஒரு புதிய ஏற்பாட்டை மேற்கொண்டதன் அடிப்படை நோக்கமே வேறு, அதற்கான காரணங்களும் விசேஷமானவை.

விஜயபாஸ்கரன் கம்யூனிஸ்ட் ஆக இருந்த போதிலும் ஒரு நல்ல இலக்கியப் பத்திரிகை நடத்தவே ஆசைப்பட்டார். அவர் நடத்தும் பத்திரிக்கைக்கு 'கம்யூனிஸ்ட் கலர் ஏதும் வந்து விடக் கூடாது' என்றும் விரும்பினார். (இது ஆரம்பத்திலேயே அறிவிக்கப்பட்டுள்ளது.) என்றாலும், தனது பத்திரிகையை அவர் ஜனசக்தி அச்சகத்திலேயே அச்சிட்டு வந்தார். வேறு பிரஸில் அச்சடிப்பதை விட, ஜனசக்தி பிரஸில் பத்திரிகையை அச்சிட்டால், அந்தப் பணம் கட்சி நலனுக்குப் பயன்படுமே என்ற நல்லெண்ணம்தான் காரணம். ஜனசக்தி வெளியீட்டில் அதிக அக்கறையோடிருந்த கட்சி நண்பர்கள் சிலரின் யோசனையும் இதற்குக் காரணமாகும்.

அப்போது சரஸ்வதி 5000 முதல் 6000 பிரதிகள் வரை அச்சாகி வந்தது. கட்சி அபிமானி ஒருவர் நடத்துகிற இலக்கியப்

பத்திரிகை இவ்வளவு சிறப்பாக வளர்கிறதே என்று கட்சித் தலைமையும், கட்சி நலனில் ஆர்வம் உடையோரும் மகிழ்ச்சி அடைந்திருக்க வேண்டும், அது தான் நியாயம்.

ஆனால் இங்கோ நிலைமை நேர் மாறாக இருந்தது. கட்சிப் பத்திரிகையான ஜனசக்தியை ஒரே சீராக, வெற்றிகரமாக, அவர்களால் நடத்த இயலவில்லை. இது வரலாற்று உண்மை ஆகும். அவ்வப்போது முற்போக்கு இலக்கியப் பத்திரிகை என்றும் அரசியல் தத்துவப் பத்திரிகை என்றும் தலைவர் ஜீவானந்தம் கட்சி ரீதியில் புதிய புதிய முயற்சிகளை ஆரம்பித்து, வெற்றிகாண முடியாமல் நிறுத்தி விட்டதும் வரலாறுதான். ஆகவே, தனி ஆள் ஒருவர் இவ்வளவு வெற்றிகரமாக ‘முற்போக்கு இலக்கியப் பத்திரிகை’ ஒன்றை நடத்துவது அவருக்கு பிடிக்கவில்லை. விஜயபாஸ்கரன் வார்த்தைகளில் சொல்வதானால், ‘ஜீவாவுக்கு முற்போக்கு இலக்கியப் பத்திரிகை என்றால் அதை நாம்தானே நடத்த வேண்டும் என்று நினைத்தார் போலும்!’

கட்சி அபிமானி ஒருவர், கட்சியின் கொள்கைகளுக்கும் நோக்கங்களுக்கும் நல்லது செய்யும் முறையிலேயே, வெற்றிகரமாக ஒரு இலக்கியப் பத்திரிகை நடத்தும்போது கட்சித் தலைமையும், கட்சியின் முக்கியஸ்தர்களும் அந்தப் பத்திரிகையின் வளர்ச்சிக்கு ஆதரவும் நல்கினால், அது பாராட்டப்பட வேண்டிய பண்பு ஆகும். மகிழ்ச்சி கொள்ளாமல் ஆதரவும் காட்டாமல் போயினும் கூட, இடைஞ்சல்கள் ஏற்படுத்தாமலாவது இருந்திருக்கலாம். அப்போது அது ‘நல்ல மனிதாபிமானம்’ ஆக அமைந்திருக்கும். ஆனால், சரஸ்வதியின் வரலாறு காட்டுகிற பாடம் வேறு விதமாக இருக்கிறது.

சரஸ்வதியின் விற்பனையாளர்கள் பலர் ஜனசக்தி ஏஜண்டுகளேதான். பல ஊர்களில் கட்சியின் முக்கியஸ்தர்களே பத்திரிகையைப் பரப்பும் முயற்சியிலும் ஈடுபட்டிருந்தார்கள். கட்சித் தலைவர் ஜீவானந்தம் போகிற ஊர்களில் எல்லாம், சரஸ்வதிக்கும் கட்சிக்கும் எவ்விதமான தொடர்பும் கிடையாது, அதை விஜயபாஸ்கரன் தனது சொந்தப் பொறுப்பில் நடத்துகிறார். அவர் இஷ்டம் போல் எல்லாவிதமான விஷயங்களையும் அதில் வெளியிடுகிறார் என்ற தன்மையில் அபிப்பிராயம் ஒலிபரப்பலானார். ‘சரஸ்வதிக்கும் கட்சிக்கும் ஒட்டும் இல்லை; உறவும் இல்லை. ஆகவே கட்சி உறுப்பினர்கள் அதை ஆதரிக்க வேண்டிய அவசியமும் இல்லை’ என்று கூட அவர் வார்த்தை களைப் பரவவிட்டதாக அக்காலகட்டத்தில் எனக்குத் தகவல்கள் கிட்டியது உண்டு.

மதிப்புக்குரிய ஜீவானந்தம் அவர்கள் அப்படியும் செய்திருக்கக் கூடும் என்ற எண்ணம் உறுதிப்படும் வகையில் 'சரித்திரம் மீண்டும் ஒலித்தது' *சமரன்* காலத்தில். சில வருடங் களுக்குப் பிறகு, நண்பர் விஜயபாஸ்கரன் *சமரன்* என்ற அரசியல் வாரப்பத்திரிகையை ஆரம்பித்து நடத்தினார். 'தி.மு.க.' எதிர்ப்பு அணியை உருவாக்கி, அது வாரம் 13,000 பிரதிகள் விற்பனையாகிக் கொண்டிருந்த உச்சகட்டத்தில் '*சமரன்* பத்திரிகைக்கும் கம்யூனிஸ்டுக் கட்சிக்கும் ஒட்டும் இல்லை: உறவும் இல்லை. அதில் வரும் கருத்துகள் கட்சியின் கருத்துகளைப் பிரதிபலிப்பனவும் அல்ல. ஆகவே, கட்சியின் உறுப்பினர்கள் *சமரனை* ஆதரிக்க வேண்டிய அவசியம் எதுவுமில்லை' என்ற தன்மையில், *ஜனசக்தி*யிலேயே கட்டம் கட்டி ஒரு அறிவிப்பு விடுத்தார் தலைவர் ஜீவானந்தம். உடனடியாக பத்திரிகை விற்பனை பாதிக்கப்பட்டது மட்டுமல்ல. 'கட்சி நலனில் அக்கறை கொண்ட' தோழர்கள் தனிஆள் நடத்திய பத்திரிகையின் விற்பனைப் பணத்தைக் கூட அனுப்பி வைக்காமல் தங்கள் 'கட்சிப்பற்றுதலை' நிலைநாட்டி விட்டார்கள்!

சரஸ்வதி வரலாற்றில் நிகழத் தொடங்கிய நிகழ்ச்சியும் அதுதான். எனவே, கட்சி நலனில் ஆர்வமும், கம்யூனிசக் கொள்கைகளில் தீவிர ஈடுபாடும் கொண்ட எழுத்தாளர்களை 'ஆசிரியர் குழு' என்றாக்கினால், பத்திரிகைக்கு ஆதரவாளர்கள் குறையாமல் இருப்பார்கள் என்று விஜயபாஸ்கரன் எண்ணினார். வேறு சிலரும் இந்த யோசனையை ஆதரிக்கக்கூடும்.

பத்திரிகையின் தரம் உயர்வதற்கு இந்த ஏற்பாடு எவ்வகையிலும் பலன் அளித்து விடவில்லை. 'ஆசிரியர் குழு' என்று விளம்பரப்படுத்தப்பட்டு வந்ததால், சம்பந்தப்பட்ட எழுத்தாளர்கள் கொஞ்ச காலத்துக்கு, அதிகமாய் எழுதி உதவினார்கள். விஜயபாஸ்கரன்தான் ஆசிரியப் பொறுப்பு முழுவதையும் கவனித்து வந்தார். வழக்கமாக ஒத்துழைக்கும் நண்பர்கள் இடையறாது தங்கள் தொண்டினைச் செய்து கொண்டுதானிருந்தார்கள்.

*சரஸ்வதி*யின் வளர்ச்சிக்கு மேலும் இடைஞ்சல் செய்யும் விதத்தில், ஜீவானந்தம் கட்சியிலிருந்து ஒரு இலக்கியப் பத்திரிகை தொடங்கத் திட்டமிட்டார். மக்கள் மத்தியில் செல்வாக்குப்பெற்று குறுகிய காலத்தில் வேக வளர்ச்சி பெற்று விட்ட *குமுதம்* பத்திரிகையின் பெயர் அத்தலைவரை வசீகரித்தது. தாம் தொடங்கும் இலக்கியப் பத்திரிகைக்கு அப்படி ஒரு பெயர் வேண்டும் என்று அவர் ஆசைப்பட்டார். *தாமரை*

என்ற பெயரைத் தேர்ந்து கொண்டார். 'முற்போக்கு இலக்கிய ஏடு' ஆன *தாமரை* வெளி வரத்தொடங்கியதும், ஜனசக்தி அச்சகத்தில் *சரஸ்வதி* அலுவல்கள் பின்னுக்குத் தள்ளப்பட்டன. எப்பொழுதும், தாமரை வேலைகளுக்குத்தான் முதலிடம் என்ற நிலைமை ஏற்பட்டது. தாமரை சொந்தப் பத்திரிகை-கட்சிப் பத்திரிகை; *சரஸ்வதி* வெளிஆள் பத்திரிகை என்ற நிலையும் தானாகவே ஏற்பட்டு விட்டது.

சரஸ்வதி மாதம் இருமுறையின் முதல் இதழில் (20.09.58) இலங்கை எழுத்தாளர் எச்.எம்.பி.முஹிதீன் படம் அட்டைப் படமாக விளங்கியது. (அக்டோபர் 10ஆம் தேதி இதழில் மகாத்மா காந்தி படம்.) 25.10.58 இதழ் அட்டையில் ஜெயகாந்தன் படம். நவம்பர் 10 இதழில் டொமினிக் ஜீவா, 25ஆம் தேதி இதழில் கே.இராமநாதன். டிசம்பர் 10இல் கே.டானியல், 25இல் நா.வானமாமலை ஆகியோரின் படங்கள் பிரசுரமாயின. 'நமது எழுத்தாளர் வரிசை' என்று அறிமுகம் செய்யும் இம்முயற்சி அத்துடன் முடிந்து போயிற்று.

'மாதம் இருமுறை'யின் முதல் இதழிலிருந்து சுவாரஸ்யமான ஒரு புதிய அம்சம் தொடரலாயிற்று. 'சென்னைக்கு வந்தேன்' என்ற கட்டுரை வரிசைதான் அது.

'எழுத்தாளர்கள் பலர் சென்னையைத் தங்கள் வாசஸ்தலமாகக் கொண்டிருக்கின்றனர். பல ஊர்களில் பிறந்து வளர்ந்தவர்கள் சென்னையில் எழுத்தாளராகக் குடியேறி இலக்கிய சேவை செய்து வருகின்றனர். எழுத்துலகில் புகுவதற்காக சென்னை வந்த போது என்னென்ன அனுபவங்கள் இவர்களுக்குக் கிடைத்தன என்று அறிவது ரசமாக இருக்கும். இலக்கிய உலகத்தின் வளர்ச்சிப் போக்குகளையும் புரிந்து கொள்ள முடியும். இந்த நோக்கத்தோடு இந்தப் புதிய பகுதியைத் துவக்கியிருக்கிறோம்' என்று ஆசிரியர் குறிப்புடன் 'நினைவு அலைகள்' எனும் பொதுத் தலைப்பில் இவ்வரிசை ஆரம்பமாயிற்று.

சி.சு.செல்லப்பா, க.நா.சுப்ரமண்யம், வல்லிக்கண்ணன், கே.இராமநாதன், கு.அழகிரிசாமி, சாமி சிதம்பரனார், அசோகன், ந.சிதம்பர சுப்ரமணியன், ஜெயகாந்தன் ஆகியோர், 'சென்னைக்கு வந்தேன்' என்று தங்கள் அனுபவங்களையும் அபிப்பிராயங்களை யும் சுவையாகவும் சூடாகவும் எழுதினார்கள். ஒவ்வொரு கட்டுரையும் தனித்தன்மையோடு அருமையான எண்ணக் களஞ்சியமாக விளங்கியது.

பின்னர் ஒரு சந்தர்ப்பத்தில் க.நா.சு. ஏற்பாடு செய்த 'இலக்கிய வட்டம்' கூட்டத்தில் எழுத்தாளர் சிலர் 'எதற்காக

எழுதுகிறேன்?' என்ற தலைப்பில் கட்டுரை எழுதி வாசித்தார்கள். சூடும் சுவையும் சிந்தனையும் நிறைந்த அக்கட்டுரைகளைப் பிறகு சி.சு. செல்லப்பா எழுத்து பத்திரிகையில் தொடர்ந்து வெளியிட்டதோடு, 'எழுத்துப் பிரசுரம்' ஆக, புத்தக வடிவிலும் இலக்கியப் பிரியர்களுக்கு கிடைக்க வகை செய்தார். அது ஒரு அற்புதமான புத்தகம், அருமையான நூல், புதுமையான கட்டுரைத் தொகுப்பு என்றெல்லாம் இன்றும் ரசிகர்களால் வியந்து பாராட்டப்படுகிறது. ('எதற்காக எழுதுகிறேன்?' கட்டுரை எழுதியவர்கள் – தி. ஜானகிராமன், ஜெயகாந்தன், ஆர்.வி., சாலிவாஹனன், கு. அழகிரிசாமி, க.நா. சுப்பிரமண்யம், ந. பிச்சமூர்த்தி, ஆர். சண்முக சுந்தரம், சி.சு. செல்லப்பா, வல்லிக்கண்ணன், லா.ச. ராமாமிருதம்.)

அதே போல, 'சென்னைக்கு வந்தேன்' கட்டுரைகளும், புத்தகமாகப் பிரசுரம் பெறும் வாய்ப்பைப் பெற்றிருந்தால், இலக்கியப் பிரியர்களுக்கு இனிய விருந்தாக அமைந்திருக்கும். ஆனால் அது நடக்கவில்லை.

'மாதமிருமுறை' காலத்தில் சரஸ்வதிக்கு க.நா.சுவின் சேவை மிகுதியாகக் கிட்டியது. 'மயன்' என்ற பெயரில் அவர் இதழ்தோறும் கவிதைகள் எழுதினார். நாவலுக்கு விஷயம், தற்காலத் தமிழ் இலக்கிய வளர்ச்சி, இலக்கிய விவாதங்கள், 'குசிகர் குட்டிக் கதைகள்' (அ. மாதவையா எழுதிய கதைகள் பற்றியது) என்று கட்டுரைகளும் எழுதினார்.

ஜூலை இதழில் க.நா.சு. எழுதிய 'எது இலக்கியம்?' என்ற கட்டுரைக்கு மூன்று பேர் பதில் அளிக்க முன்வந்தார்கள். சோலை, அ. வேதாசலம், பொ. சுந்தரமூர்த்தி நாயனார் ஆகியோர் எழுதிய கருத்துக்களும் க.நா.சு. பதிலும் 20.09.58 இதழில் பிரசுரிக்கப்பட்டன:

"'திருக்குறள் இலக்கியமா' என்று கேட்டு நான் எழுதிய கட்டுரைக்குப் பதில்கள் ஒரு முந்நூறாவது வரும் என்று எதிர்பார்த்தேன். மூன்றுதான் வந்திருக்கின்றன! குறளைத் தொழிலாக கொண்டு உழைப்பவர்களுக்கு அதில் உள்ள ஈடுபாடு இவ்வளவுதான் போலும்! சிந்திக்கத் தொடங்கினால் தங்கள் பிழைப்புப் போய்விடுமே என்கிற பயத்தில் சிந்திக்க மறுக்கிறார்கள், பதில் சொல்ல மறுக்கிறார்கள் என்று எனக்குத் தோன்றுகிறது. வேறு காரணங்களும் இருக்கலாம்தான், இருக்கக் கூடாது என்பதில்லை, ஆனால் யோசித்துப் பார்த்ததில் எனக்குத் தெரியவில்லை வேறு காரணங்கள் இருப்பதாக." இப்படி ஆரம்பித்து மூன்று பேருக்கும் தனித்தனியே பதில் கூறிவிட்டு க.நா.சு இவ்வாறு முடிவுரை எழுதினார்.

'குறள் அடிகளில் இல்லாத விஷயங்களைக் கற்பனை செய்து கொண்டு ஆஹா – ஊஹூ என்று அமர்க்களப்படுத்துகிற விஷயம் குறள் தோன்றிய கி.பி. ஏழாம் நூற்றாண்டிலிருந்து இன்றுவரை ஒரு ஆயிரத்து இருநூறு வருஷங்களாக நடந்து வந்திருக்கிறது. இந்த உரையாசிரியர்கள் குறள் பாடினியர்கள் இவர்களையெல்லாம் விட அழகாக சிலப்பதிகார ஆசிரியரும் கம்பனும் சில குறள் அடிகளை இலக்கியமாக்கி உபயோகித்திருக்கிறார்கள் என்பது தெளிவு. பழமொழிகளுக்கும், நீதி, சட்டம் போன்றவற்றை நிலைநாட்டுகிற நூல்களுக்கும் இலக்கியத்தில் இடம் கிடையாது; கம்பராமாயணத்தையும், சிலப்பதிகாரத்தையும், காரைக்காலம்மையார் பாடல்களையும் விட திருக்குறள் பலருக்குப் பல சந்தர்ப்பங்களில் மேற்கோள் காட்டவும், கட்சியை ஸ்தாபிக்கவும், பண்பு பேசவும், தொழில் நடத்தவும் பயன்பட்டிருக்கலாம். ஆனால் அதனாலெல்லாம் இது இலக்கியமாகி விடாது என்பது என் துணிவு.'

'திருக்குறள் இலக்கியமா?' என்பது பற்றி க.நா.சு. கருத்துக்களை மறுத்தும் ஆதரித்தும் வந்த பல கடிதங்களின் முக்கியப் பகுதிகள் 25.10.58 இதழில் அச்சிடப்பட்டன. 'தமிழ் இலக்கியமும், தத்துவப் போராட்டமும்' என்று ரகுநாதன் தொடர்ந்து கட்டுரைகளும், திருச்சிற்றம்பலக் கவிராயர் கவிதைகளும் வந்து கொண்டிருந்தன.

எஸ்.ராமகிருஷ்ணன், பாரதியின் கடவுட் கொள்கை, சர்வோதயம், சக்கரவர்த்தி பீட்டர் போன்ற கட்டுரைகள் எழுதினார்.

சரஸ்வதி, சிறுகதைக்கு எப்போதும்போல் தாராள இடம் அளித்து வந்தது. 'காலத்தால் சாகாத கதை'களும் புதிய சோதனை முயற்சிகளும், வளமான கற்பனைகளும், கலைநயப் படைப்புகளும் சரஸ்வதியில் மிகுதியாகவே வந்துள்ளன. சுந்தர ராமசாமியின் சன்னல், பிரசாதம், அடைக்கலம், செங்கமலமும் ஒரு சோப்பும், போட்டோ ஆல்பம்; ஜெயகாந்தனின் நந்தவனத்தில் ஒரு ஆண்டி, பிணக்கு, போர்வை; எனது பெரிய மனுஷி, பொம்மைகள், அலைகள் ஆகிய அருமையான கதைகள் இக்கால கட்டத்திலேயேதான் பிறந்துள்ளன. ராஜநாராயணனின் 'மாயவன்' என்ற கதை ஒரு இதழில் வந்தது.

இலங்கை எழுத்தாளர்கள் டொமினிக் ஜீவா, கே.டானியல், காவலூர் ராசதுரை, சில்லையூர் செல்வராசன் கதைகளும் அடிக்கடி பிரசுரமாயின. வித்வான் நடராசா, முருகையன், எச்.எம்.பி. முஹிதீன் பிரேம்ஜி ஆகியோரும் எழுதிக் கொண்டிருந்தார்கள்.

மலையாளம், உருது, ஹிந்தி மொழிக் கதைகளின் தமிழாக்கம் அபூர்வமாக இடம் பெற்றது. இதழ்தோறும் கவிதைகள் பல இருந்தன. வழக்கம்போல் புத்தக விமர்சனப் பகுதியை நான் கவனித்து வந்தேன். ஆகவே, *சரஸ்வதி* இலக்கியத் தரத்திலும் லட்சிய நோக்கிலும் முன்னேறிக் கொண்டிருந்தது.

ஆனால், அச்சகத்தில் நல்ல ஒத்துழைப்பு கிட்டவில்லை. *சரஸ்வதி*யின் சாதனைகளைக் கொண்டாடும் விதத்தில், சிறப்பான ஒரு ஆண்டு மலர் வெளியிட வேண்டும் என்று விஜயபாஸ்கரன் திட்டமிட்டார். அதில் எதிர்ப்பட்ட சோதனை பற்றி நண்பரின் வார்த்தைகளையே இங்கு தருகிறேன்.

“நான் மலருக்கான அறிவிப்பை, அதில் எழுதும் எழுத்தாளர்களின் பெரிய பட்டியலைப் போட்டு, வெளியிட்டேன். 120 பக்கத்தில் ஒரு ரூபாய் விலையில் மலர் கிடைக்கும் என்று அறிவித்தேன். ஏஜெண்டுகளிடமிருந்து சுமார் 4,000 பிரதிகளுக்கு ஆர்டரும் வாங்கியிருந்தேன். சில பாரங்கள் அச்சாகியுமிருந்தன. இந்த நிலையில், அப்போதுதான் வெளிவரத் தொடங்கியிருந்த *தாமரை*யும், எதற்கென்று பெயர் இல்லாமல் ஒரு திடீர் மலருக்கான அறிவிப்பை *ஜனசக்தி*யில் பெரிய விளம்பரமாக வெளியிட்டது. இதில் வேதனைக்குரிய விஷயம் ஒன்று உண்டு. *சரஸ்வதி* மலருக்கு எழுதுபவர்களாக யார் யார் பெயரெல்லாம் அறிவிக்கப்பட்டிருந்ததோ, அவர்களின் பட்டியலை அப்படியே போட்டு அந்த விளம்பரம் செய்யப்பட்டது. பக்கங்களை 128 ஆகக் காட்டி விலையையும் எட்டணா என்று குறைத்து அறிவித்து விட்டார்கள். எனக்கு வீம்பு வந்தது, மலரின் பக்கங்களை 156 என அறிவித்து *ஜனசக்தி*யிலேயே நானும் ஒரு விளம்பரம் கொடுத்தேன்.

“*தாமரை*யின் அறிவிப்பைக் கண்டு, *சரஸ்வதி*க்கு எழுதி வந்த சகல படைப்பாளிகளும் மிக்க வருத்தத்துக்குள்ளானார்கள். *தாமரை*க்கு எழுத முடியாது என்று பலர் மறுத்து விட்டார்கள். இதனால் கோபம் கொண்ட *ஜனசக்தி*க்காரர்கள் *சரஸ்வதி* தயாரிப்பைத் தாமதமாக்கினார்கள். *தாமரை*யின் அறிவிப்பு ஏஜண்டுகளின் நிலையைப் பெரிதும் பாதித்து விட்டது. *சரஸ்வதி* ஏஜண்டுகள்தான் *தாமரை*க்கும் ஏஜண்டுகள் என்ற நிலையில், அதே எழுத்தாளர்கள் எழுதும் *தாமரை* மலர் எட்டணாவுக்குக் கிடைக்கும் என்கிறபோது, *சரஸ்வதி* மலரை ஒரு ரூபாய் கொடுத்து ரொம்பப்பேர் வாங்கமாட்டார்கள். வாங்குவோர் தயங்குகிறார்கள் என்று கூறி முன்பு 500 பிரதிகளுக்கு ஆர்டர் கொடுத்தவர்கள் இப்போது 250 பிரதிகள் போதும் என்று எழுத ஆரம்பித்தார்கள். இப்படியே எல்லோரும் ஆர்டரைக்

குறைத்தார்கள். அச்சகத்தில் சரஸ்வதி மலரை வேண்டுமென்றே தாமதம் செய்து மறுமாதம் 15 தேதி வரைகூட வெளியிட முடியாதபடி ஆக்கிவிட்டார்கள். இதனால் ஏகப்பட்ட நஷ்டம் ஏற்பட்டது. நான்காண்டுகளில் *சரஸ்வதியினால்* ஏற்பட்ட மொத்த நட்டத்தில் பாதி ஒரு மலரிலேயே ஏற்பட்டு விட்டது."

என்றாலும், 'சரஸ்வதி ஆண்டு மலர் (1959)' ஆகச் சிறந்த தயாரிப்பாக, அருமையான இலக்கியக் களஞ்சியமாக – விளங்கியது. 200 பக்கங்கள், அவ்வளவும் விஷயங்கள். படங்கள் கிடையாது, விளம்பரங்கள் இல்லை. கதைகள், கவிதைகள், கட்டுரைகள், நாடகம், நாவல் எல்லாம் இனிக்கும் இலக்கியப் படையலாக இருந்தன.

'வாசக நண்பர்களுக்கு' என்று தலைப்பிட்டு விஜயபாஸ்கரன் ஐந்து பக்கங்கள் எழுதியிருந்தார்.

"சில விஷயங்களை உங்களுடன் இதயம் திறந்து பேச வேண்டுமென்று எனக்கு வெகு நாட்களாகவே ஆசை, இன்று நிர்ப்பந்தவசமாய் வாய்ப்புக் கிட்டியிருக்கிறது. மகிழ்கிறேன்.

நிமிர்ந்தவன்தான் நிமிர்ந்த விஷயங்களை பார்க்க முடியும்! குனிந்து கிடப்பவனிடம் சென்று 'அதோ, மலை தெரிகிறது பார்' என்று நிமிர்ந்தவன் கூறுவதுதானே அழகு? கடமை? 'குனிந்தா பார்க்கிறான், அதுவும் சரிதான்' என்று நிமிர்ந்தவனும் குனிந்து கொள்வது விவேகமா?

நேரே விஷயத்திற்கு வருவோமா? அதற்கு முன் தற்புகழ்ச்சியோ, தன்னகங்காரமோ, தலைக்கனமோ ஏதுமில்லாமல் – இதயம் திறந்து பேசுவதனால் – நான் ஒரு விஷயத்தைக் கூறிவிடத்தான் வேண்டும்.

நமது பத்திரிகை – தமிழ்நாட்டில் இன்று வரை வெளிவரும் எந்த இலக்கியப் பத்திரிகையையும்விட, தரம் குறையாத முறையில், முற்போக்காய், புதுமையாய், நலமாய், நல்வழியாய் இலக்கியப் பணிபுரிந்து வருகிறது. ஆம், *சரஸ்வதி* ஒன்றே தமிழ்நாட்டில் வியாபாரப் பார்வையில்லாமல், விளம்பரப் போர்வையில் வெத்துவேட்டு ஆர்ப்பாட்டங்கள் எதுவுமில்லாமல், எளிமையாக இருந்து ஏற்றமான பணிபுரிந்து வருகிறது. இது நான் சொல்லுவது மட்டுமல்ல; நீங்களும் சொல்லுகிறீர்கள்; தமிழ்நாட்டில் உள்ள நமது வாசகர்கள் அனைவரும் சொல்லுகிறார்கள்; பிற நாட்டிலுள்ள தமிழறிந்த வாசகர்களும், அறிஞர்களும் இதையேதான் சொல்லுகிறார்கள்.

'திறமான புலமையெனில் வெளிநாட்டார் அதை வணக்கம் செய்தல் வேண்டும்' என்றார் மகாகவி பாரதியார். பாரதி கூறிய

இந்த இலக்கணத்துக்கு நூற்றுக்கு நூறு ஏற்றவகையிலுள்ள தமிழ் இலக்கியப் பத்திரிகை சரஸ்வதி ஒன்றுதான் என்பதைப் பலரும் கூறக்கேட்டு நான் மிகவும் மகிழ்வெய்துகிறேன். செக்கோஸ்லேவேகிய, ருஷ்ய, பிரெஞ்சு நாட்டுத் தமிழறிஞர்கள் சரஸ்வதியைப் பாராட்டிப் புகழ்வதைக் கண்டு நான் பெருமையடைகிறேன். இந்தப் பெருமையில் எனக்கு மட்டுமா பங்கு? என்னைவிட சரஸ்வதியின் வாழ்விலும் வளத்திலும் அக்கறை காட்டும் உங்களைப்போன்ற வாசகர்களுக்கும் நிறையவே உண்டு.

இப்படிப்பட்ட பாராட்டுதலுக்கும் புகழுக்கும் நாம் எப்படிப் பாத்திரரானோம்?

கடந்த ஐந்தாண்டுகளாக உங்களுடைய தளராத ஒத்துழைப்புடனும், விடாமுயற்சியுடனும் நாம் இதுநாள் வரை செய்து வந்திருக்கிற, வருகின்ற தமிழ் இலக்கிய சேவையினால்தான் என்று உங்களுக்கு நான் கூறவேண்டிய அவசியமில்லை. எனினும் நமது சாதனைகளை, புதிய சோதனைகளை, சற்றே திரும்பிப் பார்ப்போம்:

- சரஸ்வதி பல நல்ல எழுத்தாளர்களுக்கு வாய்ப்பு அளித்திருக்கிறது.
- தமது சிருஷ்டிகளால் நாட்டிலேயே நல்ல எழுத்தாளர்கள் என்று அவர்கள் ஏற்றம் பெறுவதற்கு இடம் தந்திருக்கிறது.
- புதிய முயற்சிகளுக்கும் சோதனைகளுக்கும் ஊக்கம் அளித்திருக்கிறது.
- நமது தமிழ்ப் பத்திரிகைகளெல்லாம் பிரஷ்டம் செய்த ஈழத்து எழுத்தாளர்களின் சிருஷ்டிகளை, அவை நல்ல இலக்கியங்கள் என்று தேர்ந்த மாத்திரத்திலேயே, அன்புக்கரம் நீட்டி அவற்றை வாங்கித் தமிழகத்துக்குத் தருவதன் மூலம் ஈழத்து எழுத்தாளர்களுக்கும் தமிழ் வாசகர்களுக்கும் ஒரு தொடர்பை ஏற்படுத்திக் கொடுத்திருக்கிறது.
- தத்துவ ரீதியாகவும், இலக்கிய ரீதியாகவும் பிறமொழி இலக்கியங்களையும் நமது இலக்கியங்களையும் விமர்சனம் புரிந்து வந்திருக்கிறது.

சிறுகதை சாம்ராட் புதுமைப்பித்தனைப் பற்றி பல்வேறு அபிப்பிராயம் கொண்ட பல்வேறு எழுத்தாளர்களின் கருத்துக்கள் மோதுவதற்குக் களம் அமைத்துத் தந்திருக்கிறது. தமிழ்ச் சிறுகதை உலகிலேயே சிறந்தவை எனப்படும் வரிசையில்

சேர்க்கப்பட வேண்டிய கதைகளையும், தமிழ்ப் பத்திரிகைகளே வெளியிடத் துணியாத சில புதிய சோதனைகள் போன்ற கதைகளையும் சிறுகதை வளர்ச்சி ஒன்றையே கருத்தாகக் கொண்டு வெளியிட்டிருக்கிறது.

- மறுமலர்ச்சி யுகத்தில் *மணிக்கொடி* போன்ற பத்திரிகைகள் தமக்கென ஒரு சகாப்தத்தையே தோற்றுவித்துக் கொண்டது போல் புதுமை இலக்கிய யுகத்தில் *சரஸ்வதி* ஒரு சகாப்தத்தைத் தோற்றுவித்துவிட்டது.

- சிலர் விரும்பியோ விரும்பாமலோ கூறுவதுபோல் *சரஸ்வதி* கோஷ்டி என்ற ஒன்றை உண்மையாகவே அது இலக்கிய உலகில் உண்டாக்கிவிட்டது.

ஆம், எழுத்தாளர்களின் இதயவெளிச்சம் *சரஸ்வதியின்* மூலம் மட்டுமே வாசகர்களுக்கு நன்றாகத் தெரியும்."

~ ~

15

இலக்கிய இதய மலர்

சரஸ்வதி 1959 ஆண்டு மலரில் 'வாசக நண்பர்களுக்கு' என்று தலைப்பிட்டு, *சரஸ்வதியின்* ஐந்தாண்டு சாதனையின் சாரத்தை எழுதிய விஜயபாஸ்கரன் தொடர்ந்து முக்கிய கருத்துகள் சிலவற்றையும் சுட்டிக் காட்டியிருந்தார். இன்றைக்கும் பொருந்துகிற உண்மைகள்தான் அவை.

"*சரஸ்வதியின்* பணி தரம் மிகுந்தது; தன்னேரில்லாதது. இவ்விதம் ஆண்டுதோறும் சாதனை பல புரிந்து வரும் *சரஸ்வதியின்* இலக்கிய வாழ்வின் ஐந்து ஆண்டுகள் போய் ஆறாம் ஆண்டு பிறக்கிறது. இந்த ஐந்தாம் ஆண்டு மலரை, பொங்கல் மலராக 128 பக்கங்களில் குறைந்த விலையில் கொண்டுவருவது என்றே முதலில் தீர்மானித்திருந் தோம். ஆசைகள் போல் எல்லாம் வளர்ந்தன. 200 பக்கங்கள்! பக்கங்கள் அனைத்தும் விஷயங்கள் தான்... வெற்றுப் படங்களோ, வீண் 'பாவலா'க்களோ இல்லை.

இப்படிச் சொல்வதன் மூலம் சித்திரங்களின் மேல் எங்களுக்கு வெறுப்பு என்று அர்த்தமல்ல. சித்திரங்களுக்காகவே ஒரு பத்திரிகை இருக்கலாம். அதுவே இலக்கியப் பத்திரிகையாக இருக்க முடியுமா? துரதிர்ஷ்டவசமாக சித்திரங்களுக்காகவே இலக்கியப் பத்திரிகை இருக்க வேண்டிய நிலைமை தமிழ் நாட்டில் வந்துவிட்டது. சித்திரங்கள் இல்லாமலேயே ஒரு இலக்கியப் பத்திரிகை இருக்க முடியும். இருக்க வேண்டும் என்று நாம் விரும்புகிறோம். ஏனெனில் சித்திரக்கலையைச் செழுமைப்படுத்தும் வகையில்

தமிழ்ப் பத்திரிகைகளில் சித்திரங்கள் வெளிவருவதில்லை. எப்படி வெறும் 'கவர்ச்சி'க் கதைகளை வெளியிட்டு இலக்கியப் பம்மாத்துப் பண்ணுகிறார்களோ, அவ்விதமே கவர்ச்சிப் படங்களை வெளியிட்டுச் சித்திரக்கலைக்கு துரோகம் செய்கிறார்கள் பத்திரிகைக்காரர்கள். கலை அம்சம் உள்ள சித்திரங்களே தமிழ்ப்பத்திரிகைகளில் வெளியாவதில்லை என்று நான் சொல்ல வரவில்லை. ஓரிரு சமயங்களில் கலை அம்சத்தோடு வெளிவரும் சித்திரங்களுக்கும் தமிழ்நாட்டில் 'மவுசு' இருப்பதில்லை. இந்த நிலை போகவேண்டுமானால். ஓவியக் கலையும் ஓவிய ரசனையும் தமிழ்நாட்டில் இன்னும் பரவலாக வளர வேண்டும். இந்தியாவில் உள்ள பிற மொழிப் பத்திரிகைகளில் வெளிவரும் சித்திரங்களைப் பார்க்குங்கால், நமது சித்திரக் கலையும் சித்திர ரசனையும் எவ்வளவு பின் தங்கியிருக்கிறது என்பது தெரிய வரும்.

நம்மிடையே, கலைநயமேயில்லாத படங்களுக்காகக் காசைக் கரியாக்கி; காகிதத்தை வீணாக்கிப் பத்திரிகைத் தொழிலையே பாழாக்குபவர்களே நிறைந்துள்ளனர். இந்தக் கைங்கரியத்தை சரஸ்வதி செய்ய விரும்பவில்லை. எனினும், தமிழ்ப் பத்திரிகை உலகில் பிறமொழிப் பத்திரிகைகளைப் போன்று சித்திரக்கலையின் வளர்ச்சியைப் பிரதிபலிக்கும் வகையிலுள்ள படங்களை வருங்காலத்தில் வெளியிடப் போவதும் சரஸ்வதி பத்திரிகை ஒன்றுதான். அதற்கான சூழ்நிலை இன்னும் உருவாகவில்லை. ஆனால் உருவாகிக் கொண்டிருக்கிறது.

பார்க்கப்போனால்... இன்றைய சூழ்நிலையில்... மூவர்ண அட்டையும் பக்கத்துக்குப் பக்கம் படங்களும் நிரப்புவது சிறந்த வியாபாரக் கலையாக இருக்கலாம்; விளம்பரக் கலையாக இருக்கலாம்; மக்களின் 'ருசி'யைப் புரிந்துகொண்ட 'மதிநுட்ப'க் கலையாக இருக்கலாம். எங்கள் சுவையும் இவ்வளவுதான் என்று காட்டிக் கொள்ளாத ஏமாற்றுக் கலையாகவும் இருக்கலாம். ஏனென்றால், சில பத்திரிகையாளரிடம் நேரில் பேசும்போது, அவர்கள் 'நாங்கள் வெளியிடும் படங்கள் எங்களுக்கே பிடிப்பதில்லை ஆனால் ஜனங்களுக்கு அது தானே பிடிக்கிறது' என்கிறார்கள். சரஸ்வதி வாசகர்களாகிய உங்களை நாங்கள் அவ்விதம் நினைக்கவில்லை.

பத்திரிகையின் லட்சியம், சாதனையாவும் மூவர்ண அட்டைப் படங்கள் என்ற அளவில் அடங்கிவிடுமா என்ன? பெரும்பான்மையான பத்திரிகைகளும் அவற்றின் வாசகர்களும் அவ்விதம்தான் சொல்லுகிறார்கள். அவற்றை நாம் என்றும் ஏற்க மாட்டோம். இந்தப் பத்திரிகை உலகத்தின் 'சனாதன'த்தை

சீர்கேடான சம்பிரதாயத்தை உடைத்தெறிவதே புதிய, லட்சிய, இலக்கியப் பத்திரிகைகளின் முதற் கடமை. பகட்டுக்காகவா பத்திரிகை?

தரமிக்க கட்டுரைகள், இலக்கிய நயம் செறிந்த கதைகள், நல்ல நல்ல கவிதைகள். இவற்றில் மேலும் மேலும் முன்னேறக் கைக்கொள்ளும் புது முயற்சிகள்... ஆகியவை மூலமே ஒரு பத்திரிகை நின்று நீடித்து பயன் தரத்தக்கதாகவும் இருக்க முடியும்.

சரஸ்வதி வாசகர்களாகிய உங்களை, வெறும் பகட்டுத்தனத்துக்கும், போலித்தனத்துக்கும், ஆடம்பரத்துக்கும் பல்லிளிக்கும் ரசனையுடையோர் என்று நாங்கள் கருதவில்லை. *சரஸ்வதி* வாசகர் என்றாலே அவருக்கு ஒரு தரமுண்டு என்று நாங்கள் நம்புகிறோம். உங்களுக்கு இலக்கிய மதிப்பீட்டுத் திறனும், தேர்ந்த ரசனை உள்ளமும் உண்டு என்ற நம்பிக்கை எங்களுக்கு இருக்கிறது. உங்கள் இலக்கிய ரசனையை மாற்றுக் குறைத்தோ சிறுமைப்படுத்தியோ நாங்கள் கணிக்கமாட்டோம். அதனால்தான் படங்களை வெளியிட்டு உங்களைக் கவர எண்ணாமல் பக்கங்களைக் கூட்டி ஏராளமான கதைகள், நாடகம் முதலியவற்றுடன் விஷயச்செறிவோடு மலரை 200 பக்கங்கள் கொண்டதாக வெளியிடுகிறோம்.

காலமெல்லாம் மணம் வீசும், கருத்திலே ஒளி வீசும் இந்த மலரை, இலக்கிய இதய மலரை, உங்கள் கரங்களில் சமர்ப்பிக்கிறோம். இவ்வித மலர்கள் நூறு நூறாய்ப் பெருகட்டும் என்ற இதய பூரிப்போடு ஏற்றுக் கொள்ளும் நீங்கள் *சரஸ்வதிக்கு* ஒரு சிறுஉதவி செய்யக் கடமைப்பட்டிருக்கிறீர்கள். உடனடியாக சந்தாதாரராகுங்கள். நீங்கள் ஏற்கெனவே சந்தாதாரர் என்றால் உங்கள் நண்பர்களைச் சந்தாதாரராக்குங்கள். ஒரு நண்பரின் தூண்டுதலின் பேரில் சந்தாதாரர் ஆனவராக இருந்தால் இன்னும் பல நண்பர்களைச் சந்தாதாரராகத் தூண்டுங்கள்.

இந்த உதவியை நீங்கள் செய்ய முன் வந்தால் தமிழ் இலக்கிய வளர்ச்சியில் பல புதிய சிகரங்களை ஏற்படுத்தும் பெருமைக்கு நாம் அனைவரும் உரியவர்களாவோம்."

இம்மலரின் விஷயங்கள், கவிதைகள், கட்டுரைகள், நாடகம், சிறுகதைகள் – I, நாவல், சிறுகதைகள் – II என்று பகுதி பகுதியாகப் பிரித்து அச்சிடப்பட்டிருந்தன.

கே.ஸி.எஸ். அருணாசலம் (*'பொண்ணென்ன செய்தாளோ பொங்கலுக்கு?'*), சசிதேவன் (நீர்த்துகில்), மாயூரம் ராஜகோபால் (திவ்யதரிசனம்), கலிங்கன் (அவலம்), தான்தோன்றிக் கவிராயர்

(பஸ்மாத்திரம்), முருகையன் (பொங்கல் இனிது) ஆகியோர் கவிஞர்கள்.

தமிழிலக்கியத்தில் முதல் நாவல் (கமில் ஸ்வெலபில்), புதுக் கவிதை (க.நா.சுப்பிரமணியம்), வங்கமும் தமிழகமும் (வெ.சாமிநாதசர்மா), பொற்பின் செல்வி (எஸ்.ராமகிருஷ்ணன்), மந்திரியின் விருந்தாளி (கே.இராமநாதன்), தமிழில் குழந்தை இலக்கியம் (அழ.வள்ளியப்பா), தமிழில் ஹாஸ்யக் கட்டுரைகள் (மகரம்), பாட்டும் கூத்தும் (சாமி சிதம்பரனார்), சென்னைக்கு வந்தேன் (ந.சிதம்பர சுப்ரமணியன்), ஈழத்து தமிழ் (ச.விசுவநாதன்) ஆகிய கட்டுரைகள் இடம் பெற்றிருந்தன.

ஒரு நாடகம்: கம்மந்தான் கான்சாகிப், வரலாற்றுச் சித்திரம் ரகுநாதன் எழுதியது (15 பக்கங்கள்).

'சிறு கதைகள்' முதல் பகுதியில், ந.பிச்சமூர்த்தி, ஜி.நாகராஜன், கிருஷ்ணன் நம்பி, எச்.எம்.பி.முஹிதீன், கே.டானியல் செ.கணேசலிங்கன் ஆகியோரது கதைகள் இருந்தன.

நாவல்: 'துணிந்தவன்' – வல்லிக்கண்ணன், 50 பக்கங்கள். இந்த நாவல் 1969இல் தீபம் இரண்டு இதழ்களில், 'ஹீரோ' என்ற பெயரோடு மறுபிரசுரம் பெற்றது.

கோமதி ஸ்வாமிநாதனின் 'மன்னிப்பு', ஜெயகாந்தனின் 'துரவு', சுந்தர ராமசாமியின் 'கிடாரி' ஆகிய சிறுகதைகள் இரண்டாவது பகுதியில் இடம் பெற்றன.

அட்டையில் சாதாரண போட்டோ. அட்டை முழுவதும் கூட படம் இல்லை. மேலே *சரஸ்வதி* ஆண்டு மலர் 1959, விலை ரூ.1 என்ற எழுத்துக்கள். சில தென்னை மரங்களின் மேல் பகுதி, மேகங்கள் நிறைந்த வானப் பின்னணியில் வெளிர் நீலத்தின் மீது லைட் பிரவுனில் அச்சாகியிருந்தது. எளிமையாகவும் வசீகரமாகவும் அமைந்திருந்தது. இலக்கியப் பிரியர்களின் ஆதரவையும் பாராட்டுதலையும் மிகுதியாகப் பெற்ற 'கருத்துக் கருவூலம்' இம்மலர்.

~~

16

சிறுமை கண்டு சீற்றம்

ஆண்டு மலர் மிகுந்த கால தாமதத்துடன்தான் வெளியாயிற்று. அடுத்த இதழ் பிப்ரவரி பிற்பகுதியில் வெளிவரும் என்று அறிவிக்கப்பட்ட போதிலும் 'மலர் 6 – இதழ் 2' என்று எண்ணிக்கை பெற்ற சரஸ்வதி இதழ் மார்ச் 10ஆம்தேதி தான் வந்தது.

இந்தியாவின் பல்வேறு மொழிகளிலும் இலக்கிய வளர்ச்சிக்கும் சிறந்த இலக்கியங்களை ஊக்குவிக்கும் முயற்சிக்கும் உதவி புரியும் வகையில் ஒவ்வொரு ஆண்டிலும் வெளியான சிறந்த நூல்களுக்கு ரூ.5000 பரிசு அளித்து, ஆதரவுகள் நல்குவது என்ற உயர்ந்த நோக்கத்தோடு, 1954இல் சாகித்திய அகாடமி தோற்றுவிக்கப்பட்டது. ஆனாலும், ஆரம்பம் முதல் அதன் செயல்கள் அதனுடைய நோக்கத்துக்கும் விதிகளுக்கும் மாறுபட்டதாகவே வருடம்தோறும் இருந்து வருவது கண்டு தமிழ் எழுத்தாளர்கள் அதிருப்தியும் சீற்றமும் கொண்டனர்.

சாகித்திய அகாடமியின் முதல் வருடப்பரிசு, 1955இல் ரா.பி.சேதுப்பிள்ளை எழுதிய 'தமிழின்பம்' என்ற கட்டுரைத் தொகுதிக்கு வழங்கப்பட்டது. 1947 முதல் 1955 வரை தமிழில் வெளிவந்துள்ள நூல்கள் அனைத்திலும் அதுதான் தலை சிறந்தது என்று தேர்ந்தெடுக்கப்பட்டிருந்தது. அகாடமியின் விதிகளின்படி, குறிப்பிட்ட ஒரு ஆண்டின் பரிசுக்காகத் தேர்ந்தெடுக்கப்படுகிற புத்தகம், அந்த ஆண்டுக்கு முந்திய மூன்றாண்டுக் காலத்தில் முதல் தடவையாகப் பிரசுரிக்கப்பட்டிருக்க வேண்டும். ஆனால், 'தமிழின்பம்' முதல்பதிப்பு 1948இல்

வெளிவந்தது, இரண்டாம் பதிப்பு 1951இல், மூன்றாம் பதிப்புத்தான் 1954இல் வந்திருந்தது; அதற்குத்தான் பரிசு, அதன் ஆசிரியர் ரா.பி.சேதுப்பிள்ளை சாகித்திய அகாடமியின் கமிட்டிகளில் முக்கிய அங்கத்தினராக இருந்ததுதான் அதற்குக் காரணம் ஆகும். இரண்டாவது ஆண்டின் (1956) பரிசு 'கல்கி'யின் 'அலை ஓசை' நாவலுக்கு அளிக்கப்பட்டது. பரிசளிக்கப்பட்ட ஆண்டுக்கு இரண்டு ஆண்டுகள் முன்பே ஆசிரியர் கல்கி இறந்து விட்டார். இறந்து போன ஒருவரின் படைப்புக்குப் பரிசு அளிக்கப்பட்டதற்கு திரைமறைவுக் காரணங்கள் உண்டு என்று பேச்சுப் பிறந்தது. 1957இல் எந்தப் புத்தகமுமே பரிசுக்குத் தகுதியில்லை என்று தீர்மானிக்கப்பட்டதால், பரிசு அளிக்கப்படவேயில்லை.

கமிட்டி அங்கத்தினர்களில் முக்கியமானவர்கள் சிலபேர் பரிசு 'என் புத்தகத்துக்கு வேண்டும்' 'எனக்கே வேண்டும்' என்று சண்டை பிடித்துக் கொண்டதால், திருப்திகரமான சமாதானம் ஏற்படாததால், இந்த முடிவு அறிவிக்கப்பட்டது என்று சொல்லிக் கொண்டார்கள்.

1958இல் ராஜாஜி எழுதிய 'சக்கரவர்த்தித் திருமகன்' என்ற புத்தகத்துக்குப் பரிசு தரப்பட்டது. முதலாவதாக, இது ஒரு சொந்த சிருஷ்டி அல்ல வால்மீகி ராமாயணக் கதைச் சுருக்கம். இரண்டாவதாக இந்தப் புத்தகத்தின் முதல்பதிப்பு 1956ஆம் வருடமே வந்துவிட்டது. அகாடமியாரின் 1957ஆம் வருட முடிவுப்படி, 'நியாயமாக எந்த ஒரு ஆண்டிலுமே பரிசு பெற'த் தகுதி இல்லாத நூல்களில் அதுவும் ஒன்று என்றாகி விட்டது. இருந்தபோதிலும், அடுத்த வருடமே அகாடமி அந்தப் புத்தகத்துக்குப் பரிசு கொடுக்கத் துணிந்தது. இதற்கும் திரைமறைவுக் காரணங்கள் இருந்ததாகப் பேச்சு வளர்ந்தது. கண்டனக் குரல்கள் எழுந்தன. இந்த நியாயமான சீற்றத்தின் குரலாக சரஸ்வதி செயல்பட்டது.

சாகித்திய அகாடமியின் செயலைக் கண்டித்து, விஜயபாஸ்கரன் 10.03.59 இதழில், 'நோக்கமும் செயலும்' என்று 'ஆசிரியர் குறிப்பு' எழுதினார். அந்த இதழ் ஒரு கடிதத்துடன் அகாடமிக்கு அனுப்பி வைக்கப்பட்டது. அகாடமியிடமிருந்து வந்த பதிலும், அதன் மேல், 'ஆசிரியர் குழு'வைச் சேர்ந்த எஸ்.ராமகிருஷ்ணன் எழுதிய கருத்துரையும் 10.04.59 இதழில் பிரசுரமாயின.

சாகித்திய அகாடமி விவகாரத்தைப் பற்றி ரகுநாதன் 'சாகித்திய அகாடமியும் தமிழும்' என்ற தலைப்பில் விரிவாகவும் விளக்கமாகவும் ஒரு கட்டுரை எழுதினார். அது இரண்டு இதழ்களில் இடம் பெற்றது. அகாடமியின் விதிகள்,

பரிசளிக்கப்பட்ட நூல்களின் தன்மைகள், குழுவினர் பற்றிய விவரங்கள் அவர்களைப் பற்றிய திரைமறைவுச் செய்திகள் முதலியவற்றை அவர் தெளிவாக எடுத்துச் சொல்லி, தனது கருத்தை அழுத்தமாகவும் ஆணித்தரமாகவும் வெளியிட்டிருந்தார். இவ்விவகாரத்தில் *சரஸ்வதியின்* பணியும், ரகுநாதன் கட்டுரையும் மிகுந்த கவனிப்பையும் பாராட்டுதலையும் பெற்றன.

ரகுநாதனின் 'தமிழ் இலக்கியமும் தத்துவப் போராட்டமும்' கட்டுரைத் தொடர் இதழ்தோறும் வந்து கொண்டிருந்தது. அத்துடன் எஸ்.ராமகிருஷ்ணன் எழுதிய 'கம்பன் காட்டும் கற்பின் கனலி' என்ற தொடரும் வரலாயிற்று. வழக்கம் போல் தரமான சிறுகதைகள் பிரசுரிக்கப்பட்டன. அவ்வப்போது, இளம் எழுத்தாளர்களின் படைப்புகளும் மொழிபெயர்ப்புகளும் இடம் பெற்றன. 'சசிதேவன்' என்ற பெயரில் கவிதைகள் எழுதி வந்த கிருஷ்ணன் நம்பியின் கதைகள் அடிக்கடி வந்தன. க.நா.சுப்பிரமணியம், சாமி சிதம்பரனார் கட்டுரைகள் வழக்கம்போல் பிரசுரமாகிக் கொண்டிருந்தன. அ.இராகவன் எழுதிய ஆராய்ச்சிக் கட்டுரைகளும் கமில் ஸ்வெலபில் கட்டுரைகளும் அபூர்வமாக எப்போதாவது வந்தன.

இலங்கை எழுத்தாளர் செ.கணேசலிங்கன் மராத்தி நாவலாசிரியர் வி.ஸ.காண்டேகரைப் பேட்டி கண்டு எழுதிய கட்டுரை, படங்களோடு, மார்ச் 2, இதழில் பிரசுரமாயிற்று. 'தமிழ் தட்டச்சின் தந்தை' ஆர்.முத்தையா பற்றிய கட்டுரை ஒன்று மே மாத இதழில் வெளியிடப்பட்டது. எழுதியவர், கா.மாணிக்கவாசகர். திரு.முத்தையாவின் படம் அந்த இதழின் அட்டையில் அச்சாகியிருந்தது. *சரஸ்வதி* அட்டைப் படங்களுக்காக அதிகம் சிரமப்படவில்லை. வாத்துகள், மொட்டை மரம், சிரிக்கும் குழந்தை, விதைக்கும் விவசாயி என்று அவ்வப்போது கைக்குக் கிடைத்த போட்டோக்களை பிளாக் செய்து, கறுப்பு மையில் அட்டைமீது அச்சிட்டு மகிழ்வுற்றது.

இந்தச் சந்தர்ப்பத்தில் *சரஸ்வதியில்* புதிதாக வரத் தொடங்கிய ஒரு பகுதி பலரது கவனத்தைக் கவர்ந்தது. பெரும் பேச்சுக்குப் பொருளாயிற்று. சிலருக்கு எரிச்சல் ஊட்டியது. அ.தைரியநாதன் எழுதிய 'ஓய்வு நேரத்தில்' எனும் பகுதிதான் அது. அது வெறும் இலக்கிய வம்புதான். எழுத்தாளர்களைப் பற்றிய அக்கப்போர், இரண்டு மூன்று எழுத்தாளர்கள் கூடினால் என்ன பேசுகிறார்கள்? இலக்கியமும் அபூர்வமாக சிறிதளவு பேசப்படும். பொதுவாக எல்லோரும் பேசிக் கொள்வது என்னவோ, அவரையும் இவரையும் அனைவரையும் – பற்றிய வம்பளப்புகளாகத்தான் இருக்கும்.

அப்படிப் பேசிக் கொள்வதை பத்திரிகையில் அச்சிட்டால் என்ன என்று தோன்றி விட்டது அ.தைரியநாதனுக்கு! ஆகவே *சரஸ்வதியில்* ‘ஓய்வு நேரத்தில்’ என்ற பகுதி தலைகாட்டியது. அது எப்படிப்பட்ட பகுதி என்று தெரிந்து கொள்வதற்கு, அநேக சாம்பிள்கள் கொடுப்பது தவிர வேறு வழியில்லை. பின் வருபவை *சரஸ்வதியின்* வெவ்வேறு இதழ்களிலிருந்து பொறுக்கி எடுக்கப்பட்டவை.

‘ஒழிந்த நேரத்தில் விபசாரம் செய்தால் உப்பு புளிக்காச்சுது’ என்பது ஒரு தினுசான குடும்ப ஸ்திரீயின் சித்தாந்தம் என்று வசனம் சொல்லுவார்கள். உப்பு, புளிக்கு மட்டுமல்ல, காரம், தித்திப்பு எல்லாவற்றிற்குமே ஆச்சு என்று இன்று இலக்கிய சேவை செய்ய, ஓய்வு பெற்றவர்கள் எல்லோரும் முன் வந்திருப்பதாகத் தோன்றுகிறது. புனை பெயரிலும் சொந்தப் பெயரிலும், மாஜி ஐ.சி.எஸ்.காரர்கள், வேலையிழந்தவர்கள், ஒரு மாஜி கவர்னர் ஜெனரல், மாஜி கவர்னர்கள், மாஜி... இத்யாதிகள் எல்லோரும் கங்கணம் கட்டிக் கொண்டு தமிழ் இலக்கியத்தை உஜ்ஜீவிக்கச் செய்ய முன் வந்திருக்கிறது கண்டு சந்தோஷப்படாதவர் யாரேயாவர்? தமிழ் இலக்கியத்தை இந்த ‘மாஜி’களிடமிருந்தெல்லாம் காப்பாற்ற, ஒழிந்த நேரத்தில் இலக்கியம் செய்ய முன்வருபவர்களிடமிருந்தெல்லாம் இலக்கியத்தைக் காப்பாற்ற *சரஸ்வதியிடம்* சரணடைவதைத் தவிர எனக்கு வேறு ஒன்றும் வழியிருப்பதாகத் தெரியவில்லை.

சில விசித்திரங்கள் கண்ணில்படுகின்றன. அதைச் சொல்லத் தானே வேண்டும்? *Socrates* என்கிற கிரேக்கப் பெயர் அசல் தமிழாகி சோக்ரதர் ஆகி விடுகிறது. ஆனால் *Cornille* என்கிற பிரஞ்சு மொழிப் பெயர் கார்ணெய் என்று பிரெஞ்சுக் கன்னித்தனம் கழியாமல் வருகிறது, இதை விசித்திரமென்று சொல்லாமல் வேறு என்ன சொல்லுவது!

சாகிற காலத்தில் சங்கரா சங்கரா என்று சொல்லுவது பற்றி ஒரு பழமொழி உண்டு. இப்போது சங்கரன் பெயர் அவ்வளவாக நாகரீகமானதில்லை. கீதையும் கிருஷ்ணனும் பாகவதமும்தான் *Fashionable* என்று சொல்ல வேண்டும். கோர்ட்டு மூலம் தங்களுடைய நேர்மையையும் நாணயத்தையும் நிலை நிறுத்திப் பெயர் சொல்லி விட்டவர்கள், சங்கரா சங்கரா என்றும், கிருஷ்ணா கிருஷ்ணா என்றும் கூப்பாடு போடுகிறார்கள். கலி வந்த காரியம் முற்றிவிட்டது—பழுத்தும் விட்டது என்றுதான் சொல்ல வேண்டும், வேறு என்ன? பாகவதத்திற்கும் கிருஷ்ணனுக்கும் கீதைக்கும் வேதாந்தத்துக்கும் சோக்ரதருக்கும் கார்ணெய்க்கும்

தான் வேறு என்ன இலக்கிய சாயுஜ்ஜியம் வேண்டும்? யாராவது சொல்லுங்களேன், பார்க்கலாம்.

~

இந்த ஆண்டு நாலைந்து மணிவிழாக்கள் நடக்கவிருக்கின்றனவாம். அதிலே இரண்டு மூன்று மணிவிழா வருஷம் (அதாவது வழக்கமாக அறுபதாவது ஆண்டு விழா என்று ஏற்றுக்கொள்ளப்பட்டது) ஏதோ தனிப்பட்டவர்கள் சௌகரியத்தை முன்னிட்டு இரண்டொரு ஆண்டுகள் முன்கூட்டியே வந்துவிட்டது போல இருக்கிறது என்று பலரும் சொல்லுகிறார்கள். இது உண்மையாகவே இருந்தாலும் இதில் என்ன தவறு என்றுதான் எனக்குப் புரியவில்லை.

Whom the Gods love die young என்று ஒரு பழமொழி உண்டு. அதாவது கடவுளின் நேசத்தைப் பெற்றவர்கள் சீக்கிரமே இறந்து விடுகிறார்கள் என்று சொல்லுவதுண்டு. இலக்கியாசிரியர்களையும் எழுத்தாளர்களையும் என்றுமே தமிழ்நாடு அதிகமாகக் கஷ்டப்பட விட்டதேயில்லையே! சீக்கிரம் தீர்த்துக்கட்டிவிடும் என்பது பிரசித்தம்தானே!

சுப்பிரமணிய பாரதியாருக்கு மணிவிழா கொண்டாடி யிருந்தால் - அதாவது அவர் உயிருடன் இருக்கும்போதே கொண்டாடுவதாக இருந்தால் அவருடைய முப்பத்தி ஆறாவது வயதிலே கொண்டாடியிருக்க வேண்டும். கல்கி கூட மரபு பூர்வமான மணிவிழா வயதை எட்டவில்லை. புதுமைப்பித்தன், கு.ப.ரா. இவர்களும் எட்டவில்லை. மணிவிழா வருஷத்தை முன்னுக்குத் தள்ளிப் போட்டு இரண்டொரு ஆண்டுகள் முன்னதாக, சில சமயங்கள் பத்திருபது ஆண்டுகள் முன்னதாகத் தள்ளிப்போட்டுக் கொண்டாடினாலும்கூட நல்லதுதான் என்றே தோன்றுகிறது.

சீனத்து அறிஞர் ஒருவர் சொன்னதை மனசில் வைத்துக் கொண்டு மணிவிழாக்கள் கொண்டாட வேண்டியது மிகவும் அவசியம்; பிறந்த குழந்தைக்கு அறிவில்லாதது, அழகாக இருக்கிறது. அது கலையழகு. அறுபது வயதானவன் அறிவில்லாதிருந்தால் அது மரியாதைக்குரிய விஷயம். ஊர்கூடிப் பேசி பாராட்டப்பட வேண்டிய விஷயம் அது!

~

சென்னை சர்வகலாசாலையார் பதிப்பிக்கப்போகும் ஆங்கிலத் தமிழ் அகராதிக்கு டாக்டர் அ.சிதம்பரநாதச் செட்டியார் தலைமைப் பதிப்பாசிரியராகத் தேர்ந்தெடுக்கப்பட்டிருப்பது

குறித்து ஒவ்வொரு தமிழனும் சந்தோசப்படுவான் என்பதில் சந்தேகமேயில்லை. சர்வகலாசாலை சார்பில் பணியாற்ற டாக்டர் செட்டியார் தன் பட்டம் பதவி பொறுப்பு அனுபவம் முதலியவற்றினால் சகல விதங்களிலும் தகுதியானவர் என்றுதான் சொல்ல வேண்டும். எல்லாத் தகுதிகளும் பூர்ணமாக உடையவர் அவர் என்று நாம் எல்லோருமே அவரைப் பாராட்டுவோம். ஆனால் மற்றவர்கள் சாதாரணமாக மறந்துவிடக் கூடிய ஒரு தகுதியும் அவருக்குண்டு ஆங்கிலத் தமிழ் அகராதியைப் பதிப்பிட. அதை இங்கு நான் குறிப்பிட விரும்புகிறேன். அவர் ஆங்கிலத்தை தமிழ் போலவும் தமிழை ஆங்கிலம் போலவும் பேசுவார்.

~

கலியுகக் கர்ண மகாராஜா அவர்கள் இருபத்தையாயிரம் அளித்து 'ஒரு நாடகம், ஒரு நாடகம்' என்று கதறுகிறார். முன் காலத்து ராஜாக்கள் 'ஒரு வீரன், ஒரு வீரன்' என்றும், 'ஒரு குதிரை! ஒரு குதிரை! என்றும் கத்துவார்களாமே அதுபோல. காந்திக் கதறலின் ஆசிரியரும், பிடிராஜ்யக்காரரும் நாற்பது ஆயிரம் ரூபாய்க்கு நாலணா தர்மக் கணக்குப் போதும் என்று பிறருக்கு உபதேசித்து நாடகம் (சினிமா) எழுதிப் பணம் பண்ண முயலுபவரும் மற்றவர்களும் இந்தக் கலியுகக் கர்ணனுக்கு அபயம் அளித்திருக்கிறார்கள். 'உங்கள் பணத்தை இந்த இருபத்தையாயிரம் என்ன, மற்றதையும் நாங்களே பார்த்துக்கொண்டு விடுவோமே! 250 பேரைக் கூட்டித் தேநீர் விருந்தளிப்பானேன். இதற்காக?' என்று கேட்கிறார்களாம்.

நியாயமான கேள்விதான், ஆனால் போட்டிப் பந்தய மனப்பான்மை விடுமா? அல்லது ஒரு காதலை 500, 500, 5000 என்று பகிர்ந்தளிக்கும் மனப்பான்மை வெண்குஷ்டம் மாதிரிப் பிடித்துக் கொண்ட பின் விடுமா? 250 பேர் போதாது, 2500 எழுத்தாளர் இல்லையா தமிழில்? இல்லாவிட்டால் பலவிதங்களிலும் உற்பத்தி செய்கிறோம் என்று அதிபர் சவால் விட்டாலும் அதில் ஆச்சர்யப்பட ஒன்றுமில்லை. 'ஆமாம் அந்தப் பெரியவர் ஏன் இன்னும் ஒரு தொடர் நாவல் எழுதத் தொடங்கவில்லை' என்கிற கேள்வியை இலக்கிய விரோதிகள் பலரும் ஆர்வத்துடன் கேட்டு வருகிறார்கள். அவர்களைத் திருப்தி செய்வதற்காக அந்த மாஜிப் பெரியவர் 'இதோ நாவல்!' என்று எழுதத் தொடங்குவார் என்று நாம் நிச்சயமாக நம்பலாம்.

'நாவல் இனிமேல்தான் அவர் எழுதப் போகிறாரா?' என்று வடக்கேயிருந்து ஒரு குரல் கேட்கிறது. சாகித்திய அகாடமியார் தாங்கள் இந்த வருஷம் தலைசிறந்த கலைக் கற்பனையாகிய ஒரு

நாவலுக்குத்தான் பரிசு கொடுத்திருப்பதாக நம்பியிருக்கிறார்கள் என்று 'ரகசியமா'கவே தெரிகிறது. ராமாயணத்தைப் பத்திரிகைக் காலத்துத் தொடர் நாவலாக, கன்னடத் தமிழில் எழுதித் தந்த பெருமை பெரியவருடையது.

ராமனுக்கும் பீஷ்மனுக்கும் அண்ணாவாக நின்று எழுதுவது சிரமம்தான். ஆனால் உலகத்தை இன்று உத்தாரணம் பண்ணி விடுவது என்றும் எல்லோரையும் நல்வழிப்படுத்தி, இந்தியாவைக் கம்யூனிஸம் முதலிய தீங்குகளிலிருந்து காப்பாற்றிவிடுவது என்றும் கங்கணம் கட்டிக் கொண்டு சொற்போர் தொடுக்கும் பெரியவர்கள் பலரும் தங்களுக்குள் கண்ணன் இறந்தபிறகு அடித்துக்கொண்டு இறந்த மாதிரி இறந்தால் (சொற் போரில் சொல் இழப்புதான் சாத்தியம். அது போதும்) நன்றாகவே இருக்கும்.

~

எஸ்.எல்.பி.டி. என்ற ஒரு ஸ்தாபனம். ஃபோர்டு ஃபவுண்டேசன் என்று ஒரு அமெரிக்க ஸ்தாபனத்தார் ஏதோ ஒரு காரணத்துக்காகத் தந்த 23 லக்ஷம் (ஆமாம் 23 லக்ஷம்) ரூபாயை ஏப்பமிட்டு விட்டு, மறுபடி ஒரு 20 லக்ஷம் வாங்கி அதையும் சாப்பிட்டு விட்டு, சாப்பிட்டது ஜெரிக்க இப்போது ஏதோ செய்து கொண்டிருப்ப தாகக் கேள்வி.

சாகித்திய அகாடமி, எஸ்.எல்.பி.டி. என்கிற பிரசுர ஸ்தாபனங்கள் (பிரச்சார ஸ்தாபனங்கள்) எல்லாம் தங்கள் அலுவல்களைப் பரம ரகசியமாக வைதத்துக் கொண்டிருக்க வேண்டிய அவசியம் எதனால் ஏற்படுகிறது என எண்ணும் போது, அதில் சம்பந்தப்பட்ட லக்ஷக்கணக்கான பணமே காரண மாக இருக்குமோ என்று தோன்றுகிறது.

~

இந்த எஸ்.எல்.பி.டி. ஸ்தாபனத்தினால் அதில் வேலை பார்க்கிற புருஷ லக்ஷணம் படைத்த உத்தியோகஸ்தர்களுக்கு லாபமே தவிர எழுத்தாளர்களுக்கோ, பிரசுரகர்த்தாக்களுக்கோ, அல்லது தமிழ் இலக்கியத்துக்கோ எவ்வித லாபமும் இந்த மூன்று நான்கு வருஷங்களில் ஏற்படவில்லை என்பது பிரசித்தமான விஷயம். தமிழில் மட்டும்தான் எஸ்.எல்.பி.டி. இவ்வளவு மோசமாக செயல்பட்டிருக்கிறதா அல்லது மற்ற தெலுங்கு மலையாள, கன்னட மொழிகளிலும் இப்படித்தானா என்பது தெரியவில்லை.

~

இந்த ஓய்வு நேரத்தில் உப்பு புளிக்காகக் கூட இல்லாமல் இலக்கிய வி(ப)சாரம் செய்யும் இந்த அ.தைரியநாதன் யார் என்று *சரஸ்வதி* வாசகர்களில் பலரும் யோசனை செய்து கொண்டிருப்பதாகக் கேள்விப்பட்டதும், அ.தைரியநாதனாகிய எனக்குத் திருப்தியாகத்தான் இருந்தது. தமிழ் வசனத்தின் தந்தையாகிய பெஷ்கி என்பவர் தைரியநாதஸ்வாமி என்று பெயர் வைத்துக்கொண்டார். நான் அ.தைரியநாதன் என்ற பெயர் சூட்டிக் கொள்வது நியாயம் என்றே தோன்றுகிறது.

"யார் இந்த அ.தைரியநாதன் என்கிற கேள்விக்குப் பலர் பலவிதமாய் பதில் சொல்கிறார்களாம். இதை எழுதுவது மிஸ்டர் ரகுநாதன்தான் என்று சிலரும், *சரஸ்வதி* ஆசிரியரேதான் என்று சிலரும் அபிப்பிராயப்பட்டதாகவும், இருவரும் இல்லை, இந்த மாதிரிக் குயுக்திகள் எல்லாம் நண்பர் வனாகனாவுக்குத்தான் பிடிக்கும் என்று சிலரும் சொன்னதாகவும் அதெல்லாம் இல்லவே இல்லை; இந்த மாதிரிச் சண்டைகள் எல்லாம் போடக் கூடிய, விஷயங்களைச் சொல்லிவிட்டுச் சாது மாதிரி இருந்து விடுபவர் தோழர் க.நா.சு.தான் என்று சிலரும் சொன்னதாகத் தெரிகிறது. யாராக இருந்தால் என்ன? மறைமுகமாக, ஒருவருக்கு பின் பலர் பேசுவதை, நேரடியாக எழுத்திலே எழுதலாம்; இல்லாவிட்டால் பேசாதிருக்க வேண்டும் என்று தான் இப்பகுதியை எழுதத் தொடங்கினேன்."

~

பேராசிரியர், பெரும் புலவர், சொற்செல்வர் ஒருவர் பற்றி ஒரு செய்தி கிடைத்தது எனக்கு. நான் வெறும் வாயை மெல்லுகிறவன் தானே! இந்தப் பேர் ஆசிரியருக்கு அவர் பிறந்தபோது 'குப்பை' என்று பெயர் வைத்திருந்தார்களாம். எப்படித் தான் அவர் பெற்றோர்களுக்கு தெரிந்ததோ அவர் பிற்காலத்தில் எழுதுகிற நூல்களால் குப்பை என்கிற பெயருக்கு எல்லா விதங்களிலும் அவர் பொருத்தமானவராக இருப்பார் என்று. இவருக்கு சாகித்திய அகாடமியார் தங்களுடைய (இதுவரை) குப்பைப் பரிசுகளில் ஒன்றை அளித்தது தகும்! தகும்! என்று முழங்க வேண்டியது அவசியம்தான்"

~

"ஏதோ பத்திரிகையில் தலையங்கம் எழுதுகிறவர் குத்துமதிப்பாக அரசியல் விஷயங்களைப் பற்றி எழுதிவிட்டுச் சம்பளத்தை வாங்கிக்கொண்டு போகலாம், அதை விட்டு விட்டு, இலக்கிய

விமர்சனம் செய்கிறேன் என்று சிலர் முன்வர வேண்டிய அவசியமென்ன என்பதுதான் நமக்குத் தெரிய மாட்டேன் என்கிறது. சேக்கிழாரைப் பற்றிப் பேச வேண்டுமா? நான் தயார், திருத்தக்கதேவரா? இதோ நான் இருக்கிறேன். தமிழ் நாவலா? இதோ! தமிழ்க் கவிதையா? நான் என்று கிளம்புகின்ற தமிழ்நாட்டு ஏ.ஜி.வெங்கடாசாரியார்களைக் கண்டால் நமக்குப் பரிதாபமாகத்தான் இருக்கிறது.

பத்திரிகையில் வேலை பார்த்தால் சகலமும் தெரிந்துவிட வேண்டும் என்று நினைப்பதைப் போல முட்டாள்தனம் வேறு எதுவுமில்லை. இந்த முட்டாள்தனத்துக்கு அறிவாளிகள் போல இருப்பவர்களும் பலியாவது வருந்தத்தக்க விஷயமாகத்தான் தோன்றுகிறது. 'தினவெடுத்தவன் கை' என்பது போல, 'மாலை ஏற்றுக்கொண்ட கழுத்தையும்' மேடை ஏறிவிட்ட அறிவாளியையும் பற்றி வசனம் சொல்லலாம் போல இருக்கிறது. மேடை ஏறிப்பேச ஒரு அறிவாளி வந்து கூப்பிடுகிறான். ஒரு அறிவாளி போகிறான் என்கிற நிலைமைக்கு மாற்றேயில்லையா? தனக்குத் தெரியாத விஷயங்களும் உண்டு என்று ஒப்புக்கொள்ளத் தெம்பு படைத்த மனிதர்கள் இன்று தமிழ் உலகில் இல்லவேயில்லையா? வெட்கக்கேடுதான். – அ.தைரியநாதன்"

இப்படி எல்லாம் எழுதும் தைரியநாதன் யார் என்று தெரிந்துகொள்ளப் பலரும் விரும்பினார்கள். அப்படி எழுதுவது யார் என்று கேட்பவர்களுக்கெல்லாம் 'அ.தைரியநாதன் தான எழுதுகிறார்' என்ற பதிலே சொல்லப்பட்டு வந்தது. க.நா.சுப்ரமண்யம்தான் அந்தப் பெயரில் 'ஓய்வு நேரத்தில்' என்ற பகுதியை எழுதிக் கொண்டிருந்தார்.

சிறப்பான ஆண்டு மலரை வெளியிட்டதற்குப் பின்னர், சரஸ்வதியின் சிரமங்கள் அதிகரிக்கலாயின. அதற்கு எத்தனையோ காரணங்கள். காகித விலை உயர்வு, அச்சுக்கூலி உயர்வு, இதர உற்பத்திப் பொருள்களின் விலையேற்றம், தபால் சார்ஜ் உயர்வு இப்படிப் பல. ஏஜண்டுகள் ஒழுங்காக விற்பனைப் பணத்தை அனுப்பி வைக்காததும் அவற்றுடன் சேர்ந்து கொண்டது. நம்பிக்கை, உற்சாகம், உழைப்பு, ஊக்கம் முதலியவற்றை அதிகமாகவும், பணத்தை சிறிதளவுமே மூலதனமாகக்கொண்டு ஆரம்பித்து நடத்தப்படுகிற ஸர்க்குலேஷன் அதிகம் பெற்றிராத, சிறு பத்திரிகைகளுக்கு எந்தக் காலத்திலும் எதிர்ப்படக்கூடிய தொல்லைகள்தான் இவை. பண பலமோ, விளம்பரதாரர்களின் பக்க பலமோ பெற்றிராத சிறு பத்திரிகைகள் சந்தாதாரர்களையும் விற்பனையாளர்களையுமே நம்பி வாழ்ந்து வளர வேண்டி யிருக்கிறது.

இத்தகைய லட்சிய முயற்சிகளுக்கு பரபரப்பான விற்பனை இருக்க முடியாது. முக்கியமான ஊர்களில் கூட நூற்றுக்கணக்கில் விற்பனை இராது. விற்பனை செய்ய முன்வருகிறவர்கள் பத்துப் பிரதிகள், பதினைந்து பிரதிகள் என்று குறைவாக வரவழைத்து விற்க நேரிடுகிறபோது, இவற்றின் விற்பனையில் அவர்களுக்கு அதிக அக்கறையோ ஆர்வமோ ஏற்படுவதில்லை. வாரம்தோறும் பலநூறு பிரதிகள் விற்பனையாகக்கூடிய பத்திரிகைகளின் மூலம் அவர்களுக்கு அதிகமான கமிஷன் கிடைக்க வழி இருக்கிறது. அதனால், அப்படி விற்கும் பத்திரிகைகளின் கணக்கு வழக்குகளை ஒழுங்காக வைத்துக் கொண்டு, அவ்வப்போது பணத்தை அனுப்புவதில் கருத்தாக இருப்பார்கள். மாதம்தோறும் பத்துப் பிரதிகளோ, சற்று அதிகமாகவோ, விற்பனையாகிற சிறு பத்திரிகைகள் மூலம் கிடைக்கக்கூடிய சொற்பத் தொகையை அந்தந்த மாதமே அனுப்பிவிடுவதில் ஏஜண்டுகள் உற்சாகம் காட்டுவதில்லை. இந்த விற்பனை மூலம் கிடைக்கிற குறைந்த அளவு கமிஷனில் மணியார்டர் கமிஷனுக்கு வேறு செலவழித்தாக வேண்டுமே என்ற நினைப்பும் ஒரு முக்கிய காரணம்தான்.

'அடுத்த மாதம் அனுப்பலாமே!', 'அடுத்த மாதம் சேர்த்து அனுப்பிக்கொண்டால் போச்சு' என்று மெத்தனமாக இருந்து, காலத்தை ஏலத்தில் விடவிட, பாக்கி அதிகமாக வளர்ந்து விடுகிறது. அப்புறம் மொத்தத் தொகையாக அனுப்புவதற்கு ஏஜண்டு சிரமப்பட வேண்டியிருக்கிறது.

~ ~

17

தோற்றுவிட்டோமா?

இவ்வாறு பல ஏஜண்டுகளிடமிருந்து பணம் வராமல் பாக்கி கிடந்து விடுவதனால், பத்திரிகை நடத்துகிறவர்களும் சிரமங்களை அனுபவிக்க நேரிடுகிறது. ஆகவே, ஏஜண்டுகள் மூலம் விற்பனை வளர்ச்சிக்கு வழி தேடாமல், சந்தாக்களை அதிகரிப்பதனால் வளர்ச்சிக்கு உதவி பெறலாம் என்ற எண்ணம் இலக்கியப் பத்திரிகை நடத்துகிறவர்களுக்கு இயல்பாகவே உண்டாகிறது.

விஜயபாஸ்கரனும் அப்படித்தான் திட்டமிட்டார். 'சந்தா சேகரிப்பு மாதம்' என்று காலம் குறிப்பிட்டு, அதற்கென ஒரு பரிசுத்திட்டமும் அறிவித்தார். அது 1959 மார்ச 10தேதி இதழில் வெளியாயிற்று.

"உங்களது நல்வாழ்த்துக்களையும் நல்லாசிகளையும் இதழ்தோறும் பெற்று வளர்ந்து தமிழ் இலக்கியத்திற்கு ஏதாவது புதிய சாதனை புரிகிறோம் என்ற நற்பேற்றை அடைய வேண்டும் என்ற நல்ல லட்சியம் நிறைவேற எத்தனையோ தடைக்கற்கள் எதிர்ப்படுகின்றன. அவை அனைத்தையும் கடந்து நாம் முன்னேறுவோம் என்பது உறுதி.

ஐந்தாண்டுகள் முடிவுற்ற பின்னும் ஆறாம் ஆண்டின் முதல் இதழ் வெளிவந்த பின்னும், இந்த ஐந்து ஆண்டுகளாக இலக்கிய அன்பர்களின் இதயங்களுக்கும் சரஸ்வதிக்கும் ஒரு நல்ல பரிச்சயம் ஏற்பட்டு விட்ட பின்பும், நாம் விலகி இருப்பது சரியல்ல. சரஸ்வதியை வாழ்த்திப் பாராட்டி எழுதி இருந்த அன்பர்களாகிய நீங்கள்கூட இன்னும்

சந்தாதாரராகவில்லையென்றால் நம்முடைய உறவு இன்னும் பலப்படவில்லை என்றுதானே அர்த்தம்?

சரஸ்வதி போன்ற ஆடம்பரமற்ற, தரமிக்க, இலக்கியப் பத்திரிகைகளுக்குச் சந்தாதாரர்கள் தான் முதுகெலும்பு போன்றவர்கள்.

அந்தப் பலத்தில் அது நிமிர்ந்து நின்று பல கம்பீர சாதனைகள் புரியமுடியும்.

ஏனென்றால், பத்திரிகையைப் பார்த்ததும் அதன்பால் கவர்ச்சியேற்பட்டு, கடையில் தொங்குவதை வாங்கிக்கொண்டு போய்விடும் அளவுக்கு நமது பத்திரிகை காட்சிப் பொருள் மதிப்பு உடையதல்ல. இதன் தரமறிந்து, சுவையறிந்து, குணமறிந்து கேட்டு வாங்கிப் படிப்பவர்கள் தமிழ்நாட்டில் சில ஆயிரம் பேரே உள்ளனர். அந்தச் சிலரின் இலக்கிய ரசனையையும், மதிப்பீட்டுத் திறனையும், விமர்சனப் பார்வையையும் அவர்களின் கடிதங்கள் நன்கு பிரதிபலிக்கின்றன. இவ்வித இலக்கிய நண்பர்களின் கடிதங்களிலிருந்து, இவர்கள் அனைவரும் *சரஸ்வதியின்* நேற்றைய வாழ்விலும், இன்றைய வளத்திலும், நாளைய வளர்ச்சிலும் பிரிக்க முடியாத அளவிற்குப் பின்னப்பட்டு உறவு பூண்டவர்களாக இருக்கிறார்கள் என்பது தெளிவாகிறது. ஆகையால், *சரஸ்வதியின்* பலத்தையும் வளத்தையும் பெருக்க இவர்கள் அனைவரும் தங்களாலான உதவியைச் செய்ய முன்வருவார்கள் என்று நம்புகிறோம்.

அதற்காக மார்ச், ஏப்ரல் மாதங்களைச் சந்தாதாரர் சேகரிப்பு மாதமாக அறிவித்திருக்கின்றோம்.

சரஸ்வதியின் இலக்கியப் பணியில் நம்பிக்கை கொண்டுள்ள அன்பர்கள், அதன் வாழ்வில் அக்கறை கொண்டுள்ள நண்பர்கள் அனைவரும் தங்களாலான ஒத்துழைப்பை அளிப்பது கடமை யென இலக்கிய மனசாட்சி உடையோர் அனைவரும் ஏற்றுக் கொள்வார்கள்.

அந்த சந்தா சேகரிக்கும் நண்பர்களுக்கு அன்பளிப்புகள் தரவும் திட்டமிட்டுள்ளோம். நமது அபிமான எழுத்தாளர்களான புதுமைப்பித்தன், சாமி சிதம்பரனார், ராமகிருஷ்ணன், ரகுநாதன், ஜெயகாந்தன் முதலியோரது நூல்களைப் பரிசாக அளிப்பதெனத் தீர்மானித்துள்ளோம்.

மார்ச் 1ஆம்தேதி முதல் மே 1ஆம்தேதி வரை சந்தா சேகரித்து அனுப்பும் அன்பர்களுக்கு கீழ்க்கண்ட விதிகளின்படி புத்தகங்கள் அன்பளிப்பாகத் தரப்படும்.

விதிகள்: ஆண்டு சந்தாக்கள் நான்கு சேர்த்து ரூ. 24 அனுப்புபவர்களுக்கு ரூ.5 மதிப்புள்ள புத்தகங்கள் அன்பளிப்பாக அனுப்பி வைக்கப்படும்.

ஆண்டு சந்தாக்கள் எட்டு சேர்த்து ரூ.48 அனுப்புபவர்களுக்கு ரூ.10 மதிப்புள்ள புத்தகங்கள் அனுப்பி வைக்கப்படும்.

ஆண்டு சந்தா பன்னிரண்டு சேர்த்து ரூ.72 அனுப்புபவர்களுக்கு ரூ.15 மதிப்புள்ள புத்தகங்கள் அனுப்பப்படும்."

பரிசளிக்கப்படும் புத்தகங்கள் பட்டியலும் பிரசுரிக்கப்பட்டிருந்தது. அத்துடன் இன்னொரு அறிவிப்பும் இருந்தது. "நமது ஏஜண்டுகளில் பலரை ரத்து செய்து புது ஏஜண்டுகளை நியமிக்க வேண்டியேற்பட்டதால், ஆண்டு மலருக்குப் பிறகு பிப்ரவரி மாதத்தில் இதழை வெளியிட முடியவில்லை. வருந்துகிறோம்" என்பது தான் அது.

இவ்வாறு இதழை வெளியிட முடியாமல் போன சந்தர்ப்பங்கள் இதற்குப் பிறகு அடிக்கடி தலை காட்டின.

மே மாதம் 10, 25.05.59 என்று சேர்த்து ஒரே இதழ்தான் வந்தது. அப்புறம் ஜூனில் இதழ் எதுவும் வரவில்லை.

மே இதழிலேயே விஜயபாஸ்கரன் தனது மனச்சோர்வையும் வேதனையையும் திறந்து கொட்டி விட்டார் 'தோற்று விட்டோமா?' என்ற தலைப்புடன்.

சரஸ்வதி வரலாற்றில அது முக்கியமானதொரு தலையங்கம் தான்.

"சில நாட்களுக்கு முன்னர் ஒரு பத்திரிகாசிரியர், 'தமிழ்நாட்டில் ஐந்து ஆண்டுகளுக்கு மேலாக பத்திரிகையை நடத்தியதே மகத்தான வெற்றியாகும். பிரமாத வசதி படைத்தவர்களே துணிந்து இறங்கத் தயங்கும் ஒரு தொழிலில் ஐந்து ஆண்டுகள் நின்று நிலைத்து இன்று சவால் விடக்கூடிய வகையில் முன்னேறியிருப்பதற்கு உங்களுக்கு ஒரு விழாவே நடத்தலாம்' என்று *சரஸ்வதியைப்* பற்றிக் குறிப்பிட்டார்.

கேட்பதற்குப் பெருமையாகத்தான் இருந்தது, ஆனால் நண்பர்கள் வெற்றி என்று கருதுகிற இச்சாதனையை நிறைவேற்ற நாம் பட்டுள்ள துன்ப துயரங்கள், சோதனைகள், தடைகள், எதிர்ப்புகள் இவைகளை நினைத்துப் பார்த்தால் . . .

தமிழில் ஒரு புதிய லட்சியப் பத்திரிகையை நடத்த வேண்டும் என்ற ஆர்வத்தின் தூண்டுதலால் *சரஸ்வதியை* ஆரம்பித்தேன். பத்திரிகையைத் துவக்குகிற நேரத்தில் இதனால் லாபம் அடைய

முடியும் என்ற நம்பிக்கை எனக்கு இருந்ததில்லை. ஏறக்குறைய பத்து ஆண்டுகளாகப் பத்திரிகை தொழிலில் ஈடுபட்டுள்ள எனக்கு பத்திரிகை நடத்துவதில் உள்ள சிரமங்கள் பூரணமாகத் தெரிந்தே இருந்தன. 'பத்திரிகை நடத்துவது நெருப்புடன் விளையாடும் விளையாட்டு; பத்திரிகைக் காகிதம் முதலிய பொருள்கள் விலை ஏறி விற்கிற நேரத்தில் ஒரு பத்திரிகையைத் துவக்குவது சிரமத்தை மனமறிந்தே ஏற்றுக் கொள்ளும் செயல் என்பது தெரிந்தே *சரஸ்வதியைத்* துவக்கினேன். எனக்கு ஒரு நம்பிக்கை மட்டும் இருந்தது. ஐந்து ஆண்டுகள் நஷ்டம் அடைவதற்குத் தயாராக இருந்தால் பின்னர் கவலையில்லை என்று நம்பினேன். ஆகவே ஐந்து ஆண்டுகளுக்கு நஷ்டம் அடைவதற்குத் தயாராகவே *சரஸ்வதியைத்* துவக்கினேன்.

ஆனால் என் நம்பிக்கை பொய்த்து விட்டது. தோல்வியை ஒப்புக் கொள்வதில் தவறில்லை. ஐந்து ஆண்டுகள் முடிந்தும் நஷ்டம் குறையவில்லை; முன்னை விட அதிகரித்தே இருக்கிறது.

சரஸ்வதியை ஆரம்பித்த காலத்தில் ரீம் ஒன்றுக்கு 10 ரூபாயாக விற்ற பத்திரிகைக் காகிதம் இன்று சுமார் 27 ரூபாயாக விற்கிறது. அதாவது 2½ மடங்குக்கும் அதிகம். சென்ற இரண்டு மாதங்களாக நாம் உபயோகித்து வரும், இந்திய நாட்டில் தயாராகும் காகிதம் ரீம் ஒன்றுக்கு 21 ரூபாயாக விற்கிறது. இதே போன்று பத்திரிகைக்குத் தேவையான ஒவ்வொரு பொருளின் விலையும் ஏகத்தாறாக உயர்ந்துள்ளன. இதனால் இந்த ஐந்து ஆண்டுகளில் எவ்வளவு நஷ்டத்துக்குத் தயாராக இருந்தேனோ அதை விடப் பல மடங்கு நஷ்டம் அடைய வேண்டி ஏற்பட்டுவிட்டது. குறிப்பாகச் சென்ற நான்கு ஐந்து மாதங்களாக நஷ்டம் அதிகரித்து வருகிறது.

இன்று வரை சரஸ்வதியின் மூலம் சுமார் ரூ.15,000 நஷ்டம் ஏற்பட்டிருக்கிறது. இதே நிலை இப்படியே நீடித்தால் இன்னும் ஒரு ஆண்டுக்கு மேல் *சரஸ்வதியைத்* தொடர்ந்து நடத்த முடியாது என்ற நிலைக்கு வந்திருக்கிறோம்.

நஷ்டம் எப்படி ஏற்படுகிறது? *சரஸ்வதியின் ஒவ்வொரு பிரதியின் அடக்கவிலை மட்டும் சுமார் 4 அணா ஆகிறது. தபால் செலவு முதலிய செலவுகளும் சேர்ந்தால் சுமார் 4½ அணா வரை ஒரு பிரதிக்கு அடக்கமாகிறது. நாம் பத்திரிகையை நான்கு அணா விலைக்கு விற்கிறோம். ஏஜண்டுகள் கமிஷன் போக நமக்கு ஒவ்வொரு பிரதிக்கும் 3 அணா கிடைக்கிறது. அதாவது ஒவ்வொரு பிரதியின் மூலமும் நமக்கு ஏறக்குறைய 1½ அணா நஷ்டம் ஏற்படுகிறது. பத்திரிகைகள் எல்லாவற்றுக்குமே இதுதான் நிலை. ஆனால் மற்ற பத்திரிகைகளுக்கு விளம்பரங்கள்*

ஏராளமாகக் கிடைப்பதால் இந்த நஷ்டத்தை ஈடு கட்டி லாபமும் அடைய முடிகிறது. நம்மைப் பொறுத்த வரையில் விளம்பரங்கள் அதிகம் கிடைப்பதில்லை. ஆக நஷ்டத்தைக் குறைக்க முடிவதில்லை.

மேலும் மேலும் நஷ்டம் ஏற்படுவதைத் தவிர்ப்பதற்கு மூன்று வழிகளே இருக்கின்றன.

1. சிரமப்பட்டு விளம்பரங்கள் சேகரிப்பது. நமது அனுபவத்தில் இது உடனடியாக நிறைவேறக் கூடிய செயலாகத் தோன்றவில்லை.

2. நேரடியான சந்தாதாரர்களின் தொகையை அதிகப் படுத்துவது. சந்தாதாரர்களுக்கு அனுப்பும் பிரதிகளுக்கு ஏஜன்ஸி கமிஷன் ஏதும் இல்லாததால் ஓரளவு நஷ்டம் குறையும்.

3. நன்கொடை வசூலிப்பது. ஸ்தாபனங்கள் நடத்தும் பத்திரிகைகள் இம்முறையின் மூலமே நஷ்டத்தை ஈடுகட்ட முடிகிறது என்பது வாசகர்களுக்குத் தெரியும்.

இந்த மூன்று முறைகளின் மூலம் மட்டுமே நஷ்டத்தைத் தவிர்த்து தொடர்ந்து பத்திரிகையை நடத்த இயலும். இந்த மூன்று முறைகளில் சுலபமானது, காரிய சாத்தியமானது, இரண்டாவது கூறிய சந்தாதாரர் சேர்ப்பது ஒன்றுதான்.

ஐந்து ஆண்டுகளுக்கு மேலாகக் குறித்த தேதியில் வெளி வந்து கொண்டிருந்த *சரஸ்வதி*, சென்ற நான்கு மாதங்களாக குறித்த காலத்தில் வெளி வருவதில்லை. இதற்கு அச்சுப் பிரச்னை ஒரு காரணம். மற்றொரு முக்கிய காரணம், ஏஜண்டுகளின் ஒத்துழைப்பின்மை. பல்வேறு காரணங்களால் சென்ற நான்கு ஐந்து மாதங்களாக நமது ஏஜண்டுகளில் பலர் நம்முடன் பூரணமாக ஒத்துழைக்கவில்லை. பில்தொகைகளை உடனுக்குடன் அனுப்புவதில்லை. இதனால் காலகாலத்தில் பத்திரிகையை வெளிக்கொணர முடியாததோடு பல சமயங்களில் பல ஊர்களுக்குப் பத்திரிகை அனுப்ப முடிவதில்லை.

இம்மாதிரியான பல பிரச்னைகளையும், கணக்கில் எடுத்துக் கொண்டு ஆலோசித்தால், *சரஸ்வதிக்கு* சந்தாதாரர்களை அதிகம் சேர்ப்பதன் மூலம் மட்டுமே தொடர்ந்து பத்திரிகையை நடத்த முடியும்! குறித்த தேதியில் வெளியிட முடியும்; மேலும் சிறப்பாக வெளியிட முடியும்.

சரஸ்வதி தமிழ்ப் பத்திரிகை உலகிலே ஒரு புதிய சகாப்தத்தைத் தோற்றுவித்திருக்கிறது; அதன் சேவை மகத்தானது; பல புதிய

சோதனைகளுக்கு ஆக்கமும் ஊக்கமும் அளித்து வந்திருக்கிறது; வருகிறது என்று மனப்பூர்வமாக பல்லாயிரக்கணக்கான வாசகர்கள் எண்ணுகிறார்கள் என்பதை நமக்குக் கிடைக்கும் கடிதங்கள் அறிவிக்கின்றன. ஆகவே நிலைமையின் நெருக்கடியை வாசகர்களிடமே அறிவித்துப் பரிகாரம் தேட முனைகிறேன். வாசகர்களிடமிருந்து பரிபூரண ஒத்துழைப்புக் கிடைத்தால் மட்டுமே பத்திரிகையைத் தொடர்ந்து நடத்த முடியும் என்பதைத் தெரிவித்துக் கொள்கிறேன்.

சரஸ்வதியின் சேவை தொடர்ந்து நடைபெற வேண்டும் என்று ஆசைப்படும் ஒவ்வொரு வாசக நண்பரும் உடனே சந்தாதாரர் ஆவதோடு தன் நண்பர் ஒருவரையாவது சந்தாதாரராகச் சேர்த்து உதவக் கோருகிறேன்.

சரஸ்வதியின் லட்சியத்தில் நம்பிக்கை கொண்டுள்ளவர்கள், அது தொடர்ந்து நடைபெற வேண்டும் என்று விரும்பும் நேயர்கள் உடனடியாக சகல விதத்திலும் உதவ வேண்டுமெனக் கோருகிறேன்.

பத்திரிகை நடத்துவதிலும், சரஸ்வதியின் இலக்கியப் பணியிலும் எனக்குப் பெருமிதம் நிறைய உண்டு என்பது உண்மை. எனினும் நான் சலித்துவிட்டேன். சக்திக்கு மீறி நஷ்டப்பட்டு விட்டேன் என்பதால் மன உளைச்சலும் சோர்வும் சேர்ந்து பத்திரிகையை நிறுத்த வைத்து விடுமோ என்று அஞ்சுகிறேன். வாசகர்களையும் நண்பர்களையும் அறைகூவி அழைப்பதன் மூலம், தமிழில் ஓர் சிறந்த இலக்கியப் பத்திரிகை மறையாமல் நின்று புகழ் தரும் என்ற நம்பிக்கையோடு எல்லாவற்றையும் மனம் விட்டு எழுதி இருக்கிறேன். இனி, நானும் உங்களில் ஒருவன். இந்த உணர்வு எனது நண்பர்களான உங்களுக்கும் ஏற்பட்டால் பத்திரிகை உண்டு. இல்லாவிட்டால்?... நீங்கள் தான் தீர்மானிக்க வேண்டும்."

—வ. விஜயபாஸ்கரன்"

ஆயினும் இம்முறை *சரஸ்வதி* நின்று விடவில்லை. ஜூன் மாதம் மட்டும் பத்திரிகை வராமல் நின்றிருந்தது.

மலர் ஆறின் 7ஆவது இதழ் 15.07.59 தேதியிடப்பெற்று வெளிவந்தது. 'நிலப்பிரபுத்துவ, பிற்போக்கு வகுப்புவாத சக்திகள் தொடுத்துள்ள தாக்குதலை அமைதியாகச் சமாளித்து தேசநலன் காத்து, தீயசக்திகளைப் புறம்காணும் தீரர், கேரள முதலமைச்சர் திரு. இ.எம்.எஸ். நம்பூதிரிபாத் படம் அட்டையில் இடம் பெற்றது.

ஜெயகாந்தன் கதை 'உண்ணாவிரதம்', செ. கணேசலிங்கன் கதை 'சாயம்' இவை இரண்டு தவிர இதர விஷயங்கள்

கட்டுரைகளே. ரகுநாதன் எழுதி வந்த, தமிழ் இலக்கியமும் தத்துவப் போராட்டமும் தொடரின் 11ஆவது கட்டுரை; சாமி சிதம்பரனார் பழம்தமிழ் இலக்கியச் சான்றுகளுடன் எடுத்துக் காட்டிய 'அறிஞர் தன்மை'; அ.தைரியநாதனின் 'ஓய்வு நேரத்தில்', எச்செம்பியின் 'இலங்கைக் கடிதம்' ஆகியவற்றுடன் மூன்று புது முயற்சிகள் ஆரம்பித்திருந்தன.

ஒன்று உலக இலக்கியம் என்ற பொதுத் தலைப்பில், க.நா.சுப்ரமணியம் உலகத்து நாவல்கள் பற்றி அறிமுகப்படுத்த முன் வந்திருந்தார். முதல் நாவல் என்று பலமொழிகளில் வந்த ஆரம்பப் படைப்புகள் பற்றிக் குறிப்பிட்டு விட்டு, இரண்டாவது பகுதியில் டாஸ்டாவ்ஸ்கி நாவல்களை அறிமுகம் செய்திருந்தார் அவர்.

இரண்டாவது 'சென்னைக்கு வந்தேன்' கட்டுரைகளைத் தொடர்ந்து, எழுத்தாளர்களின் அனுபவங்களை மேலும் ஒலிபரப்புவதற்கான ஒரு முயற்சி.

சென்னைக்கு வந்தேன் பகுதியை நிறுத்திய பின் எழுத்தாளர்களின் சொந்த அனுபவங்களையும், தம் எழுத்துக் களைப் பற்றிய சுய விமர்சனங்களையும் படித்து அறிய வாய்ப்புத் தந்த அப்பகுதி தொடர்ந்து வெளிவருதல் வேண்டும் எனப் பல வாசகர்கள் கடிதம் எழுதி இருந்தார்கள். சென்னைக்கு வந்தேன் என்ற தலைப்பில் எல்லோரும் எழுத முடியாது, தம்மை பற்றி எல்லா விஷயங்களையும் எழுத இயலாது என்பதனால், 'நானும் என் எழுத்தும்' என்ற இந்தப் புதிய பகுதி தொடங்கப்பட்டிருக்கிறது என்ற ஆசிரியர் குறிப்புடன் அது தோன்றியது. இப்பகுதியின் முதல் கட்டுரையை நான்தான் எழுதியிருந்தேன்.

அடுத்தது: வனா. கனாவின் 'உதிரிப்பூக்கள்'. இது புதுமையான முயற்சி. அதற்கு முன்னுரை போல் அமைந்த ஆரம்பப் பகுதி இதுதான்.

"படிப்பதும் எழுதுவதும் என்னுடைய தொழில் அல்ல. அதுவே எனது உயிர்மூச்சு.

"உங்களால் இப்போ கூட அதிகமாகப் படிக்க முடிகிறதா? புத்தகங்களைப் படிக்க வேண்டும் என்கிற ஆசை இன்னும் உங்களுக்கு இருக்கிறதா?" லா.ச.ராமாமிர்தம் சமீபத்தில் என்னிடம் கேட்டார்.

"இருக்கிறது. அதிகமாகவே இருக்கிறது. உலகத்தில் வெளியாகி, பலரது கவனிப்பையும் பரபரப்பையும் பெறுகிற பல புத்தகங்களை உடனுக்குடனே படிக்க வாய்ப்பும் வசதியும்

சரஸ்வதி காலம்

இல்லையே என்ற வருத்தம் கூட எனக்கு உண்டு" என்று சொன்னேன்.

"படிக்கணும்கிற அவா எனக்கு இப்போல்லாம் இல்லை. புத்தகங்களைப் படிக்க முடிவதில்லை" என்று லா.ச.ரா. கூறினார். 'படிக்கும் அவா'வை வெல்லும் திறன் எனக்கு இல்லை. நான் படித்தது சில அலமாரி அளவு; படிக்காதது உலகளவு! படிக்கும்போது எவ்வளவோ சுவையான சிந்தனைகளும், புதிய புதிய விஷயங்களும் எனது அறிவு வலையிலே அகப்பட்டிருக்கின்றன. எல்லோரும் எல்லாப் புத்தகங்களையும் படித்து விட முடியாது. அது தேவையுமல்ல; சாத்தியமுமல்ல.

"நான் உணர்ந்த நயங்களிலும், நினைத்த எண்ணங்களிலும் ஒரு சிலவற்றை இலக்கியப் பசி உள்ளவர்களுக்கு விருந்தாக அளிக்க முன் வந்திருக்கிறேன். இது 'போர்' அடிக்கும் முயற்சி அல்ல; போருக்கு வரிந்து கட்டும் நாவலிப்பும் இல்லை!"

சுவையான, சூடான, குதர்க்கமான இன்னும் பல ரகமான எண்ணங்கள் 'உதிரிப் பூக்கள்' ஆகத் தொகுத்தளிக்கப்பட்டன.

புதுமையான வேறொரு விஷயமும் இந்த இதழில் இடம் பெற்றது. சில மாதங்களாக சரஸ்வதியில் கதை எழுதி வந்த ஜி.நாகராஜன், 'யாரும் கேட்டு விட்டால்? என்று ஒரு 'க்விஸ்' தயாரித்து வெளியிட்டார். கேள்விகளையும் தகவல்களையும் அவர் எழுதியிருந்த முறை சுவாரஸ்யமாக இருந்தது.

'தோற்கமாட்டோம்' என்று விஜயபாஸ்கரன் ஒரு தலையங்கம் எழுதினார்.

"சரஸ்வதி தொடர்ந்து ஆற்றி வரும் இலக்கியப்பணியில் எதிர்நோக்கி நடைபோடும் அதன் லட்சியத்தில், தேங்கி விட்டதோ, தேக்கப்பட்டு விடுமோ, தோற்றுவிட்டதோ, தோற்கடிக்கப் படுமோ என்ற ஐயம் சென்ற மாதத்தில் நமக்கு எழுந்தது. அதன் விளைவே சென்ற இதழில் நாம் எழுதிய தலையங்கம்.

"எங்களுக்கும் லட்சியம் உண்டு, நாங்களும் எதையோ சாதிக்கப் போகிறோம்" என்றெல்லாம் வாய்ப்பந்தல் மட்டும் போடாமல், உண்மையிலேயே லட்சியத் தாகத்தோடு, மனத்தில் கனக்கும் ஆசை வெறியில், தோளில், கிடந்து அழுத்தும் பொறுப்பென்னும் சுமையோடு, தானே வகுத்துக் கொண்ட தனி வழியில் நடைபோடும் எவருக்கும் இப்படிப்பட்ட அச்சம் ஏற்படுவது நல்லது; ஏற்பட வேண்டும், நமக்கு ஏற்பட்டதும் அதுதான்.

வாசகர்கள் இதை... இந்த அச்சத்தை, நாம் உண்மையிலே வளருகிறோம் என்பதற்கு அறிகுறியாக ஏற்றுக் கொள்வார்களாக. நமது பெரும் பகுதி வாசகர்கள் அவ்விதமே எண்ணி நமக்கு ஆதரவு நல்கி, நம்பிக்கை ஊட்டி உற்சாகம் அளித்து எதிர்காலம் என்னும் இருளிலே தடம் மறைந்து போன பாதைக்கு ஒளிவிளக்கு காட்டினார்கள். ஆம் கடிதங்கள் மூலம்தான்.

நமக்கு ஏற்பட்ட நெருக்கடியை, நிலைமையை உணர்ந்த வாசக நண்பர்கள் சந்தாதாரர்கள் ஆனார்கள். பல ஏஜண்டு நண்பர்கள், உடனடியாக பில் தொகையை அனுப்பி வைத்தார்கள், இன்னும் பலர் *சரஸ்வதி*யின் வளர்ச்சிக்காகத் தங்களால் இயன்ற பொருளுதவியும் செய்தார்கள். இவற்றின் அளவு குறைவாய்த் தெரிந்த போதிலும், இதன் முழு அளவு சுருங்கியதல்ல, விஸ்தாரமானது என்று நமக்கு உணர்த்திக் கொண்டிருக்கிறார்கள்.

*சரஸ்வதி*க்கென சொந்த அச்சகம் உருவாகியிருக்கிறது. சோர்வினாலும், நெருக்கடியினாலும், குறித்த காலத்தில் தவறாது தடைப்பட்டிருந்த *சரஸ்வதி*, உங்கள் கையிலிருக்கும் இந்த இதழிலிருந்து தொடர்ந்து ஒழுங்காக வெளிவரும் என நம்புகிறோம். நம்பிக்கை தெரிவிப்பது எங்கள் கடன். நம்பிக்கை தருவது உங்கள் கடமை.

புதிய தமிழ் இலக்கியஉலகில் எல்லோரும் சேர்ந்து சாதித்தது மிகக் குறைவு. நாம் மட்டும் சாதித்தது மிகமிகக் குறைவு. நாம் மட்டுமே சாதிக்க வேண்டியதோ மிகமிக ஏராளம். செய்ததைச் சொன்னது சுயபுராணமாகச் சிலருக்குப் படலாம். செய்து வந்ததைப் பின்னோக்கிப் பார்த்தால்தான் செயலாற்றப்பட வேண்டியதை முன்கூட்டிக் கணிக்க முடியும். நம்மை பொறுத்த வரையில் ஒவ்வொரு ஆண்டுத் தொடக்கத்திலும் இப்படிப்பட்ட சுயநோக்குத் தன்மை இன்றியமையாதது.

'தோற்று விட்டோமோ என்ற அச்சம் எனக்கு எழுந்ததன் விளைவாக, 'தோற்கவில்லை தோற்கமாட்டோம்' என்ற நம்பிக்கைக் குரல் தமிழ் நாட்டிலிருந்தும் கடல் கடந்த பிரதேசங்களிலிருந்தும் அலைஅலையாக எழுந்தது.

நமது நண்பர்களுக்கெல்லாம், நம்மைச் சேர்ந்தவர்களுக் கெல்லாம், நமது கோஷ்டி இது என்று எண்ணிக் கும்மாளியிடும் உணர்ச்சி மிக்க தோழர்களுக்கெல்லாம், 'ஏன் இந்த ஒப்பாரி' என்று மனம் கசந்த அன்பர்களுக்கெல்லாம், *சரஸ்வதி* நின்று விடுமோ என்று அச்சமுற்ற சகாக்களுக்கெல்லாம் சுருக்கமாக,

தெளிவாக, உறுதியாகத் தெரிவித்துக் கொள்ளக் கூடியது இதுதான்:

"ஆம், நாம் நிமிர்ந்து விட்டோம்; நிலைத்து விட்டோம்."

நல்ல முறையில் ஒரு லட்சிய இலக்கியப் பத்திரிகை நடத்த வேண்டும் என்ற ஆசையோடு தான் நண்பர் விஜயபாஸ்கரன் *சரஸ்வதியை* ஆரம்பித்து, தொடர்ந்து நடத்தி வந்தாரே தவிர, நாமும் பத்திரிகாசிரியர் என்ற பெயரும் பெருமையும் அடைய வேண்டும்; அதற்கேற்ற வகையில் ஆபீஸ் கெடுபிடிகள் தோரணைகளோடு ஒரு பத்திரிகை நடத்த வேண்டும் என்று அவர் எண்ணியதேயில்லை. அப்படிப்பட்ட எண்ணத்தோடும் நோக்கத்தோடும் அவர் *சரஸ்வதியை* நடத்த முற்பட்டிருந்தால், அவர் அதற்காக ஈடுபடுத்திய 'முதல்' ஒரு வருடத்துக்குக் கூடக் கண்டிராது.

விஜயபாஸ்கரன் ஆரம்பம் முதலே தனது லட்சியப் பத்திரிகையை 'குடிசைத்தொழில் ரீதியிலே தான்' நடத்தி வந்தார். அதற்கென்று தனி ஆபீஸ் கிடையாது. அவரும் அவர் குடும்பத்தினரும் வசித்து வந்த வீட்டில் ஒரு சிறிய அறைதான் *சரஸ்வதி* அலுவலகம். அங்கேதான் புத்தகங்களும் பத்திரிகைகளும், சரஸ்வதிக்கான தாள், பிளாக்குகள் வகையறாவும், ஆசிரியர் மேஜை நாற்காலி முதலியனவும் நெருக்கிக்கொண்டு காட்சி அளித்தன.

அந்தச் சிறுஅறையில் மேலும் நெருக்கடி உண்டாக்கியவாறு தரையில் நீண்டு கிடந்தது ஒரு பெரிய பெட்டி. சாதிக்காப் பலகைப் பெட்டி. அதில், ஸ்டாண்டர்ட் லிட்டரேச்சர் பப்ளிஷிங் கம்பெனி லிமிடெட், பம்பாயிலிருந்து பார்சலில் வந்திருந்த 'புக் ஆஃப் நாலெட்ஜ்' என்ற தடிதடிப் புத்தகங்களின் பத்து வால்யூம்கள் புத்தம் புதுசாக உறங்கிக் கொண்டிருந்தன. நண்பருக்குச் சொந்தமானவைதான்.

அது அங்கே வந்துசேர்ந்த கதை சுவாரஸ்யமானது. ஆங்கிலப் புத்தகங்களை இப்படிப் பெரிய பெரிய தொகுதிகளாகப் பிரசுரிக்கும் சில கம்பெனிகள் விளம்பரம் பிரபல ஆங்கிலப் பத்திரிகைகளில் அடிக்கடி வெளிவரும். புத்தகங்களின் பெருமை களை முழக்கிவிட்டு, நீங்களே கண்டுணரலாம் இனாமாக, எங்கள் செலவிலே. உடனே எழுதிப் போடுங்கள். நாங்கள் அனுப்பி வைக்கிறோம். இரண்டு வாரங்கள் வைத்திருந்து அதன் சிறப்பைக் கண்டறியுங்கள். மனசுக்குப் பிடித்தால் உரிய விலையை அனுப்புங்கள். பிடிக்காவிட்டால், புத்தகங்களை எங்களுக்கே திருப்பி அனுப்பி விடுங்கள். நோகாஸ்ட் ட்ரெயல் ஆஃபர்

என்றெல்லாம் ஆசைகாட்டும் அந்த விளம்பரம். வசீகரமாகக் காட்சி தரும் விளம்பரத்திலேயே, கண்ணையும் மனசையும் சுண்டி இழுக்கும் வர்ணங்களில் புத்தகங்களின் தோற்றமும் அச்சாகியிருக்கும். 'நாமும் எழுதிப் போட்டு பார்க்கலாமே! புத்தகம் வந்ததும் புரட்டிப் பார்த்து விட்டு இரண்டு வாரங் களுக்குப் பிறகு திருப்பி அனுப்பினால் போச்சு' என்ற எண்ணம் புத்தகப் பிரியர்களுக்கு இயல்பாகவே ஏற்படும்.

அவ்விதமான ஒரு எண்ணத் தூண்டல் காரணமாகத்தான் விஜயபாஸ்கரனும் கம்பெனிக்கு எழுதிப்போட்டார். பத்துத் தொகுதிகள் கொண்ட நூல்கள், நேர்த்தியாக 'பேக் செய்யப்பட்டு' ஜோராக வந்திறங்கியது. ரூ.950 மதிப்புக் கொண்டது. உங்களுக்காக கன்ஸெஷன் விகிதத்தில் ரூ. 850க்குத் தரப்படும். உங்களுக்குத் திருப்தி அளிக்காவிட்டால், தயவுசெய்து பழையபடி நன்றாக பேக் செய்து எங்களுக்குத் திருப்பி அனுப்புக என்ற பணிவான வாசகங்கள் அடங்கிய கடிதமும் வந்தது.

புத்தகங்கள் மிக அருமையானவை, உள் அடக்கத்தில் மட்டுமல்ல. அச்சு அமைப்பு, சித்திரங்கள், கலர் படங்கள், மிக உயரிய பைண்டிங், தோற்றம் முதலிய அனைத்து விஷயங்களிலும் புத்தகப் பிரியர்களின் உள்ளத்தைக் கொள்ளை கொள்ளும் விதத்தில் தயாரிக்கப்பட்டவை. புத்தகம் வாங்குவோரின் மன பலவீனத்தைப் பயன்படுத்தித்தான் இத்தகைய 'ட்ரெயல் ஆஃபர்'களே நடத்தப்படுகின்றன.

ஆர்டர் கொடுத்து, கம்பெனி செலவில் புத்தகங்களை வரவழைக்கிறவர்கள் அவற்றைப் பார்த்ததுமே மயங்கி விடுவார்கள். அவற்றின் உயர்தரத்தை உணர்ந்ததும் புத்தகங்களைத் திருப்பிவிடத் துணியமாட்டார்கள். இந்த உள இயல்பை நன்றாக அறிந்துள்ளனர் கம்பெனிக்காரர்கள்.

வி.பா. விஷயத்திலும் அதுவே நடந்தது. இவ்வளவு அருமை யான, உயர்ந்த, புத்தகங்களைத் திருப்தி தரவில்லை என்று எப்படித் திருப்பி அனுப்புவது? நமக்கே இருக்கட்டும். நன்கு பயன்படுத்திக் கொள்ளலாம் என்று அவர் நினைத்தார். பணத்தை அனுப்பி விட்டார்.

புத்தகத்தின் பத்து வால்யூம்களையும் அவர் அமைதியாக பக்கம் பக்கமாக, ஒரு தடவை புரட்டிப் பார்த்திருக்கக் கூடும். ஒன்றிரண்டு தொகுதிகளை அநேக தடவைகள் திருப்பிப் பார்த்து, அங்கும் இங்குமாக எது எதையாவது படித்திருக்கக்கூடும்.

'ரீடர்ஸ் டைஜஸ்ட்'டில் 'ஆர்ம் சேர் டிரேவலாக்' என்று, இருந்த இடத்தில் இருந்தபடியே அயல்நாடுகளையும் அயலூர்களையும்

அறிமுகம் செய்து கொள்ள வசதியாக வெவ்வேறு நாடுகள் நகரங்கள் பற்றிய ரசமான கட்டுரைகள் பிரசுரமாகும். பிரயாணம் போகாமலே பிரயாண அனுபவத்தைப் பெறுவது போன்ற பிரமையை உண்டாக்கும் விதத்தில் அக்கட்டுரைகள் தயாரிக்கப்பட்டிருக்கும்.

அத்தகைய கட்டுரைகளைத் தமிழிலும் எழுதவேண்டும் என்ற ஆசை நண்பருக்கு உண்டு. அப்படிக் கட்டுரைகள் எழுத இத்தொகுதிகள் உதவியாக இருக்கும் என்றும் அவர் நினைத்தார். அவரே அல்ஜீரியா, அல்பேனியா என்றோ என்னவோ இரண்டு கட்டுரைகள் எழுதினார். பிறகு புத்தம் புதிய 'புக் ஆஃப் நாலெட்ஜ்' பெட்டிக்குள்ளேயே சவாஸனம் பயின்று, இடத்தை அடைத்துக் கொண்டு கிடந்தது.

பின்னர் ஒரு சந்தர்ப்பத்தில் பணத்தேவை அதிகம் ஆனவுடன், தமிழ்ப் புத்தகாலயம் கண.முத்தையா அவர்களின் உதவியோடு, அத்தொகுதிகளை எழுநூற்றைம்பதுக்கோ, எண்நூற்றுக்கோ வி.பா. விற்பனை செய்து விட்டார்.

~~

18

‘சாண் ஏற முழம் சறுக்க’

ஐந்தரை வருடங்களுக்கும் மேலாக, *சரஸ்வதிக்கு* என்று தனி அலுவலகம் ஏற்படட்டதில்லை. ஆசிரியர் விஜயபாஸ்கரன் சைக்கிளில்தான் எங்கும் போய் வந்து கொண்டிருந்தார். *சரஸ்வதி* எழுத்தாளர் களுக்கு அன்பளிப்பு என்று பணம் எதுவும் தந்ததில்லை. ஆரம்பம் முதல் ஜெயகாந்தன் மட்டும் கதைக்கு ஐந்து ரூபாய் பணம் வாங்கிக் கொண்டிருந்தார். தமிழ்ஒளி எப்போதாவது கவிதைகள் எழுதினால் (அது வெகு அபூர்வம்) ஐந்து அல்லது பத்து ரூபாய் கேட்டு வாங்கிச் செல்வது வழக்கம். இதர எழுத்தாளர்கள் ‘லட்சியப் பத்திரிகை’க்குத் தங்களால் இயன்ற ஒத்துழைப்பை முழுமனசுடன், அன்பளிப்பை எதிர்பாராமலே அளித்து வந்தார்கள்.

ஏஜண்டுகளின் ஒத்துழைப்பின்மையாலும், உற்பத்திச் செலவுகளின் உயர்வினாலும்தான் பத்திரிகைக்கு நஷ்டம் அதிகரித்து வந்தது.

சொந்த அச்சகம் அமைத்துக்கொண்டால் சிரமங்கள் ஓரளவு குறையலாம் என்று வி.பா. கருதினார். ஆகவே ‘சரஸ்வதி பிரஸ்’ ஏற்பட்டது. அதன் மூலம் *சரஸ்வதிக்கும்* தனி அலுவலகம் வாய்த்தது.

சேப்பாக்கம், மியான்சாகிப் தெரு, 33ஆம் எண் கட்டிடத்தில் அச்சகம் இருந்தது. பத்திரிகையின் தபால் விலாசம் ‘19, லேங்க்ஸ் கார்டன் ரோடு, சென்னை 2’ என்றே தொடர்ந்தது. மவுண்ட்

ரோடிலிருந்து திருவல்லிக்கேணி செல்லும் வாலாஜா ரோடில் கடைசியில் பெல்ஸ் ரோடு திருப்பத்துக்கு முன்னதாக கிளையிடும் ஒரு சிறு தெருதான் இந்த 'மியான்சாகிப் தெரு'. அதை 'எருமை மாட்டுச் சந்து' என்று சொல்லுவதே ரொம்பவும் பொருத்தமாக இருக்கும். பால் வியாபாரம் செய்வோர் சிலர் அங்கே வசித்து வந்ததனால், தெருவின் பல பகுதிகளிலும் பெரிய பெரிய எருமைகள் கட்டப்பட்டிருக்கும். சரஸ்வதி பிரஸின் சன்னல் கம்பிகளில்கூட ஒன்றிரண்டு மாடுகளைக் கட்டியிருந்தார்கள். எனவே, வழி பூராவும் சாணமும், கழிவுநீரும், சேறுமாக இருக்கும். அச்சகம் முன்னால்கூட மோசமான நிலைமைதான். இவற்றை எல்லாம் தாண்டித்தான் உள்ளே போகவேண்டும்.

அச்சகத்தில் அச்செழுத்துக்கள் போதுமான அளவு இருந்தன. டிரெடில் மிஷின் ஒன்று பேருக்கு இருந்தது. இங்கே கம்போஸ் செய்து வெளியே எங்காவது அச்சடித்து வரவேண்டிய அவசியம் ஏற்பட்டது.

ஆறாம் ஆண்டு சரஸ்வதியின் எட்டாவது இதழ் (10.8.1959) சொந்தப் பிரஸில் தயாராயிற்று. அவ்விதழிலிருந்து பத்திரிகை யின் அளவு புதிய மாறுதலைப் பெற்றது. அகல சைஸ் தீபம் இதழைவிடக் கொஞ்சம் பெரிதாக இருக்கும். 32 பக்கங்கள், தனிப்பிரதி 25 நயாபைசா.

அம்மாதத்தில் சென்னையில் தமிழ் எழுத்தாளர் மகாநாடு நிகழ்ந்திருந்தது. பரபரப்போடும், தாக்குதல்கள், மோதல்களோடும் அது நடைபெற்றிருந்தது. எழுத்தாளர் மகாநாடு உண்மையில் ஒரு அரசியல் மாநாடு போல் ஆகிவிட்டது.

மகாநாட்டின் இரண்டாம் நாள் 'தமிழில் உரை நடை' என்பது பற்றி ஒரு கருத்தரங்கம். விவாதத்தை ரா.ஸ்ரீ.தேசிகன் துவக்கி வைத்தார். அவர் கூறிய கருத்துக்கள் மீது காரசாரமான விவாதங்கள், தூற்றுதல்கள், போற்றுதல்கள் பொழியத் தொடங்கின.

கருத்தரங்கத்துக்குத் தலைமை தாங்கிய டாக்டர் அ.சிதம்பரநாதச் செட்டியார் ஆவேசம் கொண்டு ஆரவாரித்தார். "மறைமலை அடிகளைக் குறை கூறுவதா? நச்சினார்க்கினியர் போன்ற உரையாசிரியர்களைப் பழிப்பதா? அவர்கள்தான் உரைநடையின் பிதாக்கள். இவர்களைப் பழிப்பதை எழுத்தாளர், எழுத்தாளர் சங்கம் ஒத்துக்கொள்ளுமானால், இச்சங்கத்தில் உள்ள தமிழாசிரியர்கள் எல்லாம் சங்கத்தை விட்டு வெளியேற வேண்டும்" என்று உணர்ச்சியோடு அறிவித்தார்.

அதனால் சபையில் சலசலப்பு ஏற்பட்டது.

அன்று மாலை நிகழ்ச்சியும் சூடாகவே அமைந்தது. "சாகித்திய அகாடமி இதுவரையிலும் தமிழ் நூல்களுக்கு அளித்திருக்கும் பரிசுகள், அந்த அகாடமியில் பரிசுக்குரிய நூல்களை சிபாரிசு செய்ய நியமிக்கப்பட்டிருக்கும் அங்கத்தினர்களின் புத்தகங்களுக்குத்தான் கொடுக்கப்பட்டிருக்கின்றன. இந்த முறையை மாற்றி அமைக்க வேண்டும். சாகித்திய அகாடமியின் பரிசு அதன் அங்கத்தினர்களுக்குத்தான் கிடைக்கும் என்ற எண்ணம் எழுத்தாளர்களிடமிருந்து மாறும்படியான வகையில் சாகித்திய அகாடமியின் அங்கத்தினர் அமைப்பு மாற வேண்டும்" என்ற கருத்துள்ள ஒரு தீர்மானத்தை விஜயபாஸ்கரன் கொண்டு வந்தார். சி.சு.செல்லப்பா ஆதரித்தார்.

இதைத் தொடர்ந்து எதிர்ப்பாளர்களும் ஆதரவாளர்களும் முழக்கமிட்டார்கள். ஓட்டு எடுப்பின்போது தீர்மானம் தோல்வி கண்டது.

இவ்விவகாரம் எல்லாம் விரிவாக *சரஸ்வதியில்* விளக்கப் பட்டது. 'உரை நடை' என்று க.நா.சு. ஒரு கட்டுரையும் எழுதினார். எட்டாவது இதழும், அதன் பின்வந்த சில இதழ்களும் மொழி வெறியர்கள், குறுகிய நோக்குடைய பண்டிதர்கள் வகையறாவை எதிர்க்கும் கட்டுரைகள், கவிதைகளை நிறையத் தாங்கி வந்தன. விவாதத்தைக் கிளப்பிய ரா.ஸ்ரீ.தேசிகனின் தமிழில் உரைநடை என்ற கட்டுரை 10.09.59 இதழில் பிரசுரிக்கப்பட்டது.

அதில் 'கொட்டாப்புளி' என்ற பெயரில் ரகுநாதன் 'சந்தி சிரிக்கவே சிங்கியடி' என்று எழுத்தாளர் மகாநாட்டு நிகழ்ச்சிகளைக் கிண்டல் செய்யும் 'கோஷ்டி கானம்' ஒன்றை எழுதியிருந்தார். ரொம்ப ரசமான பாடல் அது.

ஆகஸ்ட் இதழிலிருந்து சுந்தர ராமசாமியின் 'புளியமரம்' என்ற புதுமையான நாவல் தொடர் கதையாக வெளிவந்தது. 'தட்டுங்கள் திறக்கப்படும்' என்ற தலைப்பில் கேள்வி பதில் பகுதி இடம் பெற்றது.

'சொந்த அச்சகம்' என்று ஏற்பட்டும் தொல்லைகள் தீரவில்லை. குறித்த காலத்தில் பத்திரிகையை வெளியிட முடியாததால் 'பதினைந்து நாட்களுக்கு ஒரு இதழ்' என்ற திட்டம் கைவிடப்பட்டது.

"ஒவ்வொரு இதழையும் காலதாமதமாக வெளியிடுவதற்குப் பதிலாக இரண்டு இதழ்களைச் சேர்த்து, குறிப்பிட்ட தேதியில் ஒரே இதழாகப் பிரசுரிப்பது நல்லது என முடிவு செய்திருக்கி றோம். இரண்டொரு மாதங்களுக்கு இரண்டு இதழ்கள் சேர்ந்து, மாதம் ஒரு இதழாக வெளிவரும். இது, தற்காலிகமான

ஏற்பாடுதான். அச்சகத்தில் செய்ய வேண்டிய மாற்றங்கள் பூர்த்தியானவுடன் இரண்டு மாதங்களில் – மீண்டும் மாதம் இரண்டு இதழ்களாக *சரஸ்வதி* வெளிவரும்" என்று செப்டம்பர் இதழில் அறிவிக்கப்பட்டது.

என்றாலும், இந்த நம்பிக்கை நிறைவேறக் காலம் துணை புரியவில்லை.

"இந்த ஆண்டில் நாம் பல சிரமங்களுக்கு உட்பட்டோம். சாண் ஏற முழம் சறுக்க என்பதைப் போல ஒரு அடி முன்னேறினால் இரண்டடி பின் தள்ளப்பட்டோம். இந்த ஆண்டில் நமக்கு ஏற்பட்ட மிகப்பெரிய சோதனை ஏஜண்டுகளில் பலர் சரிவர பில் தொகையை அனுப்பி வைக்கவில்லை. இதனால் பல நகரங்களுக்கு இந்த இதழில் மிகக் குறைவான பிரதிகளே அனுப்பப்பட்டிருக்கின்றன" என்று அறிவித்து 'தொடர்ந்து *சரஸ்வதி* கிடைப்பதற்கு ஒரே வழி நேரடியாகச் சந்தாதாரர் ஆவதுதான்' என்று மேலும் விளக்கியிருந்தார் வி.பா.

1959 ஜனவரி முதல் சி.சு.செல்லப்பா, "முழுக்க முழுக்க கருத்து ஆழமும் கனமும் உள்ள ஒரு இலக்கியப் பத்திரிகை" என்று *எழுத்து* மாசிகையை நடத்தி வந்தார். அவர் ஏஜன்சி ஏற்பாட்டை நம்பியிருக்கவில்லை. பத்திரிகை இதழின் விலையை 50 ந.பை. என்று நிர்ணயித்து, அதற்குரிய சந்தா விகிதமும் ஏற்படுத்தி, பணம் வசூலித்து, சந்தாதாரர்களுக்கு மட்டுமே கிடைக்கும் இலக்கிய ஏடு ஆக வளர்த்து வரத் திட்டமிட்டிருந்தார்.

செல்லப்பாவின் உற்சாகத்தையும் திட்டமிடப்பட்ட முறையையும் கண்டறிந்த விஜயபாஸ்கரன், *சரஸ்வதியையும்* ஏன் அவ்வாறு நடத்தக்கூடாது என்று யோசித்தார். இதழின் விலையை 50 நயா பைசா ஆக்கி, பக்கங்களை 48 என அதிகரித்து, நவம்பர் முதல் அப்படியே வெளியிடுவது என்று தீர்மானித்தார். *எழுத்து* பத்திரிகைக்கு அட்டை கிடையாது. *சரஸ்வதிக்கு* ஆர்ட் பேப்பர் அட்டையும், அதில் முக்கால் பகுதிப் படமும் உண்டு.

ரகுநாதனின் 'தமிழ் இலக்கியத்தில் தத்துவப் போராட்டம்', க.நா.சு.வின் 'உலக இலக்கியம்', எனது 'உதிரிப்பூக்கள்', புத்தக மதிப்புரை ஆகியவை இதழ்தோறும் வந்து கொண்டிருந்தன.

பல மாதங்களுக்குப் பிறகு ஜெயகாந்தன் கதை ஒன்று (நிந்தாஸ்துதி) அக்டோபர் இதழில் இடம் பெற்றது. கிருஷ்ணன் நம்பி அடிக்கடி கதை எழுதிக் கொண்டிருந்தார்.

மொழிப் பிரச்சனை பற்றிய விவாதங்களைப் பரிகாசம் செய்யும் தன்மையில் வேந்தன் என்ற இளம் எழுத்தாளர்

'மொழிப் பிரச்னை' என்றொரு உருவகக் கதையை அக்டோபர் இதழில் எழுதியிருந்தார். நளினமான நையாண்டி தொனிக்கும் சிறுகதைகளை எழுதும் ஆற்றல் பெற்றிருந்த வேந்தன் *சரஸ்வதி* மூலம்தான் எழுத்துலகுக்கு அறிமுகமானார். இவரது கதைகள் மிகச் சொற்பமானவையே, *சரஸ்வதியில்* வெளி வந்துள்ளன. பின்னர் வேந்தன் கதைகள் *தாமரையில்* மிகுதியாக இடம்பெற்றன. வேறு சில பத்திரிகைகளிலும் பிரசுரமாயின. (வேந்தனின் முழுத் திறமையும் நன்கு வெளிப்பட்டு, எழுத்துலகத்தில் அவர் தனக்குரிய இடத்தைப் பெறுவதற்குள் 1971 மே மாதம் அகால மரணமடைந்தார் என்பது துயரச்சேதி ஆகும்.)

நவம்பரில் இதழ் வரவில்லை. 11ஆவது இதழ் டிசம்பரில்தான் வந்தது. 48 பக்கங்கள்.

வழக்கம் போல் தமது சிரமங்களை எடுத்துக் கூறி, "நமது வேண்டுகோளுக்கு இணங்கி புதிதாக 423 வாசக நண்பர்கள் சந்தாதாரர்களாக சேர்ந்திருக்கின்றனர். இந்த ஆண்டின் இறுதிக்குள் 2000 நேரடியான சந்தாதாரர் சேர்க்க வேண்டுமெனத் திட்டமிட்டிருக்கிறோம்" என அறிவித்து, இவ்வருடம் ஜனவரியில் ஆண்டுமலர் கிடையாது. ஏப்ரலில் சித்திரை மலராக வெளியிட உத்தேசித்திருக்கிறோம் என்று முடித்து வி.பா. ஒரு தலையங்கம் எழுதியிருந்தார்.

11ஆவது இதழில் 'விவாத மேடை' இடம் பெற்றிருந்தது. தூய தமிழ்ப்பிரியர்களின் போக்கைத் தாக்கி ஜெயகாந்தனும், தமிழ் மொழியை வளர்ப்பதாகப் பெருமை பேசும் குறுகிய நோக்கு உடையவர்கள் பற்றி 'சங்க மித்ரா' என்பவரும் விறுவிறுப்பான கருத்துக்களைத் தெரிவித்திருந்தார்கள். பழந்தமிழ் இலக்கியவாதிகள் (மொழி வெறியர்கள்) பற்றி 'பின்னோக்கிச் செல்லும் பெரியோர்கள்' என்ற விரிவான கட்டுரையை சாமி சிதம்பரனார் எழுதியிருந்தார். இந்த இதழ் முதல் 'தமிழ்நாட்டு நாடோடிக் கதை'களைத் தொகுத்துத் தர கி.ராஜநாராயணன் முன் வந்திருந்தார்.

நல்ல நோக்கத்தோடு ஏற்பாடு செய்யப்பட்ட 'ஆசிரியர் குழு' அமைப்பினால் எவ்விதமான பயனும் விளையவில்லை. எனினும் இதழ்தோறும் 'ஆசிரியர் குழு' என்ற பெயர்ப் பட்டியல் அச்சிடப்பட்டு வந்தது. சரஸ்வதிக்கென்று சொந்த அச்சகம் அமைத்து பத்திரிகையின் அளவை மாற்றியதும், பெயரளவில் இருந்து வந்த ஆசிரியர்குழு ஏற்பாடு கைவிடப் பட்டது.

1960ஆம் ஆண்டில் (சரஸ்வதியின் ஏழாவது ஆண்டு முதல்) சரஸ்வதி சந்தாதாரர்களுக்கு மட்டுமே கிடைக்கக்கூடிய

பத்திரிகையாக மாறியது. விற்பனைக்குப் பிரதி வேண்டுவோர், பிரதி 50 நயா பைசா வீதம் கணக்கிட்டு, தங்களுக்குத் தேவையான பிரதிகளுக்கு முன் பணம் அனுப்ப வேண்டும் என்றும் அறிவிக்கப்பட்டது.

சரஸ்வதியின் 1960ஆம் ஆண்டுத் திட்டம் பிரமாதமாகத்தா னிருந்தது. இப்படி ஒரு விளம்பரம் பிரசுரமாயிற்று

'1960 ஆண்டில் *சரஸ்வதி* தரும் இலக்கிய விருந்து:

12 உலகப்புகழ் பெற்ற நாவல்கள்

72 தலைசிறந்த தமிழ்ச் சிறுகதைகள்

12 ஆராய்ச்சிக் கட்டுரைகள்

12 இலக்கிய விமர்சனங்கள்

12 உலகப் பேரிலக்கிய கர்த்தர்களின் வரலாறுகள்

12 பிறமொழிச் சிறுகதைகள்

1 தொடர்கதை

மற்றும் நூற்றுக்கணக்கான அம்சங்கள், சுமார் 1000 பக்கங்களில் இத்தனை அம்சங்களும் இன்னும் பலவும் 1960 ஆண்டில் *சரஸ்வதியில்* வெளியாகின்றன. இத்தனைக்கும் ரூ.6 தான். இன்றே சந்தாதாரராகுங்கள்.'

சரஸ்வதியில் மீண்டும் மாதம் ஒரு நாவல் சுருக்கம் வெளியிடுவது என்று முடிவு செய்யப்பட்டது. நான்தான் எழுத வேண்டியதாயிற்று. ஆனால் இந்தத் திட்டம் நீடிக்கவில்லை. சரஸ்வதியில் ஆசை நிறைந்த திட்டம் எதுவுமே சரிவர உருவாகக் காலம் துணை புரியவில்லை.

ஜனவரி இதழில் ஷெட்ரின் நாவல் 'வஞ்சகன்' சுருக்கமும், பிப்ரவரி இதழில் ஹெர்மன் மெல்வில் எழுதிய 'மோபிடிக்'கின் சுருக்கமும் வந்தன.

ஜெயகாந்தனுக்கு ஆனந்த விகடனில் தொடர்ந்து கதைகள் எழுதும் வாய்ப்பு கிடைத்து விட்டதால், அவர் *சரஸ்வதியில்* எழுதவில்லை. கிருஷ்ணன்நம்பியும் நகுலனும் அடிக்கடி கதைகள் எழுதினார்கள். இலங்கை எழுத்தாளர்களின் ஒத்துழைப்பு வெகு அதிகமாகக் கிடைத்தது. க.நா.சுப்ரமண்யம் 'வளரும் தமிழ்' என்று தொடர் கட்டுரை எழுதலானார். 'விவாத மேடை'யில் இதழ்தோறும் முக்கியப் பிரச்னைகள் ஆராயப்பட்டன.

அவ்வருடம்தான் மௌனியின் கதைகள் முதன் முறையாகப் புத்தகமாகப் பிரசுரம் பெற்றன. 'அழியாச் சுடர்' என்ற ஸ்டார்

பிரசுர வெளியீடான அது பற்றிய விமர்சனத்தை பிப்ரவரி இதழில் நான் எழுதினேன். அதன் விளைவாக *சரஸ்வதி*க்கு மௌனியின் கதை ஒன்று 'பிரக்ஞை வெளியில்' கிடைத்தது. ஆயினும் உடனடியாக அதை வெளியிட இயலவில்லை. அக்டோபர் இதழில்தான் அக்கதை பிரசுரமாயிற்று. ஏப்ரல் முதல் செப்டம்பர் முடிய இதழ் எதுவும் வெளிவர முடியாமல் போனதே காரணமாகும்.

அக்டோபர் இதழ் இலக்கியத்தரம் கூடிச் சிறப்பாக அமைந்திருந்தது. தளவாய் அரியநாயக முதலியார் பற்றிய எஸ்.வையாபுரிப் பிள்ளை கட்டுரை (அதுவரை அச்சில் வந்திராதது, முதன் முறையாகப் பிரசுரம் பெற்றது), 'தமிழகத்து இயக்கங்களும் ஈழத்து அறிஞர்களும்' என்ற க.கைலாசபதி கட்டுரை, மௌனி, ஆர்.சூடாமணி, எஸ்.பொன்னுத்துரை, வ.க. கதைகள்; திருச்சிற்றம்பலக் கவிராயர், முருகையன், கு.சின்னப்பாரதி கவிதைகள்; புத்தக மதிப்புரை ஆகியவை இடம் பெற்றிருந்தன. 'பாரதியும் தமிழ் வளமும்' என்பது ஆசிரியர் தலையங்கம்.

இந்த இதழ் முதல் *சரஸ்வதி* மறுபடியும் விலாச மாற்றம் பெற்றது. பைகிராப்ட்ஸ் ரோடில், ராயப்பேட்டை (சென்னை – 14) உள்ள 393ஆம் எண் கட்டிடத்தில் தமிழ்ப்புத்தகாலயத்துடன் 'ஒட்டுக் குடித்தனம்' புகுந்தது அது.

நவம்பர் இதழ் இலங்கை எழுத்தாளர்களின் விசேஷ இதழாக விளங்கியது. அ.முத்துலிங்கம், எச்.எம்.பி.முஹிதீன், செ.கணேசலிங்கன், வ.அ.இராசரத்தினம் கதைகளோடு ரகுநாதனின் 'சுதர்மம்' எனும் நீண்ட சிறுகதை ஒன்றும், 'மலாயாத் தமிழ் எழுத்தாளர்கள்' என்ற கு.அழகிரிசாமி கட்டுரையும் இதில் வந்தன.

இந்த இதழ் வேலைகளை முடித்து விட்டு, அக்டோபர் இறுதியில் விஜயபாஸ்கரன் இலங்கைக்குப் பயணமானார். *சரஸ்வதி* டிசம்பர் இதழ் வெளிவரவில்லை.

1960 மார்ச் இதழில் வெளிவந்த 'புளிய மரம்' நாவலின் பிற்பகுதியை சுந்தர ராமசாமி தொடர்ந்து எழுதவேயில்லை (அப்புறம் பல வருடங்களுக்குப் பின்னர் அந்த நாவலை அவர் பூரணமாக எழுதி புத்தகமாக வெளியிட்டார்).

விஜயபாஸ்கரன் இலங்கையில் ஐம்பது நாட்கள் தங்கி, பல்வேறு இடங்களுக்கும் சென்று, ஈழத்து எழுத்தாளர்கள் (தமிழ், சிங்களம்) எல்லோரையும் சந்தித்தார். 'இலங்கையில் நான் இருந்த நாட்கள் எனக்கும் சரி, *சரஸ்வதி*க்கும் சரி, மிக மிகப்

பயனுள்ள நாட்கள்' என்று அவரே திருப்தியுடன் குறிப்பிடும் அளவுக்கு அவரது பயணம் வெற்றிகரமாக இருந்தது. நிதி உதவியும், பலரது ஒத்துழைப்பும் அவருக்குக் கிடைக்க வழி ஏற்பட்டது.

இலங்கை எழுத்தாளர்கள் சிலரது துணையுடன் அவர்களது எழுத்துக்களைத் தமிழ்நாட்டில் புத்தகமாக அச்சிட்டு, இங்கு விற்பனைக்கு ஏற்பாடு செய்வதோடு இலங்கைக்கு அனுப்பி வைக்கும் பணியில் ஈடுபடவும் நண்பருக்கு வாய்ப்புக் கிட்டியது.

'சரஸ்வதி வெளியீடு' என்று புத்தகம் அச்சிடும் முயற்சியில் வி.பா. 1960லேயே ஈடுபட்டார். எச்.எம்.பி.முஹிதீன் முன்பு சரஸ்வதியில் தொடர்ந்து எழுதி வந்த 'கார்க்கியைக் கண்டேன்' கட்டுரை முதலாவது 'சரஸ்வதி வெளியீ'டாகத் தயாராயிருந்தது.

அடுத்த வெளியீடாக டொமினிக் ஜீவாவின் சிறுகதைகள் 'தண்ணீரும் கண்ணீரும்' தொகுதியாக உருவாயிற்று. அதன் பிறகு, டாக்டர் நந்தி எழுதிய 'அருமைத் தங்கைக்கு' (முதன்முதல் தாயாகப் போகும் பெண்ணுக்கு டாக்டரின் அறிவுரை), 'இதோபதேசம்' (சமஸ்கிருதப் பேரிலக்கியத்தின் தமிழாக்கம்) நவாலியூர் சோ.நடராசா, காவலூர் ராசதுரையின் சிறு கதைத் தொகுதி 'குழந்தை ஒரு தெய்வம்', எஸ்.பொன்னுத்துரை நாவல் 'தீ' ஆகியவை 1961இல் வெளியிடப்பட்டன.

சரஸ்வதி அந்த ஆண்டில் ஆறு இதழ்கள்தான் (ஜனவரி, பிப்ரவரி, மார்ச், ஏப்ரல், ஆகஸ்ட், டிசம்பர்) வந்தன.

ஜனவரி இதழ் வசீகரமான கலர்ப்பட அட்டையுடன் விளங்கியது. பேராசிரியர் எஸ். வையாபுரிப் பிள்ளை 'புதுமைப்பித்தன்' பற்றி எழுதி வைத்திருந்த சிறுகட்டுரை முதல் தடவையாகப் பிரசுரம் பெற்றது. நவாலியூர் சோ. நடராசாவின் கட்டுரை 'கதை மரபு', நையாண்டி பாரதியின் சுவாரஸ்யமான 'புதுக்கதை', கே. டானியலின் 'நெஞ்சின் வடுக்கள்', ஜி.பி. சேனாநாயகா சிங்களத்தில் எழுதிய 'மலர் மாலைகள்' என்ற கதையின் தமிழாக்கம் (நா. சுப்ரமணியம்), கிருஷ்ணன் நம்பியின் நீண்ட சிறுகதை 'ஒரு கனவு' ஆகியவற்றுடன் பிச்சமூர்த்தியின் சிறு கதைகள் பற்றி க.நா.சு. எழுதிய விமர்சனமும் இவ்விதழில் இடம் பெற்றிருந்தன.

நல்ல தமிழறிஞரும், சரஸ்வதியிடம் மிகுந்த அன்பு கொண்டிருந்த எழுத்தாளரும், எழுத்தாளர்களின் நண்பருமான சாமி சிதம்பரனார் 1961 ஜனவரி 17ஆம் நாள் மரணமடைந்தார்.

பிப்ரவரி இதழ் அவரது நினைவிதழாக வெளியாயிற்று. அட்டையில் சாமி சிதம்பரனார் படம். 'தமிழுக்குப் பெரு

நஷ்டம்' என்ற தலையங்கம். 'சிறந்த நண்பர்' என்று நாரண துரைக்கண்ணன் ஒரு கட்டுரையும், 'நம் சிதம்பரனார்' என்று ரதுலன் கவிதையும் எழுதியிருந்தார்கள்.

இவ்விதழிலும் இலங்கை எழுத்தாளர்களுக்கே அதிக இடம் அளிக்கப்பட்டது. ஏ.ஜே. கனகரட்னா 'மௌனி வழிபாடு' என்றொரு ஆய்வுரை எழுதியிருந்தார். 'இலங்கைப் பண்பாட்டில் இந்திய அம்சங்கள்' எஸ்.கோகிலம், எஸ்.பொன்னுத்துரையின் தொடர்கதை 'சுவடு', கனக. செந்திநாதன் 'ஈழத்து எழுத்தாளர்கள்' பற்றி எழுதும் தொடர்கட்டுரை, அ.ஸ.அப்துல்ஸமது கதை 'கொழும்புக்கு ஒரு டிக்கட்' ஆகியவற்றுடன், 'ஈழத்தை கண்டேன்' என்ற விஜயபாஸ்கரன் கட்டுரையும் அச்சாகியிருந்தன. 'ஒரு வேசையின் தாலாட்டு' எனும் ஜெயகாந்தன் கவிதையும், ரகுநாதன் எழுதிய 'எரிமலை' என்ற நீண்ட சிறுகதையும் சிறப்பு அம்சங்கள்.

மார்ச், ஏப்ரல் இதழ்கள் வழக்கமான தரத்துடன் அம்சங்களுடனும் இருந்தன. பொன்னுத்துரையின் 'சுவடு' ஏப்ரலில் முடிவுற்றது.

மலர் 8இன் ஐந்தாவது இதழ் ஆகஸ்டில்தான் வந்தது. அருமையான வெள்ளைத்தாளும் அழகான ஆர்ட்பேப்பர் அட்டையும் இல்லாது போயின. சாதாக் காகிதம்தான். அட்டையில் தாகூரின் சிறு அளவுப்படம் அச்சாகியிருந்தது. விஷயச் சிறப்புக்குக் குறைவில்லை.

அ. திருமலை முத்துசாமி 'லெனின் பொது நூலகம்' பற்றி எழுதியிருந்தார். 'இலங்கையர் கோன்' கதை 'மனிதக் குரங்கு', நையாண்டி பாரதியின் 'சோகத்தின் சிரிப்பு', வேந்தன் கதை 'மயக்கம்', என்.கே. ரகுநாதனின் 'நெருப்பு', ஜி. நாகராஜனின் 'மிஸ் பாக்கியம்' ஆகியவை இதழுக்குச் சுவையூட்டின. 'மாதிரிக்குக் கொஞ்சம்' ஈழத்து எழுத்தாளர்கள், உதிரிப்பூக்கள், புதிய புத்தகங்கள் (மதிப்புரை) ஆகியவை வழக்கம் போலிருந்தன. பிச்சமூர்த்தியின் 'பதினெட்டாம் பெருக்கு' கதைத் தொகுதி பற்றி நகுலன் விமர்சனக் கட்டுரை எழுதியிருந்தார்.

இந்த இதழில் முக்கியமான அறிவிப்பு ஒன்று இருந்தது. 'தமிழ் நாவல் இலக்கியத்தில் இது போல் ஒரு நாவல் இதுவரை பிறந்ததில்லை எனும் மதிப்பைப் பெறக்கூடிய மகத்தான சிருஷ்டி 'அடிவானம்'. இது லட்சிய தாகம் கொண்ட தனி மனிதனின் வாழ்க்கைப் போராட்டம் மட்டுமல்ல. அவனை வெகுவாக பாதிக்கும் குடும்பத்தின், சமூகத்தின் கதை மட்டுமல்ல. நாட்டின் அரசியல், கலை, இலக்கியம், பத்திரிகை வியாபாரம் முதலிய சகல துறைகளையும் விசாலப் பார்வையால் தொட முயலும்

ஒரு சிந்தனைப் படைப்பு. வல்லிக்கண்ணன் எழுதும் தமிழ் வசன இலக்கியத்தின் தனிப் பெரும் காவியம்! *சரஸ்வதியில்* தொடர்ந்து வெளிவரும். செப்டம்பர் இதழில் ஆரம்பமாகிறது.'

'அடிவானம்' என்கிற மாபெரும் நாவலை நான் அந்த நாட்களில் உற்சாகத்தோடு எழுதிக் கொண்டிருந்தேன். அதை *சரஸ்வதியில்* வெளியிடலாம் என்று வி.பா. கருதினார். அறிவிப்பும் வந்துவிட்டது.

ஆனால் 'அடுத்த இதழ்' செப்டம்பரில் வரவில்லை. டிசம்பரில்தான் வந்தது. கிருஷ்ணன் நம்பியின் 'கணக்கு வாத்தியார்', கே. டானியலின் 'அசை' ஆகிய இரண்டு கதைகளோடு, 'அடிவானம்' பெரும்பகுதி இடத்தைப் பிடித்துக் கொண்டது. இந்த இதழின் அட்டையில் படம் கிடையாது; இம்மூன்று விஷயங்களின் வெறும் அறிவிப்பு மட்டுமே அச்சாகியிருந்தது. வழக்கமான அம்சங்களும் இருந்தன. 36 பக்கங்கள்.

சரஸ்வதி அடுத்த இதழிலிருந்து புதிய தோற்றத்தில் வெளிவரும். கையடக்கமாக புத்தக அளவில் இனிமேல் சரஸ்வதி வரும். விலையும் குறைக்கப்படுகிறது. விலை 25 காசுதான். விலை குறைப்பதையொட்டி சந்தா விகிதத்தில் மாறுதல் செய்திருக்கி றோம். ஏற்கெனவே சந்தாதாரராக இருப்பவர்களுக்கு புதிய சந்தா விகிதத்தின்படி கணக்கிடப்பட்டு சந்தாக் காலத்தை நீடித்திருக்கிறோம். எந்த இதழுடன் சந்தா முடிகிறது என்ற விவரம் ஜனவரி இதழுடன் தெரிவிக்கப்படும் என்றும் அறிவிக்கப்பட்டது.

உண்மையில், பெரும்பாலான *சரஸ்வதி* வாசகர்களைப் பொறுத்தவரை, இதுதான் கடைசி இதழ் ஆகும். இதற்குப் பிறகு, புத்தக வடிவில் – சிறிய சைஸில், துண்டுப் பிரசுரம் போல், அந்தக் காலத்து 'ஆயுர்வேத வைத்தியசாலை'களின் மருந்து காட்லாக் மாதிரி – வெவ்வேறு காலங்களில் நான்கு இதழ்கள் வந்துள்ள விஷயமே ரொம்ப பேருக்குத் தெரியாது. பிற்காலத்தில் நான் தமிழ்நாட்டின் பல ஊர்களுக்கும் இலக்கியப் பிரியர்களின் அன்பான அழைப்பை ஏற்றுச் செல்ல நேர்ந்த சமயங்களில், பலரும் *சரஸ்வதி* பற்றி ரசனையோடு உரையாடினார்கள். சிறிய அளவு சரஸ்வதியைப் பார்த்ததேயில்லை என்று குறிப்பிட்டார்கள். சமீப நாட்களில்கூட எங்காவது ஒரு ஊரில் ரசிகர்களின் இந்த வியப்புச் சொல்லை நான் எதிர்கொள்ள நேரிடுகிறது. சரஸ்வதியின் நீண்டகால சந்தாதாரர்களுக்கு மட்டுமே புது உருவ இதழ்கள் அனுப்பி வைக்கப்பட்டிருக்கும் என்று நான் புரிந்து கொண்டேன்.

~ ~

19

இறுதி நாட்கள்

சரஸ்வதி வடிவ மாற்றம் பெறுவதற்கு முன்னதாக இடம் மாறுதல் செய்ய வேண்டிய அவசியம் ஏற்பட்டு விட்டது. பைகிராப்ட்ஸ் ரோடு 393ஆம் எண் கட்டிடத்தில் 'தமிழ்ப்புத்தகாலய'த்துடன் செயல்பட்டு வந்த சரஸ்வதி அச்சகமும் அலுவலக மும் அங்கிருந்து மாறி, கிருஷ்ணாம் பேட்டை, பார்பர்ஸ் பிரிட்ஜ் ரோடு (டாக்டர் நடேசன் சாலை) பிற்பகுதியில் எலியட்ஸ் ரோடு திருப்பத்துக்கு முன்னே—ஒரு வீட்டின் மாடியில் சிறு பகுதியில் இடம் பிடித்தன. சில மாதகாலம் அங்கே இருந்து, பின்னா அந்த இ' ம் வசதிப்படவில்லை என்று திருவல்லிக்கேணி, தேரடித் தெரு, 26—எண், 'ஜகன் மோகினி' கட்டிடத்தின் மாடிக்கு மாறின.

1962 (மலர் 9) முதலிரண்டு இதழ்களிலும், கமில் ஸ்வெலபில் எழுதிய 'தமிழின் வட்டார மொழிகள்' என்ற கட்டுரை வந்தது. 'அடிவானம்' நாவலின் பகுதிகள் போக வேறு எது எதையோ போட்டு பக்கங்களை நிரப்புகிற வேலைதான் நடந்தது. அப்படியும் 'மாதம் ஒரு இதழ்' என்று கொண்டு வரவும் இயலவில்லை.

இரண்டாவது இதழ் பிப்ரவரி—மார்ச் 40 பக்கங்கள். இதில் 'எழுத்தும் எழுத்தாளரும்' ரா. சு. கோமதிநாயகம் எழுதியது; 'டி. கே. சி. கடிதங்கள்' என்ற புத்தகம் பற்றி வனா.கனா. எழுதிய 'கடித இலக்கியம்'; 'டி.கே.சி. சொன்னவை' என்று அந்நூலிலிருந்து எடுத்தெழுதப்பட்ட கருத்துக்கள்; 'கலியாண வைபோகம்'—ரசமான தகவல்கள்; புத்தக

மதிப்புரை; 'வாஞ்சை—லையம் ஓ.' பிளே ஹர்டி கதை—அசோகன் தமிழாக்கம் ஆகியனவும் இருந்தன.

மூன்றாவது இதழ் (ஏப்ரல்—மே) 48 பக்கங்கள், மலேயா சர்வகலாசாலைத் தமிழ் விரிவுரையாளராகப் பணியாற்றிய ஈ.சா.விசுவநாதன் எழுதிய '19, 20ஆம் நூற்றாண்டுத் தமிழ் இலக்கியத்தின் போக்கு' என்ற ஆய்வுரை, 'அடிவானம்' பகுதியும்தான். புத்தக மதிப்புரை ஒரு பக்கம் வந்திருந்தது. நான்காவது இதழ் ஜூன் மாதம் வந்தது. 32 பக்கங்கள். 'அடிவான'மும் புத்தக மதிப்புரையும் போக இதர பக்கங்களில் க.கைலாசபதியின் 'பல்லவர் கால இலக்கியம்', எச்.எம்.பி.முஹிதீனின் 'செக் நாட்டுத் தமிழறிஞர்' என்ற கட்டுரைகள் அச்சாகியிருந்தன.

இதுதான் *சரஸ்வதி*யின் கடைசி இதழ். அவ்வாறு அறிவிக்கப்படவில்லை என்றாலும்கூட!

1962 ஏப்ரல் அல்லது மே முதல் *சமரன்* வாரப் பத்திரிகை வெளிவரத் தொடங்கியிருந்தது. 1960 முதலே அரசியல் வாரப் பத்திரிகை ஒன்று நடத்த வேண்டும் என்ற எண்ணம் நண்பர் விஜயபாஸ்கரனை பலமாகப் பற்றியிருந்தது. பழைய கம்யூனிஸ்ட் பிரபலஸ்தர் இஸ்மத் பாக்ஷா கும்பகோணத்திலிருந்து *சமரன்* என்ற பெயரில் தி.மு.க எதிர்ப்பு ஏடு ஒன்று நடத்தி நிறுத்தியிருந்தார். பரபரப்பு உண்டாக்கிய அந்தப் பத்திரிகை மாதிரி, அதே பெயரில், அதே நோக்குடன் வாரப் பத்திரிகை நடத்த விரும்பிய, வி.பா. இஸ்மத் பாக்ஷாவிடமிருந்து அனுமதி பெற்றிருந்தார். வர வர *சரஸ்வதி* பத்திரிகைக்கு ஆதரவு குறைந்து, இலக்கிய மாசிகையைத் தொடர்ந்து நடத்துவதில் சிரமங்கள் அதிகரித்து விடவும் அரசியல் பத்திரிகை நடத்தும் முயற்சியில் வி.பா. தீவிரமாக முனைந்தார்.

சமரன் இதழ் முதலில் மூவாயிரம் அல்லது நாலாயிரம் பிரதிகள்தான் அச்சிட வேண்டியிருக்கும் என்று எதிர்பார்க்கப் பட்டது. ஆனால் முதல் இதழுக்கே ஆறாயிரம் பிரதிகளுக்கு ஏஜன்சி ஆர்டர் சேர்ந்திருந்தது. பிறகு விரைவில் எட்டாயிரம் ஆகி, பத்தாயிரம் என்று தேவை அதிகரித்துக் கொண்டே போயிற்று; இம்முயற்சியில் உற்சாகமும், ஊக்கமும், மகிழ்ச்சியும் கொண்டுவிட்ட நண்பர் *சரஸ்வதி*யைச் சத்தமில்லாமல் கைவிட்டு விட்டார். எனினும் *சரஸ்வதி*யை நிறுத்தப் போவதில்லை; எப்படியாவது திரும்பவும் கொண்டு வரவேண்டும்' என்று ரொம்ப காலத்துக்குச் சொல்லிக் கொண்டிருந்தார்.

ஆனால் சந்தர்ப்பங்கள் அவருக்குத் துணை புரியவில்லை. 1962 அக்டோபரில் சீனா இந்தியா மீது தாக்குதல் நடத்தியது. அவசர கால நடவடிக்கையாக நவம்பரில் நாடு நெடுகிலுமுள்ள முக்கிய கம்யூனிஸ்டுகள் கைது செய்யப்பட்டனர். விஜயபாஸ்கரனும் ஜெயிலுக்குக் கொண்டு போகப்பட்டார்.

1963 ஏப்ரலில் வெளிவந்த போது, *சமரன்* நிலைமை மோசமாகியிருந்தது. அதைச் சீர்படுத்தி அந்த அரசியல் வார ஏட்டினை வளர்ப்பதில்தான் அவரது முழு கவனமும் சென்றது. அதுவே பெரும் போராட்டமாக அமைந்தது. அது வேறு வரலாறு ஆகும்.

~ ~

20

முடிவுரை

தமிழ்நாட்டில் இலக்கியப் பத்திரிகை ஒன்றை வெற்றிகரமாகப் பல வருடங்கள் நடத்துவது அரிய பெரிய சாதனையே தான்.

தமிழ் இலக்கியப் பத்திரிகை தோன்றுவதும், சில காலம் வெற்றி மிடுக்கோடு நடப்பதும், பின்னர் சோர்ந்து தளர்ந்து மெலிந்து மறைந்து போவதும் சகஜ நிகழ்ச்சிகளே. இலக்கியப் பத்திரிகைகளின் வரலாறு இந்த உண்மைகளைச் சுட்டிக் காட்டுகிறது.

இலக்கியப் பத்திரிகை நடத்துவதில் பெருமை கொள்கிறவர்கள், தக்க தருணத்தில் நிறுத்திவிடத் துணிந்து 'இதுதான் கடைசி இதழ்' என்று பெருமையோடு அறிவிக்க மனம் வைக்கிறார்கள் இல்லையே என்பதுதான் எனக்குள்ள குறைகளில் ஒன்று. அப்படித் தன்னம்பிக்கையோடு, தன்னகங்காரத்தோடு என்று வேண்டுமானாலும் கூறலாம். சொல்வதில் கௌரவக் குறைவு எதுவும் இல்லை என்பதே என் எண்ணம்.

பக்தர்கள் மிகுந்த, பக்தி பெருகும், தமிழ்நாட்டில் 'பக்தி பிஸினஸ்' பண்ணக் கிளம்பிய ராமலிங்க அடிகளார் ஒரு கட்டத்தில் கூற நேர்ந்தது 'கடை விரித்தோம், கொள்வாரில்லை; கட்டி விட்டோம்' என்று.

பக்தி விவகாரத்துக்கே அந்தப்பாடு என்றால், இலக்கிய உணர்வு இல்லாத இந்த நாட்டில்... இலக்கிய ரசிகர்கள் மிக மிகக் குறைவாக உள்ள தமிழ்ச் சமுதாயத்தில்... நம்பிக்கையோடு இலக்கியப்

பத்திரிகை ஆரம்பித்து, கொள்வாரில்லை என உணர்ந்ததும் 'கடையைக் கட்டி விடுவதில்' தவறோ, கௌரவக் குறைச்சலோ கிடையாது.

வசதிகளும் பொருள் வளமும் பெற்ற அமெரிக்கா, இங்கிலாந்து போன்ற நாடுகளிலேயே இலக்கியப் பத்திரிகைகள் வெற்றிகரமாக நெடுங்காலம் நடைபெற இயலுவதில்லை. அப்படி நெருக்கடி நிலை ஏற்படுகிற போது, சம்பந்தப்பட்டவர்கள், நிலைமையை விளக்கி 'இதுதான் கடைசி இதழ்' என்று எடுப்பாக அச்சிட்டு விடத் தயங்குவதில்லை.

காலியர்ஸ் என்றொரு அமெரிக்க வாரப்பத்திரிகை ரொம்பப் பிரமாதமாக நடந்து கொண்டிருந்தது. ஒவ்வொரு இதழும் ஒரு மலர் மாதிரி இருக்கும். பல வருடங்களுக்குப் பிறகு அதை நிறுத்திவிட வேண்டிய அவசியம் ஏற்பட்டது. கடைசி இதழையும் சிறப்பான தரத்தோடு தயாரித்து, மேலட்டை மீதே 'இதுதான் கடைசி இதழ்' என்று அச்சிட்டு அனுப்பினார்கள்.

பெங்குவின் *நியூரைட்டிங்* பல காலம் இலக்கியப் பணி புரிந்த காலாண்டு ஏடு. அதை நிறுத்த வேண்டியதுதான் என்று தோன்றியதும், நிலைமைகளை விளக்கி இதுவே கடைசி இதழ் என்று முடிவுரை கோரி நிறுத்தினார்கள்.

இப்படிப் பல உதாரணங்கள் குறிப்பிட முடியும்.

ஆனால் தமிழ்ப்பத்திரிகை வரலாற்றில் ஒரு உதாரணத்தைக் கூட எடுத்துச்சொல்ல முடியாது. (பிற்காலத்தில், சேலத்திலிருந்து வெளிவந்த இலக்கியக் காலாண்டு ஏடு *நடை* தான் *துணிவோடு* கடைசி இதழில் காரணங்களை விளக்கி எழுதிவிட்டு பிரசுரத்தை நிறுத்திக் கொண்டது.)

சரஸ்வதி இந்த வகையிலும் வழி காட்டியிருக்கலாமே என்ற மனக்குறை எனக்கு என்றும் உண்டு.

நண்பர் விஜயபாஸ்கரன் *சரஸ்வதி* நடத்தியதில் வியாபார வெற்றி பெற முடியவில்லை என்பது உண்மைதான். ஆனால் அது அவருக்கு தோல்வி அல்ல. *சரஸ்வதி* போன்ற ஒரு இலக்கியப் பத்திரிகை இல்லையே என்று பிற்காலத்தில் எழுத்தாளர்களும் இலக்கியப் பிரியர்களும் அடிக்கடி வருத்தத்தோடு குறிப்பிடும் அளவுக்கு அதன் தேவையை உணர வேண்டிய அளவுக்கு அதற்கு முக்கியத்துவமும் தனித்தன்மையும் உண்டாகும்படி அதை நடத்தியதே பெரும் வெற்றிதான்.

வியாபாரத் தோல்விகளாக முடிந்த இத்தகைய வெற்றிகள் *சரஸ்வதிக்கு* முன்னும் இருந்தன. இந்தத் தொடரின்

ஆரம்பப்பகுதி அவை பற்றி ஒருவாறு எடுத்துச் சொல்லியது. சரஸ்வதிக்குப் பிறகும் இந்த லட்சிய முயற்சிகள், காலத்தின் தேவைக்கு ஏற்ப அவ்வப்போது தோன்றின. இன்னும் தோன்றிக் கொண்டிருக்கின்றன. இனியும் தோன்றும்.

சிரமங்கள் பலவற்றையும் ஏற்றுக்கொள்ளும் நெஞ்சுரமும், புதுமையான முயற்சிகளிலும் சோதனைகளிலும் ஈடுபடும் உற்சாகமும், ஊக்கமும், உழைப்பாற்றலும் கொண்ட லட்சியவாதிகளால்தான் அரிய காரியங்கள் சாதனைகள் நிறைவேற்றப்படுகின்றன; எல்லாத் துறைகளிலும் இலக்கியம், எழுத்து, பத்திரிகைத் துறைகளிலும் இந்த ரகத்தினருக்குக் குறைவு இல்லை.

~ ~

'சரஸ்வதி' வெளிவந்த விவரம்

ஆண்டு	மலர் எண்	மாதங்கள்	இதழ் எண்ணிக்கை	இதழ் வெளியான/ வெளிவராத விவரம்
1955	1	மே – டிசம்பர்	8	–
1956	2	ஜனவரி – டிசம்பர்	12	–
1957	3	ஜனவரி – டிசம்பர்	12	–
1958	4	ஜனவரி – ஆகஸ்ட்	7	இதழ் எண் 1 எது எனத் தெரியவில்லை
1958	5	செப்டம்பர்– டிசம்பர்	7	மாதமிருமுறை வெளியீடு செப்டம்பரில் தொடங்கியது.
1959	6	ஜனவரி – டிசம்பர்	11	மே மாதத்தில் இரு இதழ்கள் இணைந்து ஒரே இதழாக வந்தது. ஜூன் முதல் வரை நவம்பர் இதழ்கள் வரவில்லை.
1960	7	ஜனவரி – நவம்பர்	5	ஜனவரி – மார்ச் மூன்று இதழ்கள் அக்டோபர் – நவம்பர் இரண்டு இதழ்கள் வந்துள்ளன.
1961	8	ஜனவரி – டிசம்பர்	6	ஜனவரி – ஏப்ரல் நான்கு இதழ்கள், ஆகஸ்ட், டிசம்பர் இரண்டு இதழ்கள் வந்துள்ளன.
1962	9	ஜனவரி – ஜூன்	4	ஜனவரி, பிப்ர–மார்ச், ஏப்ரல்–மே, ஜூன் நான்கு இதழ்கள் வந்துள்ளன.

எழுத்தாளர் கர்ணன் காலச்சுவடுக்கு நன்கொடையாக அளித்த சரஸ்வதி இதழ்கள் (மொத்தம் 36), வல்லிக் கண்ணன் எழுதிய 'சரஸ்வதி காலம்' ஆகியவை கொண்டு மேற்கண்ட பட்டியல் தயாரிக்கப்பட்டது.

காலச்சுவடு பப்ளிகேஷன்ஸ் (பி) லிட்.
Published by Kalachuvadu Publications (Pvt. Ltd.),
669, K.P. Road, Nagercoil 629001, India
Phone: 91-4652-278525
e-mail: publications@kalachuvadu.com

08/2022/S.No. 1101 kcp 3615, 18.6 (1) 9ss